# ദൈവത്തിന്റെ വായിക്കപ്പെടാത്ത പാവനമായ ഒരു പുസ്തകം

**daivathinte vaayikappedatha pavanamaya oru pusthakam**
novel
•
*s sajeevkumar*
•
*first chintha edition*
july 2019
•
*typesetting*
*shiny john*
•
*published*
chintha publishers, thiruvananthapuram
•
*cover*
vinod mangoes



---

***വിതരണം***

**ദേശാഭിമാനി ബുക്ക് ഹൗസ്**

H O തിരുവനന്തപുരം-695 035
phone: 0471-2303026, 6063026
www. chinthapublishers. com
chinthapublishers@gmail. com

***ബ്രാഞ്ചുകൾ***

ഹെഡ്ഓഫീസ് ബ്രാഞ്ച് കുന്നുകുഴി • സ്റ്റാച്യു തിരുവനന്തപുരം • കെ എസ് ആർ ടി സി ബസ് സ്റ്റേഷൻ ആലപ്പുഴ • കെ എസ് ആർ ടി സി ബസ് സ്റ്റേഷൻ എറണാകുളം • മച്ചിങ്ങൽ ലെയ്ൻ തൃശൂർ • ഐ ജി റോഡ് കോഴിക്കോട് • മാവൂർ റോഡ് കോഴിക്കോട് • എൻ ജി ഒ യൂണിയൻ ബിൽഡിങ് കണ്ണൂർ • സെൻട്രൽ ബസ് ടെർമിനൽ കോംപ്ലക്സ് താവക്കര കണ്ണൂർ

---

CO - 2825 / 5089
ISBN - 978-93-88485-88-3

# ദൈവത്തിന്റെ വായിക്കപ്പെടാത്ത പാവനമായ ഒരു പുസ്തകം

## രണ്ടു ലഘു നോവലുകൾ

എസ് സജീവ്കുമാർ

ചിന്ത പബ്ലിഷേഴ്സ്
തിരുവനന്തപുരം-695 035

# എസ് സജീവ് കുമാർ


തിരുവനന്തപുരം ജില്ലയിലെ ആറ്റിങ്ങലിൽ ജനിച്ചു.

അച്ഛൻ : കെ സുകുമാരൻ. അമ്മ : ജി അരുന്ധതി.

കേരള സർവ്വകലാശാലയുടെ കാര്യവട്ടം കാമ്പസിൽനിന്ന് സൈക്കോളജിയിൽ മാസ്റ്റർ ബിരുദം. (MA)

തിരുവനന്തപുരം പ്രസ് ക്ലബ്ബിന്റെ ഇൻസ്റ്റിറ്റ്യൂട്ട് ഓഫ് ജേണലിസത്തിൽനിന്ന് ജേർണലിസത്തിൽ ഡിപ്ലോമ.

**കൃതികൾ:** *ഔട്ട്സൈഡർ* (കഥകൾ), *സ്നേഹത്തിന്റെ രസതന്ത്രം, ഇനി നന്നായി പഠിക്കാം, ബാലമനസ്സിലേക്ക്, സിക്സ്ത് സെൻസ്, അങ്ങാടിക്കുരുവികളുടെ സമരം* (കഥകൾ), *നിത്യജീവിതത്തിലെ മാനസിക പ്രശ്നങ്ങൾ.*

വിലാസം : ഗിരിജ വിലാസ്<br>near മൂന്നുമുക്ക്<br>ആറ്റിങ്ങൽ പി ഒ 695 101

email : ssajeevkumaratl@gmail.com

Mobile : 7736295553

# ഉള്ളടകം

പോസ്റ്റ്മോഡേൺ ഔട്ട്സൈഡർ 7

ദൈവത്തിന്റെ വായിക്കപ്പെടാത്ത
പാവനമായ ഒരു പുസ്തകം 43

# പ്രസാധകക്കുറിപ്പ്

**ജീ**വിതത്തിമിർപ്പിനിടയിലാവും മാരകമായ ഒരു രോഗം വിരുന്നുകാരനായി എത്തുന്നത്. പിന്നെ അതു സ്ഥിരമായി കുടിപാർക്കും. മരണത്തെക്കാത്തു കിടക്കുമ്പോഴും മനുഷ്യ മനസ്സ് പ്രത്യാശാഭരിതമായിരിക്കും. ആ പൂവ് വാടിയിട്ടല്ല കൊഴിയുന്നത്. അപ്രതീക്ഷിതമായി അറുത്തു മാറ്റപ്പെടുകയാണ്. കൺമുന്നിൽ വറ്റിപ്പോയ ആർദ്രപ്രണയത്തിന്റെ പുഴകൾ. വീണ്ടെടുപ്പിന്റെ സംത്രാസങ്ങൾ. മരണവും ആത്മഹത്യയും ദാർശനികമായ വ്യഥയായി ഉയർന്നു നില്ക്കുന്നു. മനുഷ്യന്റെ എക്കാലത്തെയും വലിയ സമസ്യയിലേക്ക് ഒരുപാട് ഉൾക്കാഴ്ചയോടെ ഇറങ്ങിച്ചെല്ലുന്ന രണ്ട് ലഘു നോവലുകളാണീ പുസ്തകം.

**ചിന്ത പബ്ലിഷേഴ്സ്**

# പോസ്റ്റ്മോഡേൺ ഔട്ട്സൈഡർ

**ഇ**വിടെ പ്രധാന റോഡ് രണ്ടായി പിരിയുന്നു. എയർപോർട്ടിലേക്കുള്ള വിശാലമായ റോഡിലൂടെ ഒന്നുരണ്ടു കിലോമീറ്റർ പിന്നിട്ടാൽ വശങ്ങളിൽ നാട്ടിൻപുറത്തെ ഓർമ്മിപ്പിക്കുന്ന പച്ചപ്പ് പ്രത്യക്ഷപ്പെടും.

കയറ്റം കയറി ഇടത്തേക്കു തിരിഞ്ഞ് ക്ഷേത്രവും കുളവും ചുറ്റി അല്പം മുന്നോട്ടുപോയാൽ കുന്നായി. കുന്നിൻനെറുകയിൽ വിശാലമായ ഗ്രൗണ്ടാണ്. അതിന്റെ ഒത്ത മദ്ധ്യഭാഗത്ത് തല ഉയർത്തിനില്ക്കുന്ന കെട്ടിടം. അതാണ് കമ്പ്യൂട്ടർ സഹായത്തോടെ 'ആത്മഹത്യ' നടപ്പാക്കുന്ന സർക്കാർ സ്ഥാപനം. 'സെന്റർ ഫോർ കമ്പ്യൂട്ടർ അസിസ്റ്റഡ് സൂയിസൈഡ് ആന്റ് റിസർച്ച്' എന്ന ചെറിയ ബോർഡ് ശ്രദ്ധയിൽപ്പെട്ടില്ലെങ്കിൽ ഏതോ പ്രകൃതിചികിത്സാകേന്ദ്രമാണെന്നേ തോന്നൂ.

'ആത്മഹത്യാഗൈഡ്' എന്നറിയപ്പെടുന്ന ഒന്നിലധികം കമ്പ്യൂട്ടർ യൂണിറ്റുകളുടെ സേവനം സെന്ററിൽ ലഭ്യമാണ്.

വർഷങ്ങൾക്കുമുമ്പ്, വീട്ടിൽനിന്ന് സെന്ററിലേക്കു കാറോടിച്ചുവരുമ്പോൾ ശിവദാസിന് ഉല്ലാസം തോന്നിയിരുന്നു– ചിലപ്പോൾ അഭിമാനവും, സെന്ററിന്റെ തലവൻ എന്ന നിലയിൽ പ്രശസ്തനായിത്തുടങ്ങിയ കാലം. പുതുമയേറിയ സംരംഭമായതുകൊണ്ട് സെന്ററിനെക്കുറിച്ച് പത്രവാർത്തകൾ ഏറെ വന്നു. ചിലതിനൊപ്പം ശിവദാസിന്റെ പടവും അച്ചടിച്ചിരുന്നു. തൊട്ടുമുമ്പുവരെ വിദ്യാർത്ഥിയായിരുന്ന അയാൾക്ക് അതൊക്കെ സംഭവമായി.

ഇപ്പോൾ മുപ്പതാമത്തെ വയസ്സിൽ സ്ഥാപനത്തെക്കുറിച്ചോർക്കുമ്പോൾ കുറ്റബോധവും നിരാശയും ശിവദാസിനെ പിടികൂടുന്നു. സെന്ററിന്റെ ആശയം അവതരിപ്പിച്ചപ്പോഴേ എതിർത്ത ഒരാൾ അയാളുടെ അമ്മ

യാണ്. അമ്മയുടെ കത്തുകണ്ടാവണം അനുകൂലിച്ച അച്ഛനും പിന്നെ എതിർത്തു ഉപദേശരൂപത്തിൽ. വിശദാംശങ്ങൾ കേട്ട ആരും അനുകൂലിച്ചില്ല. വാശിതോന്നിയത് അതുകൊണ്ടാവണം.

അച്ഛനെപ്പോലെ വിദേശത്തുപോയി പണമുണ്ടാക്കുമെന്നായിരുന്നു എല്ലാവരും പ്രതീക്ഷിച്ചത് - അമ്മ ഒഴികെ. മാന്യത കിട്ടില്ലെന്നും ഒറ്റപ്പെടുമെന്നും കെട്ടാൻ പെണ്ണു കിട്ടില്ലെന്നുംവരെ മുന്നറിയിപ്പുകൾ നീണ്ടു.

നിരാശയും കുറ്റബോധവും തോന്നുന്നത് അതോർത്തല്ല. കമ്പ്യൂട്ടർ വേർപെടുത്തുന്ന ജീവനുകളെ ഓർത്താണ്. കുന്നുകൂടുന്ന അപേക്ഷകൾ, ആത്മഹത്യക്കെത്തുന്നവർ, ഒപ്പമുള്ള ബന്ധുക്കൾ, മരണമൊഴിപോലെ രേഖപ്പെടുത്തുന്ന ജീവചരിത്രക്കുറിപ്പുകൾ ഒക്കെയും മരണത്തെ ഓർമ്മിപ്പിക്കുന്നു. ജീവിതത്തിന്റെ അർത്ഥത്തെ, ബന്ധങ്ങളുടെ പരിമിതിയെ ഓർമ്മിപ്പിക്കുന്നു. ഏകാന്തതയെ, ഒറ്റപ്പെടലിനെ, സ്വാർത്ഥതയെ ഓർമ്മിപ്പിക്കുന്നു. സ്നേഹത്തിന്റെ ജനിമൃതികൾ, നിറഭേദങ്ങൾ.... അങ്ങനെ പലതും ഓർമ്മിപ്പിക്കുന്നു.

സെന്ററിനു മുന്നിൽ. കാറ്റിൽ ഇളകിയാടുന്ന ഉയരമേറിയ അരുണ മരങ്ങൾ നോക്കിയിരിക്കുമ്പോഴൊക്കെ ശിവദാസിനു തോന്നും: ആത്മഹത്യ തെരഞ്ഞെടുക്കുകയല്ല. അതിനു നിർബ്ബന്ധിക്കപ്പെടുകയാണ്. നിയമപരമായി പിന്തിരിക്കാൻ കമ്പ്യൂട്ടർ നടത്തുന്ന ശ്രമങ്ങളെ പ്രതിരോധിക്കുന്നവരുടെ നിസ്സഹായഭാവം കാണുമ്പോൾ തോന്നും - ആത്മഹത്യക്ക് ഒരുക്കമാണെന്ന് അവർ കള്ളം പറയുകയാണ്. തടയാൻ ആർദ്രമായ ഒരു വാക്ക് എവിടെനിന്നെങ്കിലും കടന്നുവരുമെന്ന് അവർ പ്രതീക്ഷിക്കുന്നു - അവസാന നിമിഷംവരെ കാതോർക്കുന്നു.

കടുത്ത രോഗങ്ങളിൽ എരിഞ്ഞുതുടങ്ങിയ ശരീരവും ചലനശേഷി നഷ്ടപ്പെട്ട മനസ്സുമാണ് ഉള്ളതെന്നും അവകൊണ്ട് ആർക്കും ഗുണമില്ലെന്നും മരണമാണ് ഏക മാർഗ്ഗമെന്നും അപേക്ഷ പരിഗണിക്കുന്ന അധികാരികളെ ബോദ്ധ്യപ്പെടുത്താൻ കഴിയുന്നവരേ കമ്പ്യൂട്ടറിനു മുന്നിലെത്തൂ.

എങ്കിലും, ജീവിതത്തെ സ്നേഹിക്കുന്ന, മരണത്തെ ഭയപ്പെടുന്ന ആ കണ്ണുകളിൽ പ്രത്യാശ ബാക്കിനില്ക്കുന്നു - അവസാന നിമിഷം വരെ. സ്വീകരിക്കാൻ ഒരാളില്ലാതെ പോയതിലെ നിസ്സഹായതയ്ക്ക് അതു മൂടിവയ്ക്കാനാവില്ല.

ഞങ്ങളെ നനച്ചു കടന്നുപോയ തിര പേരറിയാത്ത മീനിനെ മണൽപ്പരപ്പിൽ ഉപേക്ഷിച്ചു. നനഞ്ഞ വസ്ത്രങ്ങൾ നേരെയാക്കി നോക്കി. പിടയുന്ന മീൻ. തിരകൾ അതിനെ നനയ്ക്കുന്നില്ല. ഗീതയും അതു ശ്രദ്ധിച്ചു.

കടന്നുവന്ന പലരും ആ കാഴ്ച നോക്കി നില്പായി. ഈ ബീച്ചിൽ അങ്ങനെയാണ്. എന്തും കണ്ടുനില്ക്കാൻ ആളുണ്ടാവും. സമയം കൊല്ലാ

നെത്തുമ്പോഴുള്ള മാനസികാവസ്ഥയുടെ പ്രത്യേകതയാവാം.

ഇനിയൊരു വൻതിരയെത്തുക മീനിന്റെ ശവം മടക്കാനാവുമെന്നോർത്തുനില്ക്കുമ്പോൾ വൃദ്ധനൊപ്പമെത്തിയ കുട്ടി മുന്നോട്ടു നീങ്ങി പിടയുന്ന മീനിനെ കാലുകൊണ്ടു കടലിനോടടുപ്പിച്ചു. അപ്പോഴേക്കുമെത്തിയ തിര മീനിനെ ഉള്ളിലാക്കിക്കടന്നു. ചെക്കൻ അതു നോക്കിച്ചിരിച്ച് ഒന്നും സംഭവിക്കാത്തമട്ടിൽ മുന്നോട്ടോടി. കാഴ്ചക്കാർ ചിതറി.

മീനിനെ കടലിലേക്കെറിഞ്ഞ ചെക്കന്റെ മനസ്സ് കൈമോശം വന്ന് കാഴ്ചക്കാരനായി മാറിയത് എന്നാണ്? ചെറിയ മുള്ളെടുക്കുന്ന ലാഘവത്തോടെ പ്രശ്നങ്ങളെ മനസ്സിൽനിന്നു പിഴുതെറിയാൻ എന്നാണു പഠിക്കുക? പാറക്കെട്ടിനു മുകളിലിരുന്ന്, താഴെ പായൽ പിടിച്ച ഭാഗത്തു വന്നടിച്ചു ചിതറുന്ന തിരകളെ നോക്കിയിരിക്കുമ്പോൾ ശിവദാസ് സ്വയം ചോദിച്ചു.

“ഇവിടെത്താൻ പെടുന്ന പാടുകണ്ടോ...” കൈചൂണ്ടി ചിരിച്ചുകൊണ്ടാണു ഗീത പറഞ്ഞത്. അകലെ, രണ്ടു വിദേശ വനിതകളാണ്. ഏതോ കൊടുമുടി കീഴടക്കും മട്ടിൽ പാറക്കെട്ടിൽ കയറിപ്പറ്റാൻ അവർ പ്രയാസപ്പെട്ടു.

ഗൗരവത്തോടെ ആരെന്തു ചെയ്യുന്നതു കണ്ടാലും ഗീതയ്ക്ക് ചിരിപൊട്ടും. ഗീതയെ സംബന്ധിച്ചിടത്തോളം ഈ ലോകത്ത് വലിയ കാര്യങ്ങൾ നന്നെ കുറവാണ് - ശിവദാസിന് പലപ്പോഴും തോന്നി. തന്നെ വിവാഹം കഴിക്കാൻ ഗീത തയ്യാറായത് ഈ ലാഘവബുദ്ധികൊണ്ടാവണം. ഒരു പെണ്ണിനും - വിശേഷിച്ച് നാട്ടിൻപുറത്തുകാരികൾക്ക് - പലവട്ടം ചിന്തിച്ചാലും സമ്മതം മൂളാൻ കഴിയാത്ത തൊഴിലാണല്ലോ.

കൂടുതൽ പണം കിട്ടുന്നതും അസാധാരണവുമായ എല്ലാ തൊഴിലിനെയും ജനം ഇഷ്ടപ്പെടും, കൗതുകത്തോടെ കാണും. എന്നാൽ വിവാഹക്കമ്പോളത്തിൽ സാമ്പ്രദായികവും സാധാരണവുമായ തൊഴിലുകളാണ് വിലമതിക്കപ്പെടുക.

വിവാഹാഭ്യർത്ഥന ഗീത സ്വീകരിച്ചത് ശിവദാസ് വലിയൊരത്ഭുതമായി കൊണ്ടുനടക്കുന്നു. ഗീതയോടുള്ള അയാളുടെ വിയോജിപ്പുകളുടെ തുടക്കവും അവിടെനിന്നുതന്നെയാവാം.

വികസിതരാജ്യങ്ങളിലെ പരിഷ്കൃതരെന്ന് അവകാശപ്പെടുന്നവർപോലും തുറന്ന മനസ്സോടെ സ്വീകരിച്ചിട്ടില്ലാത്ത തൊഴിലാണു താൻ ചെയ്യുന്നതെന്ന് ഇടയ്ക്കൊക്കെ അഭിമാനത്തോടെയാണു ശിവദാസ് ഓർക്കുക. ആ തൊഴിൽ സൃഷ്ടിക്കുന്ന കുറ്റബോധവും ആശയക്കുഴപ്പവും ബാക്കിവയ്ക്കാൻ അയാൾ കണ്ടെത്തിയ മാർഗ്ഗമാണ് സുഖവാസകേന്ദ്രങ്ങൾ തേടിയുള്ള യാത്രകൾ. വിശാലമായ ഈ കടൽത്തീരത്താണ് ശിവദാസിന്റെ മിക്ക യാത്രകളും എത്തുക.

കമ്പ്യൂട്ടർ സഹായത്തോടെയുള്ള ആത്മഹത്യകളെ ഉൾക്കൊള്ളാൻ

ലോകമന:സാക്ഷിക്കു കഴിഞ്ഞിട്ടില്ല. എങ്കിലും പല രാജ്യങ്ങളിലായി ഒട്ടേറെ 'കമ്പ്യൂട്ടർ അസിസ്റ്റഡ് സൂയിസൈഡ് സെന്ററു'കൾ നിലവിൽ വന്നുകഴിഞ്ഞു. അത്തരം സെന്ററുകളിൽ ആത്മഹത്യ നിവാരണ സെന്ററുകളിൽ എത്തുന്നതിനേക്കാൾ ജനം എത്തുന്നു എന്നാണു കണക്ക്.

ഗീത പതിവിലേറെ മൗനിയാണെന്നു ശിവദാസിനു തോന്നി. ചിനുപിന്നെ സംസാരിക്കാറുള്ള ഗീത ഇത്തരം യാത്രകളിൽ അധികം സംസാരിക്കാറില്ല. അഥവാ എന്തെങ്കിലും പറഞ്ഞാൽ അതു വെറും സാധാരണ കാര്യമായേ ശിവദാസിനു തോന്നൂ. അയാളെ അങ്ങേയറ്റം നിരാശപ്പെടുത്തുന്ന സംഗതിയാണത്. വിവാഹം കഴിഞ്ഞ് ഇത്രയേറെ നാളുകൾ കടന്നിട്ടും ഗീതയിൽനിന്ന് എന്തൊക്കെയോ കേൾക്കാൻ അയാൾ കൊതിക്കുന്നു - അസാധാരണമായ എന്തൊക്കെയോ.

പാറക്കൂട്ടം അവസാനിക്കുന്നിടം വീതിയേറിയ മണല്പുറമാണ്. അതിനരികിൽ കടൽ കൂടുതൽ സുന്ദരവും ശാന്തവുമാണ്. സൂര്യനിലും കടലിലും കുളിക്കാനെത്തുന്ന വിദേശികൾ അവിടെ തമ്പടിക്കും. ഒറ്റപ്പെട്ട ആ പ്രദേശത്ത് കാമഭാവം നിറഞ്ഞ കണ്ണുകൾ അവരെ ഉഴിയാനെത്തുന്നത് സീസൺ തുടങ്ങുമ്പോൾമാത്രം. തിരക്കായാൽ അവിടം പൊലീസുകാരെക്കൊണ്ട് നിറയും.

നനുത്ത മണലിൽ കുറെ നിമിഷങ്ങൾ തേടിയെത്തുന്ന ലോക്കൽ ടൂറിസ്റ്റുകൾ അമർഷം പുറമെ കാട്ടാറില്ല. പൊലീസ് തടയുമ്പോൾ ഒരു നിമിഷം പകച്ചുനോക്കി പിൻവാങ്ങുന്നു. അപൂർവ്വം ചിലർ പിറുപിറുക്കുന്നു. കടപ്പുറത്ത് വിദേശ സംവരണം ഏർപ്പെടുത്താൻ പൊലീസിന് ആരാണ് അധികാരം കൊടുത്തത്? എന്നോ നടന്ന ചില ബലാത്സംഗ സംഭവങ്ങൾ ചോദ്യം ഉറക്കെ ചോദിക്കുന്നതിൽനിന്ന് വിലക്കുന്നു.

പിറകിൽ ആരവം കേട്ട് ശിവദാസ് ചിന്തയിൽനിന്നുണർന്നു. രൂപഭാവങ്ങളിൽ വിദേശഫാഷനുകൾ പകർത്തിയ യുവാക്കൾ. ശിവദാസ് കുറെ വർഷങ്ങൾ പിറകോട്ടുപോയി. ഫാഷനുകൾ പകർത്തിനടന്ന സ്വന്തം ചിത്രം കണ്ട് ലജ്ജ തോന്നി. ഇന്നയാൾ ഭ്രമങ്ങൾ ബോധപൂർവ്വം ഒഴിവാക്കുന്നു. ചിന്തയിലും പ്രവൃത്തിയിലുമാണ് പുരോഗമനം കടന്നുവരേണ്ടതെന്നു പറഞ്ഞുനടക്കുന്നു. പുറമെ പരിഷ്കാരികളെന്നു തോന്നിപ്പിക്കുന്നവർ മൂല്യങ്ങളുടെ കാര്യത്തിൽ സാമ്പ്രദായികവാദികളാണെന്ന് അയാൾ പറയുക ഇപ്പോൾ സാധാരണമായി.

തന്റെ സിദ്ധാന്തങ്ങൾ വെളിപ്പെടുത്തുന്ന മുഹൂർത്തങ്ങളിലാണ് അയാൾ വാചാലനാവുക. കേട്ടിരിക്കുന്നവർ ശരിവയ്ക്കുകയോ വേറെ വിഷയം എടുത്തിടുകയോ ചെയ്യും. ശിവദാസിനോടു തർക്കിക്കുന്നതു ബുദ്ധിമോശമാണെന്ന് അവർക്കറിയാം. സ്വന്തം അഭിപ്രായങ്ങൾ സ്ഥാപിച്ചെടുക്കാൻ അയാൾക്കു പ്രത്യേക കഴിവുണ്ട്. അതിനായി മണിക്കൂറുകൾ വാതോരാതെ സംസാരിക്കാൻ ഒരുക്കവുമാണ്.

പുറമെ എന്തൊക്കെ പറഞ്ഞാലും ഉള്ളിന്റെയുള്ളിൽ ശിവദാസ് ഇപ്പോഴും ഫാഷനുകളുടെ ആരാധകനാണ്. ഗീതയുടെ കാര്യം തന്നെ തെളിവ്. പരസ്യമോഡലുകളെ ഓർമ്മിപ്പിക്കുന്ന ഗീതയുടെ രൂപവും വസ്ത്രധാരണവുമാണ് ആദ്യനോട്ടത്തിൽ അയാളുടെ മനസ്സിലുടക്കിയത്.

മിക്ക താല്പര്യങ്ങളുടെ കാര്യത്തിലും ശിവദാസ് അങ്ങനെയാണ്. ഉദാഹരണത്തിന് അവസരം കിട്ടുമ്പോഴൊക്കെ അയാൾ നാട്ടിൻപുറങ്ങളെ വാഴ്ത്തും. പുഴയോരഗ്രാമങ്ങളുടെയും കടലോരങ്ങളുടെയും വശ്യത എണ്ണിപ്പറഞ്ഞ് ആവേശം കൊള്ളും. അതേസമയം നഗരത്തിൽ താമസിക്കാനാണ് അയാൾക്കിഷ്ടം. അതുപോലെ നഗരത്തിൽ വളർന്ന, നഗരസംസ്കാരവുമായി നടക്കുന്ന പെൺകുട്ടികളെ വിവാഹം കഴിക്കുകയേയില്ലെന്ന് ചങ്ങാതിമാരോടൊക്കെ അയാൾ പറഞ്ഞു. സംഭവിച്ചതോ? നാട്ടിൻപുറത്തുതന്നെ വധുവിനെ കണ്ടെത്തി. എന്നാൽ, നഗരത്തിൽ വളർന്ന പെൺകുട്ടിയുടെ സ്വഭാവവും ശീലവും താല്പര്യങ്ങളുമാണു ഗീതയുടേത്. അത് ഒറ്റനോട്ടത്തിൽ വ്യക്തവുമാണ്.

അടുത്ത കാര്യം നോക്കൂ. വാസ്തവത്തിൽ, സ്നേഹത്തിനോ പ്രേമത്തിനുവേണ്ടി മരിക്കാൻപോലും ശിവദാസ് തയ്യാറാണ്. സ്നേഹത്തിനുള്ള വെമ്പലാണു മനസ്സുനിറയെ. ഇടപെടുന്നവരോടൊക്കെ ആവശ്യത്തിലേറെ ഒരടുപ്പം അയാൾ മനസ്സിൽ കൊണ്ടുനടന്നു. എന്നാൽ അതൊക്കെ പുറത്തുകാട്ടാൻ തക്ക വഴക്കം അയാളുടെ സ്വത്വത്തിനില്ല.

നേരം പോയതറിഞ്ഞില്ല. ആളുകൾ മടങ്ങിത്തുടങ്ങി, ചീറിയടിക്കുന്ന കാറ്റിന് നനവും സൗമ്യതയും ഏറി. ശിവദാസ് ഗീതയെ നോക്കി. ഗീത ഏതോ ചിന്തയിലാണ്. കൈവിരൽകൊണ്ട് മണലിൽ അലക്ഷ്യമായി എന്തോ കോറിയിടുന്നു.

ഒരു നിമിഷം ശിവദാസ് അസ്വസ്ഥനായി. പിന്നെ, ഗീത പ്രേമപൂർവ്വം തനിക്കരികിലേക്കു നീങ്ങിയിരിക്കുന്നതായും താൻ അവളുടെ കണ്ണുകളിലേക്ക് ഉറ്റുനോക്കുന്നതായും സങ്കല്പിച്ചു. അതയാളെ മാസങ്ങൾ പിറകോട്ടു കൊണ്ടുപോയി....

താഴേക്കുനോക്കി കാല്പാദങ്ങൾ കൊണ്ട് മണൽ ചിക്കിച്ചിക്കി ഗീതയ്ക്കൊപ്പം നടക്കുമ്പോൾ ശിവദാസ് ഓർത്തു: ഈ ബീച്ച് തന്റെ ദൗർബല്യമല്ലായിരുന്നെങ്കിൽ ഒരുപക്ഷെ ഗീതയെ കണ്ടെത്തില്ലായിരുന്നു - ഒരിക്കലും.

സാധാരണമായ ആ മടക്കയാത്ര അയാളിൽ ഗൃഹാതുരത്വം ഉണർത്തി. ചെറിയ ചെറിയ കാര്യങ്ങൾ ഇപ്പോഴയാളുടെ മനസ്സിനെ മുറിപ്പെടുത്തുന്നു. പണ്ടും, വേർപാടുകൾ ഭയന്ന് പലതും വേണ്ടെന്നു വച്ചിട്ടുണ്ട് - യാത്രകൾ, പദ്ധതികൾ അങ്ങനെ പലതും. വർഷങ്ങൾക്കു മുമ്പ് വിദ്യാർത്ഥിയായിരിക്കുമ്പോൾ ദൂരയാത്രകളും അന്യദേശങ്ങളിലെ താമസവും ആവേശപൂർവ്വം മനസ്സിൽ കൊണ്ടുനടന്ന സ്വപ്നങ്ങളാണ്. പിന്നീട്

അവ യാഥാർത്ഥ്യമായിത്തുടങ്ങിയപ്പോൾ ഉത്സാഹം കുറഞ്ഞുകുറഞ്ഞു വന്നു.

ചിലയിടങ്ങൾ ഇന്നും ആവേശം കൊള്ളിക്കുന്നു. ചില പുഴയോര ഗ്രാമങ്ങൾ. അപൂർവ്വം ചില ബീച്ചുകൾ. ശേഷിക്കുന്ന ഈ ആവേശം അയാളെ സംബന്ധിച്ചിടത്തോളം ഒഴിവാക്കാനാവാത്തതാണ്. ആത്മഹത്യയ്ക്കായെത്തുന്നവരുടെ മുഖങ്ങളും കഥകളും മനസ്സിൽനിന്നു പെറുക്കിമാറ്റാൻ പ്രിയ തീരങ്ങൾ വേണ്ടിവരുന്നു.

ഒരർത്ഥത്തിൽ, ആത്മഹത്യ ചെയ്യാൻ സഹായിക്കുക മാത്രമാണ് ശിവദാസിന്റെ നിയന്ത്രണത്തിലുള്ള സെന്ററുകൾ. അതൊരു സേവനവുമാണ്. ആത്മഹത്യ മാത്രം മുന്നിലുള്ളവർക്കു വേദന കുറഞ്ഞതും ആധുനികവുമായ മാർഗ്ഗം തുറന്നിട്ടുകൊടുക്കുന്നത് ചെറിയ കാര്യമല്ലല്ലോ. കടൽ, കായൽ, കയർ, പുഴ, റെയിൽവേട്രാക്ക്, വിഷപദാർത്ഥങ്ങൾ തുടങ്ങി ആത്മഹത്യയ്ക്കുള്ള സാമ്പ്രദായിക വഴികൾക്കു പകരം നില്ക്കുകയല്ല, കമ്പ്യൂട്ടർ. ജീവിതത്തിലേക്കു തിരിച്ചുപോകാൻ പല തവണ പ്രേരിപ്പിക്കാൻ ശ്രമിക്കുന്നു. ചലനങ്ങൾ സൃഷ്ടിക്കാനാവില്ലെന്നു തോന്നുമ്പോഴേ കമ്പ്യൂട്ടർ കർമ്മത്തിലേക്കു കടക്കൂ.

ഒരുതരത്തിലും കൊലപാതകമെന്നു പറയാനാവില്ല. ആത്മഹത്യയ്ക്കു പ്രേരിപ്പിക്കുന്നില്ലെന്നു മാത്രമല്ല നിരുത്സാഹപ്പെടുത്തുന്നുമുണ്ട്. അതിന്റെ ഫലമായി ആരെങ്കിലും ആത്മഹത്യ ഉപേക്ഷിച്ചതായി അറിവില്ല. എങ്കിലും ഒരു നിയമപരമായ മുന്നറിയിപ്പിനേക്കാൾ അതു പ്രസക്തമാണ്. പിന്തിരിപ്പിക്കാനാവാത്തതിനു കാരണമുണ്ട്. നിരുത്സാഹപ്പെടുത്താനുള്ള ഏറെ ശ്രമങ്ങൾ അതിജീവിച്ചവരേ കമ്പ്യൂട്ടറിനു മുന്നിൽ എത്തിപ്പെടൂ. ജീവിതത്തിലേക്കു മടങ്ങിപ്പോകാൻ സാദ്ധ്യതയുള്ളവർ നേരത്തെ മടങ്ങിപ്പോയിരിക്കും.

കമ്പ്യൂട്ടർസഹായം അനുവദിച്ചുകിട്ടാനുള്ള കാലതാമസം പിന്തിരിയാനോ വേറെ വഴി തെരഞ്ഞെടുക്കാനോ പ്രേരിപ്പിക്കുന്നതാണ്. ആത്മഹത്യാസെന്ററിൽനിന്നു കിട്ടുന്ന അപേക്ഷകൾ പൂരിപ്പിച്ചു നല്കിയാൽപ്പോര. നിയോഗിക്കപ്പെട്ട ഉദ്യോഗസ്ഥന്മാരുടെ മുന്നിലെത്തി ആത്മഹത്യയെ ന്യായീകരിക്കുന്ന കാരണങ്ങൾ ബോധിപ്പിക്കണം. സർക്കാർ നിയോഗിച്ചിട്ടുള്ള ഈ കമ്മിറ്റി ആത്മഹത്യയിൽനിന്നു പിൻതിരിക്കാൻ പരമാവധി ശ്രമിക്കും. കൂടാതെ ആത്മഹത്യ ചെയ്യാൻ അവകാശമില്ലെന്നും അതു പാപമാണെന്നും സ്ഥാപിക്കുന്ന ഒട്ടേറെ ലഘുലേഖകളും നല്കും (പബ്ലിക് റിലേഷൻസ് വകുപ്പ് തയ്യാറാക്കുന്ന അത്തരം സാഹിത്യങ്ങൾ വായിച്ച് ആത്മഹത്യ ഉപേക്ഷിക്കുന്നവരും ഉണ്ടത്രെ).

പിന്നെ, പൊലീസിന്റെ അനുവാദം തേടണം. എല്ലാംകഴിഞ്ഞ് സർക്കാരിന്റെ അംഗീകാരവും. ആത്മഹത്യയുടെ പേരിൽ കൊലപാതകങ്ങൾ നടക്കാതിരിക്കാൻ വേണ്ടിയുള്ള ഈ നടപടിക്രമങ്ങൾ കഴിഞ്ഞു

കിട്ടുമ്പോൾത്തന്നെ മാസങ്ങൾ കടന്നുപോകും. അതായത്, അപേക്ഷ നല്കിയാൽ കുറഞ്ഞത് ആറുമാസമെങ്കിലും കാത്തിരിക്കേണ്ടിവരും. അതിനിടയിൽ കടുത്ത രോഗമുള്ള പലരും മരിച്ചുപോകും. ചില അപേക്ഷകർ ആത്മഹത്യ വേണ്ടെന്നു വയ്ക്കും. ചിലർ മറ്റേതെങ്കിലും വഴി തേടും. കൂടാതെ അപേക്ഷയോടൊപ്പം ഈടാക്കുന്ന ഭാരിച്ച തുകയും ഉത്സാഹം കെടുത്തിക്കളയുന്നു.

ഈ തടസ്സങ്ങൾ തരണം ചെയ്ത്, അപേക്ഷകരിൽ 99 ശതമാനവും കമ്പ്യൂട്ടറിനു മുന്നിൽ എത്താൻ ഭാഗ്യം നേടുന്നു എന്നാണു കണക്ക്.

ഒരു ശക്തിക്കും പിന്തിരിപ്പിക്കാനാവാത്ത വിധം ഏറെ ചിന്തിച്ച് തീരുമാനം എടുക്കുന്ന അപേക്ഷകരെ സഹായിക്കുന്നതിൽ എന്താണു തെറ്റ്? അല്ലെങ്കിൽത്തന്നെ കമ്പ്യൂട്ടർ സെന്ററുകളുടെ മേൽനോട്ടം മാത്രം വഹിക്കുന്ന താനെങ്ങനെ കുറ്റക്കാരനാവും? കുറ്റബോധം തോന്നുമ്പോഴൊക്കെ ഇത്തരം ചോദ്യങ്ങൾ ശിവദാസ് സ്വയം ചോദിക്കുന്നു. ഉത്തരങ്ങൾ തൃപ്തികരമാകാതെ വരുമ്പോൾ ഒറ്റപ്പെട്ട വിശ്രമത്താവളങ്ങൾ തേടിയിറങ്ങും.

സെന്റർ തുടങ്ങിയ കാലത്ത് കുറ്റബോധമോ വിഷാദമോ ശിവദാസിനെ പിടികൂടിയില്ല. ഒന്നാമത്, അന്നതിനുള്ള പ്രായം അയാൾക്കില്ലായിരുന്നു. രണ്ടാമത്, ആത്മഹത്യ ചെയ്യുന്നവരുടെ ലഘുജീവചരിത്രങ്ങൾ ഗവേഷണത്തിനായി ശേഖരിച്ചുതുടങ്ങിയിരുന്നില്ല. മൂന്നാമത്, സഹപ്രവർത്തകനായ മൂർത്തിയോട് അടുത്തിരുന്നില്ല. മാന്യതയുള്ള ആരാച്ചാർമാരാണ് തങ്ങളെന്ന ചിന്ത എ എസ് മൂർത്തിയാണ് അയാളിൽ ഉണർത്തിവിട്ടത്.

* * *

ശിവദാസ് അമ്മയുടെ മുറിയിലേക്കു നടന്നു. മടങ്ങിയെത്തിയാൽ കുറച്ചുനേരം അമ്മയോടു സംസാരിച്ചിരിക്കും. വൈകിയാലും ഉറങ്ങാതിരിക്കാൻ അമ്മ ശ്രദ്ധിച്ചു. കട്ടിലിന്റെ വശം ചേർന്നാണ് അവർ കിടക്കുന്നത്. അതവരുടെ ശീലമാണ്. ചുവരോട് ചേർന്നുകിടന്നാൽ ഉറക്കം വരില്ല. ഏതെങ്കിലും പ്രശ്നം അലട്ടുമ്പോൾ ചുവരോടു ചേർന്നാവും അവർ കിടക്കുക. ആലോചിച്ചു ആലോചിച്ച് ഒടുവിൽ അറിയാതെ എതിർവശത്തെത്തി ചെരിഞ്ഞുകിടന്ന് ഉറക്കംപിടിക്കും. ഏതുനിമിഷവും നിലത്തുവീഴുമെന്ന രീതിയിലുള്ള കിടപ്പ്. കണ്ടപ്പോൾ ശിവദാസിന് ക്ഷേത്രപ്പറമ്പാണ് ഓർമ്മവന്നത്. അവിടെ ക്ഷേത്രമതിലോടു ചേർന്ന ആൽമരച്ചുവട്ടിൽ ചില പ്രായംചെന്നവർ കിടന്നിരുന്നു. അനാഥവും ശൂന്യവുമായ ഒന്നാണു ജീവിതമെന്ന് അവരെ കാണുമ്പോഴൊക്കെ അയാൾക്കു തോന്നി.

അമ്മയുടെ ലോകം വീടുമാത്രമായി ചുരുങ്ങിയത് അയാൾ ജനിക്കുന്നതിനു വർഷങ്ങൾക്ക് മുമ്പാണ്. വിദേശത്തു കഴിയുന്ന അച്ഛൻ

ഒന്നോ രണ്ടോ വർഷം കൂടുമ്പോൾ നാട്ടിലെത്തും. എല്ലാ മാസവും മുടങ്ങാതെ അച്ഛനയയ്ക്കുന്ന തുകകൾ ശിവദാസിന്റെയും അമ്മയുടെയും പേരിൽ ബാങ്കിൽ കുന്നുകൂടി.

വിവാഹം കഴിഞ്ഞ് എട്ടാമത്തെ വർഷമാണ് ശിവദാസിനെ പ്രസവിച്ചത്. മകൾ കൂടി വേണമെന്ന് ആഗ്രഹമുണ്ടായിരുന്നു രണ്ടാൾക്കും. വർഷങ്ങൾ കഴിഞ്ഞിട്ടും ആഗ്രഹം അങ്ങനെനിന്നു.

ഇംഗ്ലീഷ് സാഹിത്യത്തിൽ ബിരുദാനന്തരബിരുദം നേടിയ അമ്മയുടെ രീതികൾ വിശേഷപ്പെട്ടവയായിരുന്നു. ചിന്തിക്കാനും വായിക്കാനും അവർ സമയം കണ്ടെത്തി. ജോലിക്കാർക്കുള്ള നിർദ്ദേശങ്ങൾ അധികവും ചില വാക്കുകളിൽ ഒതുങ്ങി.

ആവശ്യത്തിലേറെ പണം ഉണ്ടായിരുന്നെങ്കിലും ഒന്നിനോടും ഭ്രമം കാട്ടിയില്ല. അതിലാണ് അച്ഛന് എന്നും പരാതി. ഓരോ വരവിനു മുമ്പും ഉള്ള കത്തിൽ കൊണ്ടുവരേണ്ട സാധനങ്ങളുടെ ലിസ്റ്റ് അദ്ദേഹം ആവശ്യപ്പെടും. മറുപടിയിൽ ആ ഭാഗം അവർ ഒഴിവാക്കും. എങ്കിലും വരുമ്പോഴെല്ലാം അദ്ദേഹം ഏറെ കൊണ്ടുവന്നു. ഒക്കെയും അവർ സന്ദർശകരായെത്തുന്ന ബന്ധുക്കൾക്കോ സഹോദരനോ കൊടുക്കും. അവ സൂക്ഷിച്ചുവയ്ക്കുന്നതും കൈകാര്യം ചെയ്യുന്നതും അവരെ സംബന്ധിച്ചിടത്തോളം വലിയ ജോലിയായിരുന്നു.

പണസമ്പാദനത്തിലെ അർത്ഥശൂന്യതയെക്കുറിച്ച് അവർ ഏറെ ചിന്തിച്ചു. ഇംഗ്ലീഷ് ക്ലാസിക്കുകളേക്കാൾ ദാർശനിക ഗ്രന്ഥങ്ങൾ ഇഷ്ടപ്പെട്ടു. അവരുടെ താല്പര്യങ്ങൾ അദ്ദേഹത്തെ എന്നും വിസ്മയിപ്പിച്ചു. ചിലപ്പോൾ അതോർത്തു തമാശതോന്നി. നാട്ടിൽ കിട്ടാൻ ബുദ്ധിമുട്ടുള്ള പുസ്തകങ്ങൾ വാങ്ങാൻ മാത്രമാണ് അവർ ഭർത്താവിനോട് ആവശ്യപ്പെട്ടത് - അതും അപൂർവ്വമായി. അവരുടെ പുസ്തകശേഖരത്തിൽ 'ബുദ്ധിസ'ത്തെക്കുറിച്ചു കിട്ടാവുന്ന എല്ലാ പുസ്തകങ്ങളും കാണും.

അദ്ദേഹം പത്രങ്ങൾ മാത്രമാണു വായിക്കുക. അതിനും ഏറെ സമയം കളയില്ല. മനസ്സുനിറയെ ബിസിനസ് മാത്രം. നാട്ടിൻപുറത്തുകാരനായ താൻ വിദേശത്ത് 'കമ്പ്യൂട്ടർ ഹാർഡ് വേർ' നിർമ്മാണത്തിൽ ഏർപ്പെട്ടതും കമ്പ്യൂട്ടറുകളുടെ വില്പന നടത്തുന്നതും വലിയ കാര്യങ്ങളായി അദ്ദേഹം കണ്ടു. എല്ലാവരും തന്നെ ബഹുമാനിക്കണമെന്നു നിർബ്ബന്ധം ഉണ്ടായിരുന്നു. വിദേശസംരംഭങ്ങൾ അതിനുപറ്റിയ ഒന്നാണെന്ന് അദ്ദേഹം വിശ്വസിച്ചു. വീടുകൾ സന്ദർശിക്കാനും ചടങ്ങുകളിൽ പങ്കുചേരാനും എപ്പോഴും ശ്രദ്ധിച്ചു. വീട്ടിലെത്തുന്നവരെ സ്വീകരിക്കാൻ അദ്ദേഹത്തിനു പ്രത്യേക കഴിവുതന്നെയുണ്ട്.

അറുപതോടടുത്തിട്ടും കാഴ്ചയ്ക്കു പ്രായം തോന്നിക്കാത്ത ശരീരഘടനയും മുഖവുമാണ്. താല്പര്യങ്ങളെയും പ്രായം ബാധിച്ചില്ല. ക്രിക്കറ്റ് കാണാൻ മണിക്കൂറുകൾ ചെലവിട്ടു. മാറിമാറിവന്ന ക്രിക്കറ്റ്- സിനിമാ

താരങ്ങളുടെ വിശേഷങ്ങളിൽ മനസ്സ് ഉടക്കി. ഭാര്യയോടു സംസാരിച്ചിരിക്കാനോ യാത്രകളിൽ ഒപ്പം കൂട്ടാനോ കഴിയാതിരുന്നത് സ്വന്തം താല്പര്യസംരക്ഷണം കൊണ്ടാണെന്ന വസ്തുത അദ്ദേഹത്തിന്റെ ചിന്തയിൽ കടന്നില്ല. അത്തരം ചിന്തകൾക്കൊന്നും ആ മനസ്സിൽ ഇടമില്ല. അതാണു വാസ്തവം. വിദേശത്തു കഴിയുമ്പോൾ ഭാര്യയെയും മകനെയും ഓർത്ത് ഉൽക്കണ്ഠപ്പെടാനോ അവരുടെ അടുത്ത് ഓടിയെത്താനോ അദ്ദേഹം നിർബന്ധിതനായില്ല. ബിസിനസ് കാര്യങ്ങൾ എത്രയും ഭംഗിയായി നടത്തുക, വിഹിതം ഭാര്യയ്ക്കും മകനും അയച്ചുകൊടുക്കുക, അതാണു തന്റെ നിയോഗമെന്ന് ധരിച്ചിരുന്നോ എന്നു വ്യക്തമല്ല. ഏകാന്തത, വിരഹം എന്നിവ എന്താണെന്ന് ഇനിയും മനസ്സിലായിട്ടില്ല. അദ്ദേഹത്തെ സംബന്ധിച്ചിടത്തോളം ഭാര്യയും മകനും തന്നെപ്പോലെ സന്തോഷകരമായ ജീവിതം നയിക്കുന്ന രണ്ടു വ്യക്തികളാണ്. അവരുടെ കത്തുകളിലും പെരുമാറ്റത്തിലും ദൃശ്യമായിരുന്ന അടക്കിപ്പിടിച്ച ചില തേങ്ങലുകൾ വേർതിരിച്ചെടുക്കാൻ അദ്ദേഹത്തിനു കഴിഞ്ഞില്ല.

കെട്ടുകാഴ്ചകളിൽ താല്പര്യം ഇല്ലാതിരുന്ന അമ്മ വ്യക്തിബന്ധങ്ങൾ സൂക്ഷ്മമായി നിരീക്ഷിക്കാനും വിശകലനം ചെയ്യാനും ശ്രദ്ധിച്ചിരുന്നെങ്കിലും അപൂർവ്വമായി നടത്തിയ അഭിപ്രായപ്രകടനങ്ങളിൽ സ്വന്തം കണ്ടെത്തലുകൾ തലനീട്ടി.

പൊതുവിൽ, തന്റെ കണ്ടെത്തലുകൾ അവരെ സ്പർശിച്ചില്ല. ദാർശനികന്റെ നിസ്സംഗതയോടെ പലതും നേരിട്ടു. എന്നാൽ, സ്നേഹശൂന്യതയോ സ്വാർത്ഥതയോ കാണുമ്പോൾ അവർ വൈകാരികമായി തളർന്നു. ആദ്യം രോഷംകൊള്ളും. ക്രമത്തിൽ അതു ദു:ഖമായി മാറും.

ഉദാത്തവും സ്വാർത്ഥരഹിതവുമായ സ്നേഹം വെറുമൊരു സങ്കല്പമാണെന്നു വിശ്വസിച്ചു ജീവിക്കാൻ അവർക്കു കഴിയില്ല. എന്തിനെങ്കിലും അവർ വിലമതിക്കുന്നുണ്ടെങ്കിൽ അതു സ്നേഹത്തിനു മാത്രമാണ്. സ്നേഹം പ്രകടനമോ സ്വാർത്ഥപ്രേരിതമോ ആവരുതെന്ന നിർബ്ബന്ധം മറ്റുള്ളവരുടെ പെരുമാറ്റത്തെയും വാക്കുകളെയും നിരന്തരം രാസപരിശോധനയ്ക്കു വിധേയമാക്കാൻ അവരെ പ്രേരിപ്പിച്ചു.

ആ ശീലം കടുത്ത ആശയക്കുഴപ്പമായി പലപ്പോഴും അവരെ തളർത്തി. വിദേശത്തു കഴിയുകയും വല്ലപ്പോഴും വരികയും ചെയ്യുന്ന ഭർത്താവിനെയാണ് ഏറ്റവും കൂടുതൽ ഗവേഷണങ്ങൾക്കു വിധേയമാക്കുക. അയാളുടെ കത്തുകൾ, ടെലിഫോൺ സംഭാഷണം, നാട്ടിലെത്തുമ്പോഴുള്ള പെരുമാറ്റം എന്നിവ ഭൂത - വർത്തമാന അനുഭവങ്ങളുടെ വെളിച്ചത്തിൽ നിരന്തരം അപഗ്രഥിച്ചു. ഇതു തുടരുകയല്ല, ആവർത്തിക്കപ്പെടുകയാണ്. ഒബ്സെഷൻപോലെ ഒരേ കാര്യങ്ങൾതന്നെ നിരത്തി സ്വന്തം മാനസികാവസ്ഥയ്ക്ക് അനുസരിച്ച് നിഗമനങ്ങളിൽ എത്തി

ച്ചേരും. ചിലപ്പോൾ ഭർത്താവിന്റെ സ്നേഹത്തിൽ പൂർണ്ണവിശ്വാസം തോന്നും. അവിശ്വസിക്കുന്ന ഘട്ടങ്ങളിൽ അവർ കടുത്ത നിരാശയി ലാവും. ലോകത്തിന്റെ നിലനില്പുതന്നെ സ്വാർത്ഥതയിലാണെന്നു തോന്നും. എന്നാൽ ആ തോന്നൽ ഭർത്താവിനെ വെറുക്കാൻ പ്രേരിപ്പിച്ചു തുടങ്ങുമ്പോൾ അവർ സ്വന്തം സ്നേഹത്തെ തള്ളിപ്പറയും സ്വയം പഴിക്കും. പണം സമ്പാദിക്കുന്നതിലും വിദഗ്ദ്ധമായി ചെലവിടുന്നതിലും ശ്രദ്ധിച്ചുജീവിച്ച അച്ഛനമ്മമാരുടെ ഏക പുത്രനായി വളർന്ന് ചെറുപ്പ ത്തിലേ വിദേശത്ത് എത്തിയ അദ്ദേഹത്തിന്റെ സ്നേഹം തനിക്ക് ഉൾക്കൊള്ളാനാവാത്തതാണെന്ന് ഉദാഹരണങ്ങളിലൂടെ സ്വയം ധരിപ്പിക്കും.

സ്നേഹത്തിന്റെ കാര്യത്തിൽ ആരെയെങ്കിലും പൂർണ്ണമായി വിശ്വ സിക്കാൻ ഈ ജന്മം തനിക്കാവില്ലെന്ന് അവർക്കു പലപ്പോഴും തോന്നി. മനസ്സിന്റെ ആഴങ്ങളിലെവിടെയോ പതിഞ്ഞുപോയ അരക്ഷിതബോധ ത്തിന്റെ ഭാഗമാണതെന്നും അനുഭവങ്ങൾ തന്റെ മനസ്സിനെ അവ്വിധം 'കണ്ടീഷൻ' ചെയ്യുകയായിരുന്നു എന്നും അവർ വിശ്വസിച്ചു.

സ്വന്തം മനസ്സിന്റെ നേരിയ ചലനങ്ങൾപോലും ശ്രദ്ധിക്കുകയും എല്ലാറ്റിനും വിശദീകരണങ്ങൾ കണ്ടെത്തുകയും ചെയ്തിരുന്ന അവർ മനസ്സിനെ ചൂഴ്ന്നുനിന്ന അരക്ഷിത ബോധത്തിന്റെ അടിസ്ഥാനകാര ണവും കണ്ടെത്തി - വർഷങ്ങൾക്കു മുമ്പാണത്. കൃത്യമായി പറഞ്ഞാൽ, അവർക്കു പതിമൂന്നു വയസ്സുള്ളപ്പോൾ. അച്ഛന്റെ മുഖം ഓർത്തെടുക്കാൻ അവർ ശ്രമിച്ചു - പലപ്പോഴും കഴിഞ്ഞിട്ടില്ല. തൊട്ടിലിലെ നീണ്ട ഉറക്കം ഞെട്ടുന്ന ഇടവേളകളിലെപ്പോഴൊക്കെയോ കടന്നുവന്ന ആ സാമീപ്യം സങ്കല്പിച്ചെടുക്കാൻ ശ്രമിച്ചു. ഒരുപക്ഷേ, മറവിയുടെ അഗാധതയിലെ വിടെയോ ഓർമ്മയിലേക്കു കടക്കാൻ ശക്തിയില്ലാത്ത ഒരു ബിന്ദുവായി ആ രൂപം ഉണ്ടെന്ന ചിന്തയിൽ ആശ്വാസം കണ്ടെത്തിയതു കുട്ടിക്കാ ലത്തു മാത്രമല്ല.

അകാലത്തിൽ പൊലിഞ്ഞ അച്ഛനെ ഓർത്തുള്ള നഷ്ടബോധം കൂടി കലർന്നതുകൊണ്ടാവാം അവർ തന്റെ അമ്മയെ അങ്ങേയറ്റം സ്നേഹിച്ചു. ആവശ്യത്തിലേറെ ആശ്രയിച്ചു. അതോ തനിക്കു മുന്നിൽ ആകെയുണ്ടായിരുന്ന മകളിൽ അവരുടെ അമ്മ സ്നേഹമാകെ ചൊരി യുകയായിരുന്നോ?

ഓർക്കാപ്പുറത്തു മൂന്നാമതൊരാൾ കടന്നു വന്നപ്പോൾ ആ ബന്ധ ത്തിന്റെ ഘടനയിൽ മാറ്റമുണ്ടായി. അപരിചിതനായ ഒരാൾ പെട്ടെന്നു കടന്നുവരികയായിരുന്നു. അമ്മ അദ്ധ്യാപികയായിരുന്ന അതേ സ്കൂളി ലാണ് അവർ പഠിച്ചത്. അവിടെ പുതുതായി വന്ന അയാൾ അമ്മയു മായി പെട്ടെന്നടുത്തു. ഒന്നുരണ്ടു വർഷങ്ങൾക്കുശേഷം ആ അടുപ്പം വിവാഹത്തിലേക്കു നീണ്ടപ്പോൾ അവർക്കു പതിമൂന്നു വയസ്സ്. അവ

രുടെ ധാരണകളൊക്കെ പെട്ടെന്നു തകിടംമറിഞ്ഞു. അതിനിടയിലെപ്പോഴോ സുരക്ഷിതബോധം എന്നെന്നേക്കുമായി അവരെ വേർപിരിഞ്ഞു. സഹപാഠികൾ ചിരിച്ചു. അദ്ധ്യാപകരും നാട്ടുകാരും സഹതാപപൂർവ്വം അടക്കം പറഞ്ഞു. ക്രമത്തിൽ, അവരുടെ തലതാണു. കണ്ണുകൾ വശങ്ങളിലേക്കു നോക്കാൻ ഭയപ്പെട്ടു. ചലനങ്ങൾ വലിഞ്ഞുമുറുകിയവയായി. ഒറ്റയ്ക്കുള്ള അവസരങ്ങൾ കൂടി. മറ്റുള്ളവരുടെയും തന്റെയും വാക്കും ചലനങ്ങളും ഗൂഢമായി നിരീക്ഷിക്കാനും കീറിമുറിച്ചു വിശകലനം ചെയ്യാനും സമയം ആവശ്യത്തിലേറെ.

അനിയൻ പിറന്നപ്പോൾ അവരുടെ മനസ്സ് ഒന്നുകൂടി കണ്ടീഷൻ ചെയ്യപ്പെട്ടു. അനിയനെ തോളിലേറ്റി നടക്കാൻ അനുവാദം കിട്ടിത്തുടങ്ങിയപ്പോൾ അസൂയയുടെ ഭാരം കുറഞ്ഞുവന്നു. നല്ല പ്രായവ്യത്യാസമുണ്ടായിരുന്നതുകൊണ്ട് സഹോദരസ്നേഹമല്ല, മാതൃഭാവമുള്ള വാത്സല്യമായിരുന്നു. വർഷങ്ങൾക്കു ശേഷം അമ്മയും പിന്നീടു സഹോദരന്റെ അച്ഛനും മരിച്ചപ്പോൾ അതു കൂടുതൽ പ്രകടമായി. വിവാഹശേഷം അനിയന്റെ വിദ്യാഭ്യാസത്തിനുവേണ്ടി ഏറെ പണം ചെലവിട്ടു. ഒന്നിനും കണക്കുവച്ചില്ല. അമ്മയുടെ ഭൂസ്വത്തും സമ്പാദ്യങ്ങളും അനിയന്റെ പേരിലേക്ക് അവർ മാറ്റിക്കൊടുത്തു. ഭർത്താവ് എതിർക്കുമെന്ന് ഭയന്നു. അതുണ്ടായില്ല. ചെറുപ്രായത്തിലേ തനിക്കു പക്വത നേടിത്തന്നത് അനിയന്റെ സാന്നിദ്ധ്യമാണെന്ന് അവർക്കുതോന്നി - പലപ്പോഴും.

ഇപ്പോൾ അനിയൻ നഗരത്തിലെ അറിയപ്പെടുന്ന ഹൃദ്രോഗ വിദഗ്ദ്ധനാണ്. ഡോക്ടർ പ്രസാദ്. വിവാഹിതനായതോടെ നഗരഹൃദയത്തിൽ പുതുതായി വാങ്ങിയ വീട്ടിലേക്ക് അയാൾ താമസം മാറി. ഡോക്ടറുടെ സന്ദർശനങ്ങളുടെ ഇടവേളകൾ നീണ്ടുപോയത് തിരക്കുകൊണ്ടാണെന്ന് അവർ എപ്പോഴും പറയും.

ഡോക്ടർ പ്രസാദിന്റെ സന്ദർശനങ്ങൾ എപ്പോഴും അവരെ ഉത്സഹം കൊള്ളിച്ചു. ഇന്നവർ നേരത്തെ ഉറങ്ങാനുണ്ടായ കാരണംതന്നെ ഡോക്ടർ പ്രസാദിന്റെ സന്ദർശനമാണ്. താൻ താമസിയാതെ വിദേശ പര്യടനത്തിനു പുറപ്പെടുമെന്നും അപ്പോൾ അളിയനെ ചെന്നുകാണുമെന്നും ഡോക്ടർ പ്രഖ്യാപിച്ചപ്പോൾ അവർ തുള്ളിച്ചാടിയില്ലെന്നേയുള്ളു. അത്ര സന്തോഷിക്കാൻ എന്തിരിക്കുന്നു എന്ന് ഡോക്ടർ അത്ഭുതപ്പെട്ടു.

ഭർത്താവ് പലതവണ നിർബ്ബന്ധിച്ചിട്ടും വിദേശത്തേക്കു പോകാൻ എന്തുകൊണ്ടോ അവർ താല്പര്യം കാട്ടിയില്ല. അവരെക്കൊണ്ട് ഒരു പാസ്പോർട്ട് എടുപ്പിക്കാൻ അദ്ദേഹം പെട്ട പാട് ചരിത്രമാണ്.

ഓരോ കത്തിലും ഭർത്താവ് അവരെ വിദേശത്തേക്കു ക്ഷണിച്ചു. വിസിറ്റിങ് വിസ ശരിയാക്കട്ടോ എന്നു ചോദിച്ചു. ഓരോ മറുപടിയിലും അവർ ആ ഭാഗം കണ്ടില്ലെന്നു നടിച്ചു. ശിവദാസിന്റെ കാര്യവും വ്യത്യ

സ്തമല്ല. അച്ഛൻ അയാളെ വിദേശത്തേക്കു ക്ഷണിച്ചുകൊണ്ടേയിരുന്നു. യാത്രകൾ ഹരമായിരുന്ന കാലത്തുപോലും ആ യാത്ര എന്തുകൊണ്ടോ പിന്നീടത്തേക്കു മാറ്റിവയ്ക്കാനായിരുന്നു അയാളുടെ ശ്രമം.

* * *

"നമ്മുടെ റോളെന്താണ്? ഒന്നുമില്ല. ആത്മഹത്യ ചെയ്യാൻ ചിലരെത്തുന്നു. കമ്പ്യൂട്ടറുകൾ ആത്മഹത്യ നടപ്പാക്കുന്നു. അതിനിടയിൽ മേൽനോട്ടക്കാരന്റെ ഗൗരവത്തോടെ ഒരു കൂട്ടിക്കൊടുപ്പുകാരന്റെ പ്രസക്തിപോലുമില്ലാതെ നമ്മൾ ദിവസങ്ങൾ തള്ളിനീക്കുന്നു." മൂർത്തി പതിവുപോലെ വികാരഭരിതനായി. ശിവദാസ് അതു കേട്ടു നടക്കുകയാണ്. വൈകുന്നേരങ്ങളിൽ അവർ കുറച്ചു ദൂരം അങ്ങനെ നടക്കും. മൂർത്തി എന്തെങ്കിലും സംസാരിച്ചുകൊണ്ടിരിക്കും. ശിവദാസ് ഒന്നാന്തരം കേൾവിക്കാരനാണ് – മൂർത്തി സംസാരിക്കുമ്പോൾ.

ദാരിദ്ര്യത്തിന്റെ നടുവിൽ, നാട്ടിൻപുറത്തു വളർന്ന് ജീവിക്കാൻവേണ്ടി കമ്പ്യൂട്ടറുകളുടെ ലോകത്ത് എത്തിപ്പെട്ട മൂർത്തിയെ എന്തുകൊണ്ടോ ശിവദാസ് ആരാധിച്ചു. പലരും പറയാൻ മടിക്കുന്ന കാര്യങ്ങൾ ക്ഷോഭത്തോടെ അവതരിപ്പിക്കുന്ന മൂർത്തി സ്വന്തം തൊഴിലിന്റെ ധർമ്മാധർമ്മങ്ങളെയും അർത്ഥമില്ലായ്മയെയും കുറിച്ചു വാചാലനായി.

"അലസത ശീലിപ്പിക്കുന്ന ഉപകരണങ്ങളായി കമ്പ്യൂട്ടറുകൾ മാറുകയാണ്. ഉത്തരവാദിത്വമാകെ കമ്പ്യൂട്ടറിനെ ഏല്പിച്ച് ഉറക്കംതൂങ്ങാനാണ് എല്ലാ രംഗത്തും ആളുകൾ നോക്കുന്നത്." ആരോ പറഞ്ഞതിനെ എതിർക്കുംപോലെ മൂർത്തി തുടരുകയാണ്. "കമ്പ്യൂട്ടറുകൾ സൃഷ്ടിക്കപ്പെട്ടത് ജോലിഭാരം കുറയ്ക്കാനാണ്. മനുഷ്യനെ ഏറ്റെടുക്കാനല്ല..."

"യാന്ത്രികവും മുഷിപ്പിക്കുന്നതുമായ ജോലികൾ കമ്പ്യൂട്ടറുകളെ ഏല്പിച്ച് സൃഷ്ടിപരവും മനുഷ്യനു മാത്രം ചെയ്യാൻ കഴിയുന്നതുമായ കാര്യങ്ങളിൽ ശ്രദ്ധ ഊന്നാതെ നാം കൂടുതൽ ചടഞ്ഞുകൂടുകയാണ്. പുതിയ മേച്ചില്പുറങ്ങളിലേക്ക് എന്തുകൊണ്ടു നമ്മുടെ ശ്രദ്ധ തിരിയുന്നില്ല?... അടിമകളെ എല്ലു മുറിയെ പണിയെടുപ്പിച്ചു തിന്നുകൊഴുത്ത സമ്പന്നവർഗ്ഗസുഖലോലുപതയിൽ നാം അമരുകയാണ്.

"മദ്യമോ മയക്കുമരുന്നോപോലെ കമ്പ്യൂട്ടറുകൾ നമ്മെ ഉദാസീനരും നിഷ്ക്രിയരുമാക്കുന്ന അവസ്ഥ എത്ര ദയനീയമാണ്?...കമ്പ്യൂട്ടറുകളെ ഉപേക്ഷിക്കണമെന്നല്ല. അവയുടെ തണലിൽ ചൊറി കുത്തിയിരിക്കരുത്... യന്ത്രങ്ങളായി മാറാതിരിക്കാൻ കമ്പ്യൂട്ടറുകൾക്കു ജന്മം നല്കിയിട്ട് കമ്പ്യൂട്ടറുകളെ നിയന്ത്രിക്കുന്ന യന്ത്രങ്ങളായി അധഃപതിച്ചാലോ?...കമ്പ്യൂട്ടർവല്ക്കരണം പുരോഗമിക്കുന്നതിനൊപ്പം നാം കൂടുതൽ കൂടുതൽ 'മനുഷ്യ'നാകണം...

പറഞ്ഞുതുടങ്ങിയ കാര്യത്തിൽനിന്ന് അകന്നുപോയമട്ടിൽ കിതപ്പടക്കി മൂർത്തി പറഞ്ഞു: "ഞാനും നിങ്ങളും വർഷങ്ങളായി ചെയ്യുന്നതെ

ന്താണ്? സമ്പന്നനായ നിങ്ങളും ദരിദ്രനായ ഞാനും കമ്പ്യൂട്ടറിന്റെ ലോകത്തു ജീവിതം പടുത്തുയർത്താൻ ശ്രമിച്ചു. എത്തിച്ചേർന്നതോ?

“ഇവിടെ സേവനം ചെയ്യുന്നതു കമ്പ്യൂട്ടർ മാത്രമാണ്. നമ്മൾ നോക്കുകുത്തികൾ പോലുമല്ല...കമ്പ്യൂട്ടറുകൾക്കും അവ തേടിയെത്തുന്നവർക്കുമിടയിൽ നമ്മൾ എത്രയോ വട്ടം കൊലചെയ്യപ്പെടുകയാണ്... ഗവേഷണത്തിനായി ലഘു ജീവചരിത്രം ശേഖരിക്കുന്ന കാര്യമെടുക്കു. ഒരു മനഃശാസ്ത്രജ്ഞനോ ഗവേഷണ വിദ്യാർത്ഥിയോ ചെയ്യേണ്ട കാര്യമാണത്... വിഷാദസാന്ദ്രമായ ആത്മകഥകൾ കമ്പ്യൂട്ടറിലേക്കു പകർത്തുമ്പോൾ നമുക്ക് എന്താണു നഷ്ടമാകുന്നത്?”

“ഉറക്കം നഷ്ടപ്പെടുന്ന നമ്മുടെ രാത്രികളുടെ കണക്ക്...നിങ്ങൾക്കറിയാമോ. ഈയിടെ എനിക്കുറങ്ങാൻ ഗുളിക വേണമെന്ന സ്ഥിതിയാണ്. നിങ്ങളുടെ മനോനിലയും വ്യത്യസ്തമാകില്ലെന്നാണ് തോന്നൽ...പിന്നെ വർഗ്ഗീസിന്റെ കാര്യം, അയാൾ ദിനവും മദ്യപിച്ചുകൊണ്ടാണു ജോലിക്കെത്തുക... പഴയ ആരാച്ചാർമാരുടെ മാർഗ്ഗം സ്വീകരിക്കാൻ അയാളെ പ്രേരിപ്പിച്ചത് ഈ അന്തരീക്ഷമാണെന്ന് ഉറപ്പ്...”

തലസ്ഥാന നഗരത്തിലെ ആ കേന്ദ്രത്തിൽ അവരുടെ സഹപ്രവർത്തകനായി വർഗ്ഗീസ് എത്തിയിട്ട് അധികമായില്ല. അയാൾ പെട്ടെന്ന് എല്ലാവരുടെയും ശ്രദ്ധാകേന്ദ്രമായി. തടിച്ച് സാമാന്യ ഉയരമുള്ള വർഗ്ഗീസിന്റെ മുഖത്തുനിന്ന് ഗൗരവഭാവം എപ്പോഴും അകന്നുനിന്നു. തുടർച്ചയായി വെറ്റില മുറുക്കിയിരുന്ന അയാൾ തമാശ പറയാൻവേണ്ടിയാണ് വാക്കുകൾ പുറത്തുവിട്ടത്. താൻ പറയുന്ന തമാശ കേട്ടു ചിരിക്കുന്നവരുടെ കൂട്ടത്തിൽ വർഗ്ഗീസ് പങ്കുചേർന്നില്ല. അതു കൂടുതൽ അംഗീകാരം നേടിക്കൊടുത്തു. അയാൾ ആരോടും കൂടുതൽ അടുത്തില്ല. ആരിൽനിന്നും അകന്നുനിന്നില്ല. തന്നെക്കുറിച്ചു സംസാരിക്കാൻ ഇഷ്ടപ്പെട്ടില്ല. തമാശകളിൽ ആരും ഹാസ്യകഥാപാത്രങ്ങളായില്ല. ഒറ്റയ്ക്കു നടക്കാനായിരുന്നു വർഗ്ഗീസിനിഷ്ടം. ദിനവും നഗരത്തിലെ തിരക്കൊഴിഞ്ഞ നിരത്തുകളിലൂടെ അയാൾ കിലോമീറ്ററുകൾ നടന്നു - ഒറ്റയ്ക്ക്.

ആർക്കെങ്കിലും അസുഖം പിടിപെട്ടാൽ ആശുപത്രിയിൽ എത്തിക്കുംവരെ വർഗ്ഗീസിന് സ്വസ്ഥത കിട്ടില്ല. ആശുപത്രിയിൽ കിടക്കുന്നവരെ സന്ദർശിക്കാനും അവരോടു സംസാരിച്ചിരിക്കാനും സമയം കണ്ടെത്തി. ചിലപ്പോൾ അവർക്ക് ആഹാരം എത്തിച്ചു.

വർഗ്ഗീസിന്റെ സ്വഭാവം എല്ലാവരെയും വിസ്മയിപ്പിച്ച ഒരു സംഭവമുണ്ടായി. മാർച്ചു മാസത്തിലെ ഒരു സന്ധ്യയ്ക്ക് ഒരു വിദേശ വിദ്യാർത്ഥി സെന്ററിലെത്തി. വിഷാദരോഗത്തിന്റെ പിടിയിലകപ്പെട്ട അയാൾക്ക് സ്വന്തം അവസ്ഥയെക്കുറിച്ച് ബോധമുണ്ടായിരുന്നു. ദുർഗ്ഗന്ധം പരത്തുന്ന വസ്ത്രങ്ങളണിഞ്ഞ അയാളെ കണ്ടാൽ കടുത്ത മദ്യപാനിയാണെന്നേ ഒറ്റനോട്ടത്തിൽ തോന്നൂ. അടുത്ത പട്ടണത്തിലെ യൂണിവേഴ്സിറ്റി സെന്റ

റിൽ നിന്നു നടന്നെത്തിയ അയാൾ വിശന്ന് അവശനായിരുന്നു. തന്നെ ആത്മഹത്യ ചെയ്യാൻ സഹായിക്കണമെന്നായിരുന്നു അയാളുടെ ആവശ്യം.

ആത്മഹത്യ ചെയ്യണമെന്നു പറഞ്ഞെത്തുന്ന ആരെയും - അവരുടെ ആവശ്യം എത്രതന്നെ ന്യായമാണെങ്കിൽക്കൂടി - നേരിട്ടു സഹായിക്കാൻ സെന്ററിലെ ഉദ്യോഗസ്ഥന്മാർക്ക് അധികാരമില്ലെന്ന് അറിയാമെങ്കിലും പലരും ആത്മഹത്യ ചെയ്യാൻ സെന്ററിൽ നേരിട്ട് എത്തുന്നു. അവരെ പിന്തിരിക്കാൻ നന്നെ പാടുപെടേണ്ടിവരും. നിയമപരമായി ആത്മഹത്യയ്ക്ക് അപേക്ഷിക്കാനോ അല്ലെങ്കിൽ ആത്മഹത്യ നിവാരണ സെന്റുകളിലെ ഏതെങ്കിലും സൈക്കോളജിസ്റ്റിനെ കാണാനോ വേണ്ട മാർഗ്ഗനിർദ്ദേശം കൊടുക്കാൻ വേണ്ട സംവിധാനങ്ങളൊന്നും സെന്ററിലില്ല. അതുകൊണ്ട്, ആ ജോലിയും വർഗ്ഗീസോ മൂർത്തിയോ ചെയ്യുന്നു. അപൂർവ്വം ചിലപ്പോൾ സെന്ററിന്റെ മേധാവിയായ ശിവദാസും. ആ യുവാവിന്റെ കാര്യത്തിൽ മൂന്നുപേരും ഇടപെടേണ്ടിവന്നു. മണിക്കൂറുകൾ ശ്രമിച്ചിട്ടും അയാളെ ഏതെങ്കിലും തരത്തിൽ സ്വാധീനിക്കാൻ അവർക്കായില്ല.

നിയമപരമായി അപേക്ഷ നല്കിയാൽ പോലും പരിഗണിക്കപ്പെടാൻ സാദ്ധ്യതയുള്ള ഒന്നായിരുന്നില്ല അയാളുടെ പ്രശ്നം. ക്ലമന്റും സുഹൃത്തും ഇവിടെ എത്തിയത് ബിരുദാനന്തരബിരുദത്തിനു പഠിക്കാനാണ്. ക്ലാസിലോ കാമ്പസിലോ വേറെ വിദേശികൾ ഉണ്ടായിരുന്നില്ല, സഹപാഠികളുടെ ഭാഷ അവർക്കു കീറാമുട്ടി; അവരുടെ ഭാഷ സഹപാഠികൾക്കും. ഇംഗ്ലീഷിൽ സംസാരിക്കാൻ അവർക്കറിയാം. തയ്യാറുമാണ്. എന്നാൽ ഭൂരിപക്ഷംപേരും ഇംഗ്ലീഷ് സംസാരിക്കാൻ വശമില്ലാത്തവരോ സങ്കോചമുള്ളവരോ ആയിരുന്നു - കാമ്പസിൽ, ഹോസ്റ്റലിൽ അവർ ഒറ്റപ്പെട്ടു.

രണ്ടുപേരുണ്ടല്ലോ എന്ന ആശ്വാസം അധികം നീണ്ടില്ല. കൂട്ടുകാരന് ലോ കോളേജിൽ അഡ്മിഷൻ കിട്ടി. അയാൾ അങ്ങോട്ടുപോയി. അതോടെ ക്ലമന്റ് ശരിക്കും ഒറ്റപ്പെട്ടു. അയാൾ കഴിയുന്നതും മറ്റുള്ളവരോട് അടുക്കാൻ ശ്രമിച്ചു. സവിശേഷചലനങ്ങളും സംസാരശൈലിയുമുള്ള അയാൾ അവർക്ക് കൗതുകമായി. ഇടയ്ക്ക്, അവർ തന്നെ കളിയാക്കിയത് അയാൾക്ക് മനസ്സിലായി. പിന്നെ അവരെന്തു പറഞ്ഞുചിരിച്ചാലും അതു തന്നെക്കുറിച്ചാണെന്ന് അയാൾക്കു തോന്നി. അതറിഞ്ഞപ്പോൾ അവർക്ക് ഉത്സാഹം കൂടി. അയാൾക്കു തീരെ പിടികിട്ടാത്ത തമാശകൾ പറയാനും ഉറക്കെ ചിരിക്കുമ്പോൾ അയാളെ നോക്കാനും തുടങ്ങി. ക്രമത്തിൽ, അയാളെ കണ്ടാൽ തമാശയില്ലാതെ തന്നെ അവർക്ക് ചിരി വരുമെന്ന നിലയായി.

ഏകാന്തതയും ഭീതിയും കൂടിക്കൂടിവന്നതോടെ രാത്രികൾ അയാൾ തന്റെ മുറിയിൽ നടന്നുതീർക്കാൻ തുടങ്ങി. ഹോസ്റ്റൽ ഡേയിലെ പ്രധാന

റാഗിങ് ഇരകൂടിയായപ്പോൾ ക്ലമന്റിന്റെ ആ നടത്തം ഓട്ടമായി മാറി. അതെത്തിയത് സെന്ററിൽ. കഥ അയാൾ പറഞ്ഞതല്ല. പിന്നീട് യൂണിവേഴ്സിറ്റിയുമായി ബന്ധപ്പെട്ടപ്പോൾ കിട്ടിയതാണ്.

ശ്രമം പരാജയപ്പെട്ടപ്പോൾ ബോധവും അബോധവും കൂടിക്കുഴഞ്ഞ അയാളെ വർഗ്ഗീസ് ആ ദിവസം തനിക്കൊപ്പം താമസിപ്പിച്ചു. അടുത്ത ദിവസം ആശുപത്രിയിലെത്തിച്ചു. നീണ്ടുനീണ്ടുപോയ ചികിത്സയുടെ ദിനങ്ങളിൽ അയാളെ പരിചരിക്കാൻ സമയം കണ്ടെത്തി.

ശേഷം കഥ വർഗ്ഗീസിനെ ഏറെ വേദനിപ്പിച്ചു. ക്ലമന്റ് ആശുപത്രിയിലാണെന്നറിയിച്ചിട്ടും വെറും നാല്പതു കിലോമീറ്റർ അകലെയുള്ള ലോ കോളേജ് ഹോസ്റ്റലിൽ താമസിച്ച നാട്ടുകാരൻ ചങ്ങാതി ഒരിക്കൽപ്പോലും എത്തിയില്ല.

സന്ദർശകർ ആരും ഉണ്ടായിരുന്നില്ല. നാട്ടിൽ അയാൾക്ക് പറയത്തക്ക ബന്ധുക്കൾ ഇല്ലായിരുന്നു എന്നാണു വർഗ്ഗീസിനു മനസ്സിലായത്. അതേക്കുറിച്ച് സംസാരിക്കാൻ ക്ലമന്റ് ഇഷ്ടപ്പെട്ടില്ല. കോളേജിൽ നിന്നുകിട്ടിയ വിലാസത്തിൽ വിവരം കാണിച്ച് വർഗ്ഗീസ് എഴുതി. മറുപടി ഉണ്ടായില്ല. എന്നാൽ മാസംതോറും ഡി ഡി ആയി വന്ന തുകയിൽ വർദ്ധനവ് ഉണ്ടായി. ഫുൾസ്കാപ് കടലാസിൽ പൊതിഞ്ഞാണ് ഡി ഡി കവറിനുള്ളിൽ വച്ചിരുന്നത്. കടലാസിൽ ഒരു വാക്കുകുറിക്കാത്ത വിലാസക്കാരൻ ആരെന്ന് വർഗ്ഗീസ് അന്വേഷിച്ചില്ല.

ശിവദാസ് അമ്മയുടെ മുറിയിലേക്കു നടന്നു. താഴെ വിശാലമായ സിറ്റൗട്ടിനോടു ചേർന്നാണു മുറി. ശിവദാസിന്റെയും ഗീതയുടെയും മുറി മുകളിലാണ്. അടുക്കളയോടു ചേർന്ന രണ്ടു മുറി വീട്ടുജോലിക്കാർ പങ്കിട്ടു. വലിപ്പവും ആധുനിക സൗകര്യങ്ങളുമുള്ള ആ വീട്ടിൽ നാലഞ്ചു മുറികൾ എന്നും അടഞ്ഞുകിടന്നു. അപൂർവ്വമായി അതിഥികൾ എത്തുമ്പോൾ അവ തുടച്ചുവൃത്തിയാക്കി.

പുസ്തകങ്ങൾ അടുക്കിവയ്ക്കുന്ന തിരക്കിലായിരുന്നു അമ്മ. സന്തോഷത്തിന്റെ നുറുങ്ങുകൾ വീണുകിട്ടുമ്പോൾ എന്തുകൊണ്ടോ അവർ പുസ്തകശേഖരത്തെക്കുറിച്ചോർക്കുന്നു. ഭംഗിയായി അടുക്കിവയ്ക്കുന്നു.

ഡോക്ടർ പ്രസാദ് അച്ഛനെ സന്ദർശിക്കുന്നുണ്ടെന്ന വാർത്തയാണ് സന്തോഷകാരണമെന്ന് ശിവദാസ് ഊഹിച്ചു. അതിൽ സന്തോഷിക്കാൻ എന്തെങ്കിലും ഉള്ളതായി അയാൾക്കു തോന്നിയില്ല. പ്രായം അധികമില്ലാത്ത അമ്മാവനെ അയാൾ ഇഷ്ടപ്പെട്ടു. ഇഷ്ടം പിടിച്ചെടുക്കുന്ന സ്വഭാവമാണ് ഡോക്ടറുടേത്. ഡോക്ടർ എപ്പോഴെങ്കിലും ചിന്തയിൽ മുഴുകിയിരിക്കുന്നതായി കണ്ടിട്ടില്ല. അയാളെക്കുറിച്ചങ്ങനെ സങ്കല്പിക്കാനും കഴിയില്ല. എപ്പോഴും സംസാരിച്ചുകൊണ്ടിരിക്കും. വിഷയദാരിദ്ര്യം ഡോക്ടറെ അലട്ടാറില്ല. ഏതു വിഷയവും അയാൾ രസാവഹമാക്കും.

ഒന്നും ഒളിച്ചുവയ്ക്കുന്ന സ്വഭാവം ഡോക്ടർക്ക് വശമല്ല. അതൊരു ന്യൂനതയാണെങ്കിലും അയാൾ തുറന്നടിക്കുന്ന സംഗതികളൊന്നും തമാശയ്ക്കപ്പുറം പോയില്ല. തന്റെ സുഹൃത്തുക്കളെക്കുറിച്ചാണ് കൂടുതൽ സംസാരിക്കുക. ഡോക്ടർക്ക് പെൺസുഹൃത്തുക്കളാണ് കൂടുതൽ. അവരിൽ ഒരാളെയാണ് വിവാഹം കഴിച്ചത്.

ഡോക്ടർ പ്രസാദ് മോശമായി പെരുമാറിയാലും സഹോദരി പിണങ്ങാതിരുന്നത് ഈ തുറന്ന സമീപനം കൊണ്ടാവാം. എന്നിരിക്കിലും ഡോക്ടറുടെ ചില ശീലങ്ങളെ അവർ നീരസത്തോടെ കണ്ടു. കൂടുതൽ സംസാരിക്കുന്നതും ഏറെ സുഹൃത്തുക്കൾ ഉള്ളതും പ്രായോഗികമായി ചിന്തിക്കുന്നവർക്കാണെന്നും ഒരു പരിധിക്കപ്പുറം അത്തരക്കാർ ആരെയും സ്നേഹിക്കില്ലെന്നും അവർ വിശ്വസിച്ചു. എങ്കിലും അനിയന്റെ കാര്യത്തിൽ എന്തുകൊണ്ടോ അവർ വിട്ടുവീഴ്ചയ്ക്ക് തയ്യാറായി. എന്നാൽ, താൻ സ്നേഹിക്കുന്ന അതേ അളവിൽ അനിയൻ തന്നെ സ്നേഹിക്കുന്നില്ലെന്ന ചിന്ത പലപ്പോഴും അവരെ അസ്വസ്ഥയാക്കി.

സുന്ദരിയായ വീട്ടമ്മയുടെ ഛായയുള്ള തന്റെ സഹോദരിയെ പരിചയപ്പെടുത്തുമ്പോഴൊക്കെ ഇംഗ്ലീഷ് സാഹിത്യത്തിൽ മാസ്റ്റർ ബിരുദമുള്ള ആളാണെന്ന് ഡോക്ടർ പ്രാധാന്യത്തോടെ കൂട്ടിച്ചേർത്തു. അതവർക്ക് ഇഷ്ടപ്പെടാറില്ലെങ്കിലും നീരസം പുറത്തുകാട്ടിയില്ല.

പൊതുവിൽ, ഇഷ്ടപ്പെടാത്ത തീരെ ചെറിയ കാര്യങ്ങൾപോലും അവരെ ആഴത്തിൽ സ്പർശിച്ചു. ഒന്നുകിൽ, അത്തരം നിമിഷങ്ങളിൽ അവർ പൊട്ടിത്തെറിക്കും. അല്ലെങ്കിൽ പ്രശ്നം സൃഷ്ടിച്ച ആളെ അവഗണിക്കും - ചിലപ്പോൾ മാസങ്ങളോളം.

ഇഷ്ടമല്ലാത്ത സംഗതി കണ്ടപാടേ അവരുടെ മുഖം വാടും. പിന്നീട് ഒന്നിലും താല്പര്യമില്ലാത്തതുപോലെയാണ് പെരുമാറ്റം. ഈ സ്വഭാവവിശേഷം മുൻകോപത്തെയും ഞാനെന്ന ഭാവത്തെയും കുറിച്ചു ചിന്തിക്കാൻ മറ്റുള്ളവരെ പ്രേരിപ്പിച്ചു. വ്യത്യസ്തമായി അവർ പെരുമാറുക രണ്ടുപേരോടു മാത്രം. ഒന്നാമൻ ശിവദാസ് തന്നെ. രണ്ടാമൻ ഡോക്ടർ പ്രസാദും.

ഡോക്ടർ പ്രസാദിന് എല്ലാറ്റിനെക്കുറിച്ചും തന്റേതായ ധാരണകളുണ്ട്. അതു ഗഹനമായ നിരീക്ഷണത്തിന്റെ ഫലമല്ല. എങ്കിലും ഒക്കെയും നൂറുശതമാനം ശരിയാണെന്ന് ഡോക്ടർ വിശ്വസിച്ചു. ഒന്നിനെക്കുറിച്ചും കൂടുതൽ ചിന്തിച്ചില്ല. മറ്റുള്ളവരോട് തനിക്കും അവർക്കു തന്നോടുമുള്ള സമീപനത്തെക്കുറിച്ചൊന്നും ചിന്തിക്കാറില്ലെങ്കിലും അവയെക്കുറിച്ചും ധാരണകളുണ്ട്. താൻ ആരെയെങ്കിലും അഗാധമായി സ്നേഹിക്കുന്നുണ്ടെന്ന് അയാൾക്കു തോന്നിയിട്ടില്ല. അങ്ങനെയാരെങ്കിലും തന്നെ സ്നേഹിക്കുന്നതായും തോന്നിയിട്ടില്ല.

സ്നേഹവുമായി ബന്ധപ്പെട്ട ഒരു കാര്യവും അയാൾ ചിന്തിച്ചിട്ടിരു

ന്നില്ല എന്നതാണ് വാസ്തവം. തിരക്കുപിടിച്ച പ്രാക്ടീസിനിടയ്ക്ക് സമയം കിട്ടിയില്ല. മാത്രമല്ല. അത്തരം ചിന്തകൾ അപകടകരമായി കരുതി. അതിനയാളെ പ്രേരിപ്പിച്ചത് ഏറെ ചിന്തിക്കുകയും വൈകാരികമായി പ്രതികരിക്കുകയും ചെയ്ത തന്റെ സഹോദരിയുടെ അനാകർഷക ജീവിതരീതികളാണ്.

ആഹാരം കഴിക്കുക, പണിയെടുക്കുക, രമിക്കുക, ഉല്ലസിക്കുക, ഉറങ്ങുക - അതാണു ഡോക്ടറുടെ രീതി. അവയെക്കുറിച്ചും അയാൾ ഉൽക്കണ്ഠപ്പെട്ടില്ല. കാരണം ഒന്നിനും ബുദ്ധിമുട്ടേണ്ടിവന്നില്ല.

സൗഹൃദസദസ്സുകളിൽ സ്നേഹത്തിന്റെ ശരീരശാസ്ത്രമാണ് ഡോക്ടറുടെ ഇഷ്ട വിഷയം. ഒരേ സ്ത്രീയോട് ആവർത്തിച്ചു രമിക്കുമ്പോഴുള്ള മടുപ്പ്, ഏറെ ഇണകളുടെ ആവശ്യകത, സ്വന്തം ഭാര്യയോടു മാത്രം ഇടപെട്ടു ജീവിതം തള്ളിനീക്കുന്ന ഹതഭാഗ്യർ തുടങ്ങിയ വിഷയങ്ങൾ സംസാരിച്ചാൽ മതിവരില്ല. വസ്തുതകളുടെ രൂപത്തിൽ നിരത്തുന്ന ആ അഭിപ്രായങ്ങൾക്ക് ഇണങ്ങുന്ന ജീവിതമാണ് അയാളുടേത്. കഴിയുന്നത്ര സ്ത്രീകളോട് അടുത്തിടപഴകി. സുഖങ്ങൾ വിലകൊടുത്തു വാങ്ങാനും ചുറ്റിക്കളികളിൽ ഏർപ്പെടാനും മടിച്ചില്ല. റെയിഡുകളിലും മറ്റും പിടിക്കപ്പെട്ടത് പലപ്പോഴും വാർത്തയായി. എന്നാൽ അതൊന്നും അയാളെ സ്വാധീനിച്ചില്ല. ഡോക്ടർ എന്ന നിലയ്ക്കുള്ള പ്രശസ്തിയുടെ കാര്യത്തിൽ മാത്രമേ ജനാഭിപ്രായത്തിന് വില നല്കിയുള്ളൂ.

തന്റെ വിക്രിയകളെക്കുറിച്ചു ഭാര്യയ്ക്ക് അറിയാമെന്ന് അഭിമാനത്തോടെയാണ് ഡോക്ടർ പറയുക. ഭാര്യയുടെ ആൺസുഹൃത്തുക്കളെക്കുറിച്ച് എന്തുകൊണ്ടോ പരാമർശിക്കില്ല.

തന്റെ സഹോദരിയും അവരുടെ മകനും പ്രായോഗികബുദ്ധി സ്വന്തമാക്കാത്തതിൽ പലപ്പോഴും അയാൾ ഖേദം പ്രകടിപ്പിച്ചു. ആഴമുള്ള സ്നേഹബന്ധങ്ങൾ വിഡ്ഢിത്തമാണെന്നും അതിവൈകാരികതയും ലജ്ജാശീലവും ഇക്കാലത്ത് പെൺകുട്ടികൾക്കുപോലും യോജിച്ചതല്ലെന്നും തന്നെയും ഭാര്യയെയും മാതൃകയാക്കണമെന്നും ഡോക്ടർ പലപ്പോഴും തമാശരൂപത്തിൽ ശിവദാസിനെ ഉപദേശിച്ചു.

അമ്മയ്ക്കുള്ള സ്നേഹം അമ്മയ്ക്കും ഭാര്യയ്ക്കുള്ള സ്നേഹം ഭാര്യയ്ക്കും നല്കാൻ എളുപ്പമാണ്. എന്നാൽ അത് അവർ ഇരുവരെയും ധരിപ്പിക്കുക അസാദ്ധ്യമാണ്. ദിനവും, കുറച്ചുനിമിഷങ്ങൾ അമ്മയോടു സംസാരിച്ചിരുന്നശേഷം മുകളിൽ ഗീതയുടെ അരികിലെത്തുമ്പോൾ ആ സത്യം ശിവദാസ് നേരിട്ടനുഭവിക്കുന്നു.

ഇന്നും അതുണ്ടായി, ഉന്മേഷം ബാക്കിനിന്നതുകൊണ്ടാവാം, കണ്ടില്ലെന്നു നടിച്ച് വേഷം മാറുന്നതിനിടയിൽ സുരക്ഷിതമായ ഒരു വിഷയം അയാൾ എടുത്തിട്ടു. “നീയിന്നത്തെ പത്രം കണ്ടോ?” അല്പം വൈകിയാണ് മറുപടി കിട്ടിയത്. “കണ്ടു.” തുടരുന്നതിൽ താല്പര്യം

ഇല്ലെന്നുതോന്നി. എങ്കിലും പറഞ്ഞു: "നമ്മുടെ ഡോക്ടറുടെ വിദേശ പര്യടനത്തിന്റെ കാര്യമുണ്ട്."

കിടക്കാനൊരുങ്ങുമ്പോൾ വിഷയത്തിലേക്കു മടങ്ങിയതു ഗീതയാണ്. "കൊണ്ടുവരേണ്ട സാധനങ്ങളുടെ ലിസ്റ്റ് ചോദിച്ചു. എന്തെങ്കിലും വേണമെങ്കിൽ...എനിക്കു വേണ്ടതൊക്കെ എഴുതിക്കഴിഞ്ഞു..."

"വേണ്ട, പ്രത്യേകിച്ചൊന്നും വേണ്ട... പിന്നീടാവട്ടെ..." സാധനങ്ങളോട് – വിദേശ നിർമ്മിത വസ്തുക്കളോടു ശിവദാസിനു ഭ്രമം തോന്നിയില്ല. അവ ഉപയോഗിച്ചിരുന്നു വിദ്യാർത്ഥിയായിരുന്ന കാലത്ത്. ഇപ്പോൾ ഉപയോഗിക്കാറില്ല. ബോധപൂർവ്വം.

ഗീത അങ്ങനെയൊരു ലിസ്റ്റ് തയ്യാറാക്കുമെന്ന് ശിവദാസ് കരുതിയതല്ല. കാരണം, ഡോക്ടറോടുള്ള അവളുടെ സമീപനം അത്തരത്തിലായിരുന്നു. അസൂയയും അപകർഷബോധവും ജന്മം കൊടുക്കുന്ന ഒരു തരം പക മനസ്സിൽവച്ചാണ് ഗീത ഡോക്ടർ പ്രസാദിനോടു ഇടപെടുക. അമ്മയോടും ഡോക്ടറുടെ ഭാര്യയോടും ഉള്ള സമീപനത്തിന്റെ തുടർച്ചയോ ഭാഗമോ ആണ് അതെന്നായിരുന്നു ശിവദാസിന്റെ വിശ്വാസം.

ശിവദാസിന്റെ വീട്ടുകാർ തന്നെ പരിഗണിക്കുന്നില്ലെന്നും താൻ സമ്പന്നകുടുംബാംഗമല്ലാത്തതാണ് കാരണമെന്നും ഗീത ശിവദാസിനോട് പലപ്പോഴും പരാതിപ്പെട്ടു. അതു വെറും തോന്നൽ ആണെന്നും ആരും അങ്ങനെ ചിന്തിക്കാനിടയില്ലെന്നും ആദ്യമൊക്കെ അയാൾ പറഞ്ഞു. പരാതി രൂപം മാറി മാറി വന്നുതുടങ്ങിയപ്പോൾ മറുപടി പറയുന്ന സ്വഭാവം ശിവദാസ് ഉപേക്ഷിച്ചു. പകരം ഗീത പറയുന്നതെല്ലാം കേട്ടിരിക്കും.

ഏറെ സമയം വീടിനുള്ളിൽ ഒറ്റയ്ക്കു കഴിച്ചുകൂട്ടേണ്ടിവരുന്നതു കൊണ്ടാണ് ഇങ്ങനെ ചിന്തിക്കുന്നതെന്നും സ്വന്തമായി വരുമാനം ഇല്ലാത്തത് ഗീതയെ അലട്ടുന്നുണ്ടെന്നും അയാൾക്കു പലപ്പോഴും തോന്നി. ഒരു ബ്യൂട്ടി പാർലർ തുടങ്ങാൻ ഗീത താല്പര്യം കാട്ടിയപ്പോൾ അനുമതി നല്കിയതും വേണ്ടതൊക്കെ ചെയ്തുകൊടുത്തതും ആ തോന്നലിന്റെ ഫലമാണ്. അയാൾക്കു താല്പര്യം ഉണ്ടായിരുന്ന ഒന്നല്ല, ബ്യൂട്ടി പാർലർ. എങ്കിലും നഗരത്തിലെ ഏറ്റവും ആധുനിക സജ്ജീകരണങ്ങളോടുകൂടിയ ഒന്നാവണമെന്ന് നിർബ്ബന്ധമുണ്ടായി. നഗരഹൃദയത്തിൽത്തന്നെ കെട്ടിടം കണ്ടെത്തി. ഉപകരണങ്ങൾ വാങ്ങാനും പരസ്യം ചെയ്യാനും ശിവദാസ് നേരിട്ടു ശ്രദ്ധിച്ചു.

ബ്യൂട്ടിപാർലർ തുടങ്ങിയ ശേഷം ഗീതയ്ക്ക് ഒന്നിനും സമയം തികഞ്ഞില്ല. തിരക്കു പിടിച്ചുള്ള ഭാവചലനങ്ങൾ അവൾക്കുതന്നെ അപരിചിതമായിത്തോന്നി. കൂടുതൽ ശ്രദ്ധവേണ്ട ചില സംഗതികളേ ഗീതയ്ക്കു ചെയ്യേണ്ടിവന്നുള്ളു. അവ വിട്ട് മേൽനോട്ടം മാത്രം നിർവ്വഹിച്ചാലും മതി. പണിയെടുക്കാനെത്തിയ ആറുപേരും സമർത്ഥകളായിരുന്നു. ഏതു സൗന്ദര്യപ്രശ്നവും പരിഹരിക്കാമെന്ന ആത്മവിശ്വാസം ഉണ്ടായിരുന്ന

അവർക്ക് ജോലിത്തിരക്ക് ഒരുതരം സുഖമാണു പകർന്നത്. അതവരുടെ പരമ്പരാഗത തൊഴിലായിരുന്നില്ലല്ലോ. മാത്രമല്ല, അവർക്കൊന്നും അതു ജീവിതമാർഗ്ഗം ആയിരുന്നില്ല. സമയം പോയിക്കിട്ടാനും സാമൂഹ്യബന്ധങ്ങൾ കണ്ടെത്താനുമുള്ള വേദിയായിരുന്നു അവർക്കത്.

അസൂയ ഗീതയുടെ ജീവിതത്തിന്റെ ഭാഗമായി മാറിയ ഒന്നാണെന്ന് ശിവദാസിന് പലപ്പോഴും തോന്നി. അയാളുടെ സ്നേഹം പങ്കിട്ടുപോകുന്നത് ഗീത ഇഷ്ടപ്പെട്ടില്ല. ശിവദാസിനോട് അടുപ്പമുള്ള എല്ലാവരും ഗീതയ്ക്ക് 'ഭീഷണി' യായി. അമ്മ, ഡോക്ടർ പ്രസാദ്, അയാളുടെ ഭാര്യ അങ്ങനെ എല്ലാവരും. ഇതിൽ ഡോക്ടറുടെ ഭാര്യയോടുള്ള ഗീതയുടെ പക പ്രാകൃതമായിരുന്നു. അവർ ഒരു പുതിയ വസ്ത്രമണിഞ്ഞാൽ അതവർക്കു യോജിക്കുന്നുണ്ടോ എന്നു പറഞ്ഞുകൊടുക്കേണ്ട ചുമതല തന്റേതാണെന്നു ഗീത കരുതി. വസ്ത്രം, ആഭരണം അല്ലെങ്കിൽ ഹെയർസ്റ്റൈൽ ഇണങ്ങുന്നില്ലെന്നു മാത്രമേ ഗീത പറഞ്ഞ് ശിവദാസ് കേട്ടിട്ടുള്ളു. ഡോക്ടറുടെ ഭാര്യ ഗീതയോടു തിരിച്ച് ഇതേ സമീപനം കാട്ടിയത് ശിവദാസിനെ ചിന്തിപ്പിച്ച സംഗതിയാണ്.

## രണ്ട്

**സ്വ**ന്തം പെരുമാറ്റത്തിൽ അസൂയ ബോധപൂർവ്വം ഒഴിവാക്കാൻ ശ്രമിച്ചതുകൊണ്ടാവാം, അതിന്റെ കറപുരണ്ട ചലനങ്ങളും വാക്കുകളും ശിവദാസ് എന്നും അസ്വസ്ഥതയോടെ തിരിച്ചറിഞ്ഞു.

ഗീത മാറിമാറിവരുന്ന ഫാഷനുകൾക്കു പിറകെ പോകുമ്പോഴും താൻ സാധാരണ വേഷങ്ങളിൽ ഒതുങ്ങിക്കൂടുന്നതിൽ ഗീത ആനന്ദം കണ്ടെത്തുന്നുണ്ടെന്നാണ് ശിവദാസിന്റെ കണ്ടെത്തൽ.

ആത്മഹത്യ ചെയ്യനെത്തുന്നവരെ ശിവദാസിന് എന്നും മതിപ്പാണ്. സാധാരണക്കാരിൽ കാണാത്ത സ്നേഹത്തിന്റെ ചില അപൂർവ്വ അംശങ്ങൾ അവരിലുണ്ടെന്ന് അയാൾ വിശ്വസിച്ചു. സ്വയം കൊല്ലാനൊരുങ്ങുമ്പോഴും മറ്റുള്ളവർക്കായി സ്നേഹവും കാരുണ്യവും അവർ ബാക്കി വയ്ക്കുന്നു. ശിവദാസിന്റെ നിരീക്ഷണത്തിൽ സ്വയം കൊല്ലുന്നവർ ആ കൃത്യം തങ്ങൾക്കായല്ല മറിച്ച് ജീവിച്ചിരിക്കുന്നവർക്കുവേണ്ടിയാണു ചെയ്യുന്നത്. സ്വയം കരുണ കാട്ടാൻ കഴിയുന്ന ഒരാൾക്ക് എങ്ങനെ ആത്മഹത്യ ചെയ്യാൻ കഴിയും? മറ്റുള്ളവരോടു പൊറുക്കാൻ കഴിയാത്ത ഒരാൾക്ക് ജീവൻ വേർപെടുത്തുംമുമ്പ് "എന്റെ മരണത്തിന് മറ്റാരും ഉത്തരവാദിയല്ലെന്ന്" എങ്ങനെ രേഖപ്പെടുത്താനാവും? സമാനമായ ചോദ്യങ്ങൾ ആത്മബലി നടത്തുന്നവരോടുള്ള ശിവദാസിന്റെ അനുരാഗം വർദ്ധിപ്പിച്ചു.

"ഓമനിച്ചു വളർത്തുന്ന പട്ടിക്കു പേ പിടിച്ചാൽ വെടിവച്ചുകൊല്ലു

ന്നയാൾ എന്നെങ്കിലും ആത്മഹത്യ ചെയ്താൽ അത്ഭുതപ്പെടാനില്ല." ശിവദാസ് വിശദീകരിക്കാറുണ്ട്. "മറ്റുള്ളവർക്ക് പേ പിടിപെടാതിരിക്കാനും നായ കഷ്ടപ്പെടാതിരിക്കാനുമാണത്രെ കൊല്ലുന്നത്. സെന്ററിലെത്തുന്ന പലരും ആത്മഹത്യ ന്യായീകരിക്കുന്നതും ഇതേ രീതിയിലാണ്. മറ്റുള്ളവർക്ക് ശല്യമാകാതിരിക്കാൻ വേദനകളിൽനിന്നു രക്ഷനേടാൻ..." ശിവദാസ് തുടരുക ചെറുതായി ചിരിച്ചുകൊണ്ടാണ്. പേ പിടിച്ച പട്ടിയെ കൊല്ലുന്നത് മറ്റുള്ളവരെ രക്ഷിക്കാനാണ്. പട്ടിയെ വേദനയിൽനിന്നു കര കയറ്റാനാണെന്ന പറച്ചിൽ കൊല ന്യായീകരിക്കാൻ വേണ്ടിയുള്ളതാണ്.

"സ്വയംഹത്യകളിൽ സംഭവിക്കുന്നത് ഇതുതന്നെ. സ്വന്തം നിസ്സഹായത മറ്റുള്ളവർക്കു ഭാരമാകാതിരിക്കാൻ അവർ സ്വയം കൊല്ലുന്നു. വേദനകളിൽനിന്നു രക്ഷപ്പെടാനാണെന്ന വിശദീകരണം അവരെയും മറ്റുള്ളവരെയും തൃപ്തിപ്പെടുത്തുന്നു. ഏതുതരം ആത്മഹത്യയും സമൂഹത്തിനു വേണ്ടിയാണ്; എല്ലാ സ്വയം ഹത്യകൾക്കും ഉത്തരവാദി സമൂഹമാണ്."

സെന്ററിൽ നടക്കുന്ന ആത്മഹത്യകൾക്കു കണ്ണീരോടെ സാക്ഷിയാകാറുള്ള ബന്ധുക്കളുടെയും സുഹൃത്തുക്കളുടെയും ദു:ഖം കണ്ടു നില്ക്കാൻ ശിവദാസിനു കഴിയില്ല. എങ്കിലും അത്തരം രംഗങ്ങൾ തന്നെ സ്പർശിച്ചിരുന്ന കാലം ഉണ്ടായിരുന്നെന്നും ഇപ്പോൾ അത്തരം രംഗങ്ങൾ തന്നെ സ്പർശിക്കാറില്ലെന്നും അയാൾ പറയും. സ്നേഹപ്രകടനത്തിന്റെ അത്തരം ദു:ഖനിമിഷങ്ങൾ അർത്ഥമില്ലാത്തവയാണെന്നാണു ശിവദാസിന്റെ വാദം. ബന്ധുക്കളും സുഹൃത്തുക്കളും അത്തരം വേർപാടുകളിൽ ആശ്വസിക്കുകയാണെന്നും അതു മറച്ചുപിടിക്കാനുള്ള അബോധശ്രമമാണ് അവരുടെ കരച്ചിലെന്നുമാണ് ശിവദാസിന്റെ കണ്ടുപിടുത്തം. അത്തരം ദു:ഖങ്ങൾ നീണ്ടുനില്ക്കാത്തത് അതുകൊണ്ടാണെന്ന് അനുഭവം ഉദാഹരണമാക്കി അയാൾ കൂട്ടിച്ചേർക്കും: "നിങ്ങൾക്കറിയില്ല ആദ്യവർഷങ്ങളിൽ എന്നെ ഉലച്ചത് ആത്മഹത്യ ചെയ്യുന്നവരല്ല, ഒപ്പമെത്തുന്ന ബന്ധുക്കളാണ്." സെന്ററിൽ നടക്കുന്ന ആത്മഹത്യകളെ 'മെഴ്സി കില്ലിങ്' ആയി കണ്ട നാളുകൾ... ദയാവധം എന്ന സങ്കല്പത്തിലെ ദയയുടെയും സ്നേഹത്തിന്റെയും പരിവേഷമാണ് സെന്റർ തുടങ്ങാൻ പ്രേരകമായ ഘടകങ്ങളിലൊന്ന്. ആത്മഹത്യകൾ ജീവിച്ചിരിക്കുന്നവരുടെ സുഖത്തിനു വേണ്ടിയാണെന്നു പിന്നീടാണു തോന്നിയത്...മുമ്പ് കാണാൻ വിട്ടുപോയ പലതും ആ ചിന്ത എന്റെ ശ്രദ്ധയിൽപ്പെടുത്തി."

"ക്യാൻസർ കൂടാതെ കടുത്ത ആസ്ത്മയും ഡയബറ്റിസും അയാളെ അലട്ടിയിരുന്നു. മരുന്നുകൾകൊണ്ട് ഒന്നിലും മാറ്റം വരാത്ത അവസ്ഥ. ആയുസ്സ് എന്നുവരെയെന്ന് ഡോക്ടർമാർ കണക്കുകൂട്ടി പറഞ്ഞു. കാത്തിരിക്കാൻ അയാൾ തയ്യാറായില്ല. ഒപ്പമുണ്ടായിരുന്നത് ഭാര്യയും കുട്ടിയും. പ്രേമവിവാഹം കഴിഞ്ഞ് അഞ്ചുവർഷം പിന്നിട്ടതേ

യുള്ളു. കൂടെ മറ്റാരും ഉണ്ടായിരുന്നില്ല."

"ക്യാൻസറിനുള്ള 'കീമോതെറാപ്പി' കാരണം അയാളുടെ മുടി യാകെ പൊഴിഞ്ഞിരുന്നു. അതു താങ്ങാനാവാതെ ഭാര്യ സ്വന്തം മുടി ഉപേക്ഷിച്ചിരുന്നു. കുട്ടിയുടേതും തദനുഭൂതിയുടെയും ഉദാത്തസ്നേഹ ത്തിന്റെയും പ്രതീകമായി മുടിയില്ലാത്ത ആ തലകളെ ഞാൻ കണ്ടു. അറിയാവുന്നവരോടൊക്കെ പറഞ്ഞുനടന്നു."

"തിരുത്തിപ്പറയാൻ പ്രേരിപ്പിച്ച സംഭവം ഒരു വർഷം കഴിഞ്ഞാണ്. ബീച്ചിൽവച്ച് ആ കഥയിലെ നായിക എന്നെ തിരിച്ചറിഞ്ഞ് അടുത്തേക്കു വന്നു. പിന്നെ, പുതിയ ഭർത്താവിനെ പരിചയപ്പെടുത്തി. യാത്രപറഞ്ഞ് തിരിഞ്ഞുനടക്കുമ്പോൾ അവർ രണ്ടുപേരുടെയും തലമുടിയിൽ എന്റെ കണ്ണുകൾ ഉടക്കി. ഷാംപൂവിന്റെ പരസ്യംപോലെ അവരുടെ മുടി കടൽക്കാറ്റിൽ പാറിപ്പറന്നു."

ഡോക്ടർ പ്രസാദിന്റെ ചില സ്വഭാവങ്ങളെ വെറുത്തെങ്കിലും ജീവിതവിജയം നേടിയ ഒരാളായാണ് ശിവദാസ് ഡോക്ടറെ കണ്ടത്. ഡോക്ടർ തമാശയായി പറയുന്ന കാര്യങ്ങളെക്കുറിച്ചുപോലും ശിവദാസ് ഗൗരവമായി ചിന്തിച്ചു - വിശേഷിച്ച് തന്നെക്കുറിച്ചുള്ള ഡോക്ടറുടെ അഭിപ്രായങ്ങളെപ്പറ്റി. കാരണം, തന്നെക്കുറിച്ചുള്ള ശിവദാസിന്റെ സ്വകാ ര്യചിന്തകൾ പലതും സമാന ദിശകളിൽ സഞ്ചരിച്ചു. ജീവിതത്തോടുള്ള തന്റെ സമീപനം അപ്രായോഗികവും കൗമാരപ്രായക്കാരുടേതിനു തുല്യ വുമാണെന്ന് പലപ്പോഴും അയാൾക്കു തോന്നി. പ്രായോഗികത, പക്വത, സ്ഥിരത എന്നിവ അവകാശപ്പെടാവുന്ന പെരുമാറ്റം അയാളിൽനിന്ന് എന്നും അകന്നുനിന്നു.

അപരിചിതർക്കു നേരിടുന്ന ദുരന്തങ്ങളും അപകടങ്ങളും തന്നെ ദു:ഖിപ്പിക്കേണ്ടവയല്ലെന്നും 'തളംകെട്ടിയ' ദു:ഖകഥകൾ പറയുന്ന പത്ര പംക്തികൾ കണ്ട് തന്റെ മനസ്സ് ഉരുകേണ്ടതില്ലെന്നും ശിവദാസിന് നന്നായി അറിയാം. എന്നാൽ അവയൊക്കെ എപ്പോഴും അയാളുടെ ശ്രദ്ധ പിടിച്ചെടുക്കുകയും മന:സമാധാനം കെടുത്തുകയും ചെയ്തു.

വ്യക്തിബന്ധങ്ങൾ ഒരുതരം അഡ്ജസ്റ്റുമെന്റുകൾ മാത്രമാണെന്നും മറ്റുള്ളവരോടു പൊരുത്തപ്പെട്ടുപോകണമെങ്കിൽ അവരുടെ ആത്മാർത്ഥ തയെക്കുറിച്ച് ചിന്തിക്കാതിരിക്കണമെന്നും അയാൾക്കറിയാം. എന്നാൽ അഡ്ജസ്റ്റുമെന്റുകൾക്ക് അപ്പുറത്തുള്ള സ്നേഹത്തിൽ ശിവദാസിന്റെ മനസ്സ് ഉടക്കിക്കിടന്നു.

സ്വാർത്ഥതയുടെ ഒരു കണികപോലും അയാളുടെ ശ്രദ്ധയിൽപ്പെ ടാതെ പോയില്ല.

ഉപാധികളില്ലാത്ത സ്നേഹം പ്രതീക്ഷിച്ചുനടക്കുന്നത് ഒരു പിടി വാശിപോലെ അർത്ഥശൂന്യമാണെന്ന് ശിവദാസിനറിയാം. എന്നാൽ, എപ്പോഴെങ്കിലും സമാധാനം കണ്ടെത്താൻ കഴിയുമെങ്കിൽ അതു സ്നേ

ഹത്തിന്റെ പൂർണ്ണതയിൽ മാത്രമാണെന്ന് ശിവദാസിന് ഉറപ്പായിരുന്നു.

മിക്ക അന്വേഷണങ്ങളും സ്നേഹത്തിന്റെ വഴിക്കു സഞ്ചരിച്ചിരുന്നതുകൊണ്ടാവാം നിരുന്മേഷവാനും ചിന്തകളിൽ മുഴുകിനടക്കുന്ന ആളുമായാണ് ശിവദാസ് കാണപ്പെട്ടത്. അയാളുടെ പെരുമാറ്റത്തിൽ സൗഹൃദത്തിന്റെ അംശങ്ങൾ കണ്ടെത്താനാവാതെ പലരും നിരാശപ്പെട്ടു.

ശിവദാസിനോട് അടുത്തവർ കുറവായിരുന്നു. അടുത്തവർക്കാവട്ടെ ആ അടുപ്പം മുന്നോട്ടു കൊണ്ടുപോകാൻ ഏറെ പണിപ്പെടേണ്ടിവന്നു. ബന്ധങ്ങളുടെ സ്വച്ഛന്ദ പ്രവാഹത്തിന് ആവശ്യമായ ആചാരമര്യാദകളും കൊച്ചുകൊച്ചു തമാശകളും അയാൾക്ക് അജ്ഞാതമായിരുന്നു. അല്ലെങ്കിൽ അവയെ എന്തുകൊണ്ടോ അയാൾ കാര്യമായി എടുത്തില്ല. പരിചിതരെ കാണുമ്പോൾ ഒരു ചിരി സമ്മാനിക്കാനോ സാധാരണ എല്ലാവരും ചെയ്യുന്നതുപോലെ സംഭാഷണങ്ങൾക്കിടയിൽ വെറുതെ ഒന്നു ചിരിക്കാനോ അയാൾ സത്യത്തിൽ ഏറെ ബുദ്ധിമുട്ടി.

ആരോടെങ്കിലും ഒരു സാധാരണ സഹായം അഭ്യർത്ഥിക്കാനോ ആവശ്യപ്പെടാനോ  തനിക്കു സഹായം ചെയ്യുന്നവർക്ക് നന്ദിപറയാനോ അയാൾക്ക് എളുപ്പമായിരുന്നില്ല. അതേസമയം എത്രതന്നെ ബുദ്ധിമുട്ടിയും സഹായങ്ങൾ ചെയ്യാൻ അയാൾ ഒരുക്കമാണ്. പക്ഷേ അതറിയാവുന്ന ഏക വ്യക്തി അയാൾ മാത്രമാണ്.

വിദ്യാർത്ഥിയായിരിക്കുമ്പോൾ ശിവദാസിന്റെ സ്വഭാവം കുറച്ചെങ്കിലും വഴക്കമുള്ളതായിരുന്നു. അക്കാലത്ത് ഉണ്ടാക്കിയെടുത്ത ബന്ധങ്ങളിൽ ചിലത് തുടർന്നുകൊണ്ടുപോകാൻ ഇപ്പോഴും അയാൾ ശ്രദ്ധ വയ്ക്കുന്നു. ചിലപ്പോൾ അവയും വലിയ ഭാരവും നിരർത്ഥകവുമായി അയാൾക്കു തോന്നും. ആ തോന്നൽ മുന്നിട്ടുനില്ക്കുന്ന അവസരങ്ങളിൽ അയാൾ സൗഹൃദ സന്ദർശനങ്ങൾ ഒഴിവാക്കുന്നു. കത്തുകൾക്ക് മറുപടി അയയ്ക്കാൻ മറന്നുപോകുന്നു. അയാളുപയോഗിക്കുന്ന ടെലിഫോണിന്റെ ബില്ലിൽ കാര്യമായ കുറവു വരുന്നു. അത്തരം ഇടവേളകളിൽ, അടുപ്പം ഉള്ളവരും അവരുമായി ബന്ധപ്പെട്ട അനുഭവങ്ങളും അയാളുടെ  മനസ്സിൽ വന്നുപൊയ്ക്കൊണ്ടിരിക്കും. സ്നേഹത്തിന്റെ സ്നേഹശൂന്യതയുടെ, സ്വാർത്ഥതയുടെ കണക്കെടുപ്പ് അപ്പോഴാണ്.

ഗീതയോടുള്ള ബന്ധത്തിൽ ശിവദാസിന്റെ ഈ ശീലം പ്രശ്നം സൃഷ്ടിക്കുക പതിവാണ്. ചിലപ്പോൾ മാസങ്ങൾതന്നെ അയാൾ ഗീതയോടു സംസാരിക്കില്ല. അതു ഗീതയെ അസ്വസ്ഥയാക്കും. എന്നാൽ ഗീത കാരണം തേടാറില്ല. ഗീതയുടെ മനോഘടന അങ്ങനെ ചിന്തിപ്പിക്കുന്ന ഒന്നല്ല.

ശിവദാസ് എപ്പോഴും കൂടുതൽ പ്രതീക്ഷിച്ചു. ഗീതയുടെ പെരുമാറ്റം അയാളുടെ പ്രതീക്ഷയേക്കാൾ ഉയർന്നത് കിടക്കയിൽ മാത്രമാണ്. കിടക്കയിലെ അവളുടെ പ്രകടനങ്ങൾ ശിവദാസിനെ പലപ്പോഴും അത്ഭുത

പ്പെടുത്തി.

"സാമ്പത്തിക അസമത്വംതന്നെയാണ് ഏറ്റവും വലിയ പ്രശ്നം. ഈ പോക്കാണെങ്കിൽ മാറ്റം ഒരിക്കലും ഉണ്ടാവില്ല." മൂർത്തി തന്റെ ഇഷ്ടവിഷയം എടുത്തിട്ടു. "സമ്പന്നനായ നിങ്ങൾക്കറിയില്ല ഏറ്റവും ക്രൂരനായ ഏകാധിപതിയാണ് ദാരിദ്ര്യം, അടിച്ചമർത്തൽ. ഒരു തരം വരിഞ്ഞുകെട്ടൽ. എങ്ങോട്ടും തിരിയാനാവാത്ത ഞെരിപിരികൊള്ളുന്ന അവസ്ഥ. എല്ലിന്റെയും മാംസപേശികളുടെയും തലച്ചോറിന്റെയും വളർച്ച മുരടിപ്പിക്കുന്ന പോഷകാഹാരക്കുറവിന്റെ മാത്രം പ്രശ്നമല്ലത്.

"ശരീരശാസ്ത്രപരമായ അടിച്ചമർത്തൽ മാത്രമല്ല. സാമൂഹ്യശാസ്ത്രപരവും മന:ശാസ്ത്രപരവുമായ അടിച്ചമർത്തലാണ്... സമ്പന്നത വിവേചനങ്ങളെയാകെ അതിജീവിക്കുന്നു. ദാരിദ്ര്യം വിവേചനങ്ങളെ ഇരട്ടിപ്പിക്കുന്നു....നിങ്ങൾക്കറിയില്ല, ക്ഷയരോഗം വന്ന് അമ്മ മരിച്ചത് തക്കസമയത്തു ചികിത്സകിട്ടാത്തതുകൊണ്ടാണ്. അന്നെനിക്ക് അഞ്ചു വയസ്സു തികഞ്ഞിട്ടില്ല... ഓർത്തുനോക്ക്, ചികിത്സയ്ക്കു പണമില്ലാതെ ഒരാൾ മരിക്കുകയെന്നുവച്ചാൽ... ഇന്നും ഇവിടെ ഓരോ മിനിട്ടിലും ഒരാൾ ക്ഷയരോഗം വന്നു മരിക്കുന്നു. ചികിത്സ ഇല്ലാഞ്ഞല്ല. പണമില്ലാഞ്ഞിട്ട്. പനിപിടിച്ചുമരിക്കുന്നവരുടെ എണ്ണം എത്രയെന്നറിയ്യോ? വർഷംതോറും മഞ്ഞും മഴയും താങ്ങാനാവാതെ ഏറെപേർ മരണമടയുന്നത് എന്തുകൊണ്ടാണ്? പണിയെടുക്കുന്ന കുട്ടികളുടെ എണ്ണം ദിനംതോറും വർദ്ധിക്കുന്നത്? അവർക്കു വിദ്യാഭ്യാസം കിട്ടാതെപോകുന്നത്?... നാം വയോജനവിദ്യാഭ്യാസത്തിന് കൂടുതൽ പ്രാധാന്യം കൊടുക്കുന്നത്?..."

സമ്പന്നരെ തന്റെ വർഗ്ഗശത്രുക്കളായി കണ്ട മൂർത്തി സമ്പന്നരുമായി ബന്ധപ്പെട്ടതെല്ലാം വെറുത്തു. ശിവദാസിനൊപ്പം കാറിൽ സഞ്ചരിക്കാനോ ബാറിലോ മുന്തിയ ഹോട്ടലുകളിലോ കയറാനോ ഇന്നോളം മൂർത്തി തയ്യാറായിട്ടില്ല. സമ്പന്നവർഗ്ഗവിരോധം വ്യക്തിപരമായ ഒരു ശാഠ്യംപോലെ മൂർത്തി താലോലിച്ചുനടന്നു.

ജീവിതമാർഗ്ഗമെന്ന നിലയിൽ കമ്പ്യൂട്ടർ ലോകത്ത് എത്തിയ കഥ വിവരിക്കുമ്പോൾ മൂർത്തി കൂടുതൽ വികാരഭരിതനാവും. അപ്പോൾ മുപ്പതാം വയസ്സിലും അമ്പതു കിലോ ഭാരവും അഞ്ചടി ഉയരവുമുള്ള മൂർത്തിയുടെ കഴുത്തിൽ തൊണ്ടയുടെ ഭാഗത്തായി അസാധാരണ ചലനങ്ങൾ ഉണ്ടാകുന്നതും കണ്ണുകൾ പുറത്തേക്കു തള്ളുന്നതും പലപ്പോഴും ശിവദാസിനെ അസ്വസ്ഥനാക്കി.

ഇപ്പോഴവർ ബീച്ചിലൂടെ നടക്കുകയാണ്. ഈയിടെ ശിവദാസിന്റെയും മൂർത്തിയുടെയും വൈകുന്നേരങ്ങൾ നടന്നുതീരുന്നു.

വിദ്യാർത്ഥിയായിരുന്നപ്പോഴും പിന്നീട് ആവേശപൂർവ്വം ജോലി മാത്രം ശ്രദ്ധിച്ചുനടന്നപ്പോഴും സായാഹ്നയാത്രകൾ ശിവദാസ് ഒഴിവാക്കിയില്ല. അന്ന്, കൂടെ സുഹൃത്തുക്കളുണ്ടാവും. ചിലപ്പോൾ

പെൺസുഹൃത്തുക്കൾ.

പതിവായി ഒപ്പമുണ്ടായിരുന്നത് കൃഷ്ണൻ ആചാരിയാണ്. താഴ്ന്ന ക്ലാസ്സുമുതൽ ഒരുമിച്ചു പഠിച്ച ആചാരിയുടെയും ശിവദാസിന്റെയും താല്പര്യങ്ങൾ പലതും ഒരേ ദിശയിൽ സഞ്ചരിച്ചു. ആചാരിയുമായുള്ള കൂട്ടുകെട്ടിന് മങ്ങലേറ്റത് 'ആത്മഹത്യ ഗൈഡു'കളുടെ ലോകത്തേക്കു ശിവദാസ് തിരിഞ്ഞപ്പോഴാണ്.

താൻ തന്ത്രശാലിയാണെന്നു പറഞ്ഞു കേൾക്കാനാണ് ഡോക്ടർ പ്രസാദിനു താല്പര്യം. വിദേശപര്യടനത്തിനു പോയപ്പോഴും അതു പ്രകടമായി. തിരിച്ചപ്പോൾ ബന്ധുക്കളെയോ സുഹൃത്തുക്കളെയോ കൂട്ടിയില്ല. ചോദിച്ചവരോടു സാമ്പ്രദായിക യാത്രയയപ്പിൽ വിശ്വാസമില്ലെന്ന മട്ടിൽ ഡോക്ടർ എന്തൊക്കെയോ തട്ടിവിട്ടു. ഔപചാരിക വരവേല്പ് ഒഴിവാക്കാൻ മടക്കയാത്രയും വാർത്തയാക്കിയില്ല. ഡോക്ടറുടെ കാറുമായി ഡ്രൈവർ മാത്രം കാത്തു.

ആവുന്നത്ര സാധനങ്ങളുമായാണ് ഡോക്ടർ മടങ്ങിയതെന്നും അതൊക്കെ പെൺസുഹൃത്തുക്കൾക്കു പങ്കിടേണ്ടിവരുമെന്ന ഭീതിയിലാണ് യാത്ര അയപ്പും വരവേല്പും ഒഴിവാക്കിയതെന്നും വ്യാഖ്യാനം ഉണ്ടായി.

എണ്ണമറ്റ സാധനങ്ങൾക്കൊപ്പം തന്റെ ഏക സഹോദരിയെ ഞെട്ടിക്കുന്ന വാർത്തയുമായാണ് ഡോക്ടർ എത്തിയത്. "എനിക്കന്നേ തോന്നി, അളിയനവിടെ വേറെ ഭാര്യയും ശിവദാസിന്റെ പ്രായത്തിലൊരു മകളുമുണ്ട്...." വന്നപാടെ ഒരു സാധാരണ കാര്യം പറയുന്ന മട്ടിൽ ഡോക്ടർ പ്രസാദ് തുറന്നടിച്ചു.

കേട്ടമാത്രയിൽ അയാളുടെ സഹോദരി അകത്തേക്കു പോയി. വിദേശ ഭാര്യയുടെയും മകളുടെയും വിശേഷങ്ങൾ ഡോക്ടർ വിശദീകരിച്ചപ്പോൾ കേൾക്കാൻ ഗീത മാത്രമേ ഉണ്ടായുള്ളു.

ശിവദാസിന്റെ അമ്മയെ സംബന്ധിച്ചിടത്തോളം എല്ലാ വിശ്വാസങ്ങളെയും പാടെ തകർക്കുന്നതും അസഹ്യവുമായിരുന്നു ആ വാർത്ത. താൻ എന്നന്നേക്കുമായി എല്ലാവരാലും തിരസ്കരിക്കപ്പെട്ടതായി, ക്രൂരമായി അപമാനിക്കപ്പെട്ടതായി അവർക്കു തോന്നി. എന്നാൽ, കരയുകയോ അതേക്കുറിച്ച് എന്തെങ്കിലും പറയുകയോ ചെയ്തില്ല. അവർക്കായി കൊണ്ടുവന്ന വിദേശ വസ്തുക്കളെ ഒന്നു തിരിഞ്ഞുനോക്കാൻ അവർ കൂട്ടാക്കിയില്ല.

ഗീത ടെലിഫോൺ ചെയ്തപ്പോഴാണ് ശിവദാസ് സംഗതി അറിഞ്ഞത്. ഗീത ഗൂഢമായി സന്തോഷിക്കുന്നുണ്ടെന്ന് അയാൾക്കു തോന്നി. ഓഫീസിലേക്കുള്ള ഗീതയുടെ ഫോൺ വിളി അപൂർവ്വമായ ഒന്നാണ്.

വാർത്ത ശിവദാസിന്റെ സംശയം ശരിവയ്ക്കുന്നതായിരുന്നു. എങ്കിലും അയാൾക്ക് അച്ഛനോടു പകതോന്നി. എപ്പോഴും അച്ഛനോടു

കാട്ടിയ അകൽച്ചയ്ക്കും വിദേശത്തേക്കുള്ള ക്ഷണങ്ങൾ താൻ നിരസിച്ചതിനും വിശദീകരണം കിട്ടിയതായി അയാൾക്കു തോന്നി. രാത്രി, ഗീത പതിവില്ലാതെ സംസാരിച്ചുകൊണ്ടിരുന്നു. ശിവദാസിന്റെ അമ്മയുടെ അവസ്ഥയാണു വിഷയം. അമ്മായി ആകെ തകർന്നുപോയെന്നും ഏതു സ്ത്രീയും പതറിപ്പോകുമെന്നും ഒരു പക്വമതിയെപ്പോലെ പറഞ്ഞ ഗീത എന്തിനോ വേണ്ടി തന്റെ അമ്മായിയുടെ ഭാഗത്തുനിന്നു കാര്യങ്ങൾ നോക്കിക്കണ്ടു - ആദ്യമായി.

തുടർന്നുള്ള ദിവസങ്ങളിലും ഗീതയുടെ ചേഷ്ടകളിൽ ഗൂഢ സന്തോഷം ഒളിച്ചുകളിച്ചു. ഡോക്ടറുടെ സന്ദർശനങ്ങൾ ഗീതയിൽ ഉണർത്തിയ അടക്കിയ രോഷം പെട്ടെന്ന് അലിഞ്ഞില്ലാതാവുന്നതായി ശിവദാസിനു തോന്നി.

ആചാരിയുമായി സംസാരിച്ചപ്പോൾ ശിവദാസിന് ഉണർവ്വു തോന്നി - അല്പംകൂടി ചെറുപ്പമായി പഴയ കാലത്തേക്കു മടങ്ങിച്ചെന്നപോലെ.

ഡോക്ടർ പ്രസാദും ഗീതയും തമ്മിലുള്ള പുതിയ അടുപ്പം, അച്ഛന്റെ വിദേശകുടുംബത്തെക്കുറിച്ചറിഞ്ഞ അമ്മയിലുണ്ടായ മാറ്റങ്ങൾ എല്ലാം കൂടി ശിവദാസിന്റെ കമ്പ്യൂട്ടർ താല്പര്യങ്ങൾ വീണ്ടും തട്ടിയുണർത്തി.

സുഹൃത്തായ ആചാരിയുടെ 'സോഫ്റ്റ്വേർ' നിർമ്മാണ സംരംഭവുമായി യോജിച്ചു പ്രവർത്തിക്കാൻ ശിവദാസ് തീരുമാനിച്ചത് കഴിഞ്ഞയാഴ്ചയാണ്. തന്റെ ഇപ്പോഴത്തെ തൊഴിലിനു സമാന്തരമായി വലിയ മുതൽമുടക്കില്ലാതെ ലാഭമുള്ള ഒരു ബിസിനസ് എന്ന നിലയ്ക്കായിരുന്നില്ല, അത്. എന്തുകൊണ്ടോ അങ്ങനെ തീരുമാനിക്കാൻ അയാൾ തയ്യാറായി. ഒരുപക്ഷേ, അയാളെ സംബന്ധിച്ചിടത്തോളം ആ മാറ്റം ഒഴിവാക്കപ്പെടാനാവാത്ത ഒന്നാവാം.

ആപ്ലിക്കേഷൻ സോഫ്റ്റ്വേർ നിർമ്മാണ വ്യവസായത്തിലാണ് ആചാരി മുഖ്യമായി ഏർപ്പെട്ടത്. വിദേശ കമ്പനികൾക്ക് ആവശ്യമുള്ള സവിശേഷ സോഫ്റ്റ്വേർ, വൻകിട ഡാറ്റാ എൻട്രി, പൊതുസ്വഭാവമുള്ള ജോലികൾക്കാവശ്യമായ സോഫ്റ്റ്വേർ, വാണിജ്യസംബന്ധമായ ഡാറ്റാ പ്രോസസിങ് എന്നിവയിലും ആചാരി നേടി.

തുടക്കത്തിൽ, ഒരു വിദേശക്കമ്പനിയുമായി സോഫ്റ്റ്വേർ രചനാ ഉടമ്പടിയുണ്ടാക്കാൻ ശിവദാസാണ് ആചാരിക്ക് ആത്മവിശ്വാസവും പണവും നല്കിയത്. ശിവദാസിന്റെ തിരിച്ചുവരവിൽ ആചാരി വൻ സാദ്ധ്യതകൾ കണ്ടു. സോഫ്റ്റ്വേർ രംഗത്തു ശോഭിക്കാൻ വേണ്ട കഠിനാദ്ധ്വാനവും ബുദ്ധിശക്തിയും ശിവദാസിൽ കൂടുതലാണെന്ന് ആചാരി വിശ്വസിച്ചു. എന്നാൽ ശിവദാസിൽ നിന്നുണ്ടാകാനിടയുള്ള വൻ മുതൽമുടക്ക് ഓർത്താണ് ആചാരി ആവേശംകൊണ്ടത്. തന്റെ സ്വപ്ന പദ്ധതികൾക്കു രൂപംകൊടുക്കാനുള്ള അവസരമായി ആചാരി അതിനെ കണ്ടു.

ആചാരിയുടെ തൊഴിൽ മാത്രമല്ല ജീവിതമാകെ കമ്പ്യൂട്ടറുകളുമായി ബന്ധപ്പെട്ടതാണ്. 'പെഴ്സണൽ' കമ്പ്യൂട്ടർ അയാൾക്ക് ഒഴിച്ചു കൂടാനാവാത്ത ഒന്നായിട്ട് വർഷങ്ങളായി. വിലയും വലിപ്പവും കുറഞ്ഞ കമ്പ്യൂട്ടറുകൾ സ്വന്തമാക്കാൻ അയാൾ ശ്രദ്ധിച്ചു. യാത്രാവേളകളിൽ നോട്ട്ബുക്ക് കമ്പ്യൂട്ടർ ആചാരി ഒപ്പം കൂട്ടും. കമ്പ്യൂട്ടർ ഗ്രാഫിക്സും കമ്പ്യൂട്ടർ വിനോദങ്ങളും ഇന്റർനെറ്റും ആചാരിയുടെ സമയത്തിന്റെ നല്ല ഭാഗം അപഹരിച്ചു.

കമ്പ്യൂട്ടർ കുറ്റകൃത്യങ്ങൾ, കമ്പ്യൂട്ടർ വൈറസ്, കമ്പ്യൂട്ടർ മൂലമുണ്ടാകാവുന്ന രോഗങ്ങൾ, ഇന്റർനെറ്റിന്റെ പുതിയ സാദ്ധ്യതകൾ തുടങ്ങി കമ്പ്യൂട്ടറുമായി ബന്ധപ്പെട്ട കാര്യങ്ങൾ എപ്പോഴും സംസാരിച്ചു. കൃത്രിമബുദ്ധി, ന്യൂറൽ കമ്പ്യൂട്ടർ എന്നിവ യാഥാർത്ഥ്യമാകുമെന്ന് ഉറച്ചുവിശ്വസിച്ച ആചാരി 'സംസാരിക്കുന്ന കമ്പ്യൂട്ടർ' എന്ന ആശയത്തെക്കുറിച്ചു വാചാലനാകും. 'റോബോട്ടിക്സ്' ആണ് മറ്റൊരു ഇഷ്ടവിഷയം. കഴിയുമായിരുന്നെങ്കിൽ തനിക്കു പകരം ചിന്തിക്കാനും സംസാരിക്കാനും പ്രവർത്തിക്കാനും ആചാരി കമ്പ്യൂട്ടറിനെ അനുവദിച്ചേനെ.

'ആത്മഹത്യാ ഗൈഡ്' അടുത്തുണ്ടായിട്ടും നഗരത്തിലെ ലോഡ്ജ് മുറിയിലാണ് വർഗ്ഗീസ് ജീവിതം അവസാനിപ്പിച്ചത്. 'ആത്മഹത്യ ഗൈഡി' നെ ആശ്രയിച്ചാൽ ശിവദാസും മൂർത്തിയും ഏറെ കുരുക്കുകൾ അഴിക്കേണ്ടിവരുമെന്ന ചിന്തയാവാം ലോഡ്ജിൽ എത്തിച്ചത്. എന്തായിരുന്നു വർഗ്ഗീസിന്റെ പ്രശ്നം? ശിവദാസിനോ മൂർത്തിക്കോ ഉത്തരം കണ്ടെത്താനായില്ല.

അനുശോചനയോഗത്തിൽ സെന്ററിലെ ജീവനക്കാരെ കൂടാതെ നിരവധി പേർ പങ്കെടുത്തു. "സ്നേഹിക്കാൻ അറിയുന്ന ഒരാൾ. അതായിരുന്നു വർഗ്ഗീസ്." ശിവദാസ് വികാരഭരിതനായി. വാക്കുകൾ സാവധാനം എന്നാൽ വ്യക്തമായി പുറത്തുവന്നു. "സ്വന്തം കാര്യങ്ങൾ മാറ്റിവച്ച് ആരെയും സഹായിക്കാൻ തയ്യാറായ ആ മനസ്സ് മാതൃകയാക്കേണ്ട ഒന്നാണ്. ത്യാഗം, വിട്ടുവീഴ്ച, കാരുണ്യം അതൊക്കെ വർഗ്ഗീസിന്റെ പ്രത്യേകതയായിരുന്നു - ഒരുപക്ഷേ, ആ സവിശേഷതയാവാം ആത്മഹത്യയിലെത്തിച്ചതും. സ്നേഹിക്കുന്നവരുടെ കഥ ഇങ്ങനെയൊക്കെയാണല്ലോ...

ഇടയ്ക്ക് കുട്ടിയെപ്പോലെ വർഗ്ഗീസ് ചോദിച്ചു: "നാമെന്തിനാണു ജീവിക്കുന്നത് - ജീവിച്ചിരിക്കുന്നത്?" ചോദ്യത്തിനു പിന്നിലെ മടുപ്പ് പെട്ടെന്നു മനസ്സിലായി... ചിലപ്പോഴങ്ങനെ സ്വയം ചോദിച്ചു പോകാറുണ്ട്. "പരിണാമചക്രത്തിലെ കണ്ണികളാണു നാം... വെറും കണ്ണികൾ." വർഗ്ഗീസുതന്നെ മറുപടി പറഞ്ഞു പൊട്ടിച്ചിരിച്ചപ്പോൾ മദ്യത്തിന്റെ രൂക്ഷഗന്ധം...എനിക്കതു സ്വാഭാവികമായിത്തോന്നി.

"ഏകാന്തത, ഒറ്റപ്പെടൽ, തന്നെ ആർക്കും വേണ്ടെന്ന തോന്നൽ -

വർഗ്ഗീസിന്റെ ചിന്തകളിൽ അതൊക്കെയായിരുന്നു. ആത്മഹത്യയിൽ എത്തിച്ചതും മറ്റൊന്നാവില്ല... ഒരു പരിധിക്കപ്പുറം ആർക്കും ആരെയും വേണ്ടെന്ന - താൻ നിസ്സഹായനും തിരസ്കരിക്കപ്പെട്ടവനുമാണെന്ന അറിവ് - ആർക്കും ശല്യമാകാതിരിക്കാൻ പ്രേരിപ്പിക്കുന്ന ആത്മ സ്നേഹം അതൊക്കെയാണ് എല്ലാവരെയും ആത്മഹത്യയിലെത്തിക്കുക.

"ഈ ഇന്റർനെറ്റ് യുഗത്തിൽ സ്നേഹം നിഷേധിക്കപ്പെട്ട്, സ്നേഹം കിട്ടാതെ സ്വയം അവസാനിപ്പിക്കുക... ആലോചിച്ചുനോക്കൂ... നാം എത്ര നിസ്സാരന്മാരാണ്... നാം കൈവരിച്ച നേട്ടങ്ങൾക്ക് എന്താണു പ്രസക്തി?"

ശിവദാസ് പറഞ്ഞ ഏകാന്തതയും ഒറ്റപ്പെടലും സമ്പന്നവർഗ്ഗത്തിന്റെ പ്രശ്നമാണെന്നു പറഞ്ഞാണ് മൂർത്തി തുടങ്ങിയത്. "സമ്പന്നത സൃഷ്ടി ക്കുന്ന പൊള്ളയായ സ്വയംപര്യാപ്തബോധവും ഇലക്ട്രോണിക് ഇന്ദ്ര ജാലങ്ങൾ നല്കുന്ന സുഖലോലുപതയും ഒരു വിഭാഗത്തെ സ്വന്തം വീടു കളിൽ തളച്ചിടാൻ തുടങ്ങിയിട്ട് വർഷങ്ങളായി... അവിടെ പരസ്പരബ ന്ധങ്ങൾക്ക് പുതിയ ഘടനയും സ്വഭാവവുമായി. വീടുകളിലല്ല, ഓരോ രുത്തരും ഓരോ മുറികളിലോ കിടക്കകളിലോ ഒറ്റപ്പെട്ടുപോയെന്നതാണു സത്യം...

"സ്നേഹം ഒരുതരം അഡ്ജസ്റ്റ്മെന്റാകുന്നതിലോ ആത്മഹത്യയി ലെത്തുന്നതിലോ അതിശയിക്കാനില്ല. എന്നാൽ, എല്ലാ ആത്മഹത്യക ളുടെയും കാരണം അതല്ല. അതേസമയം, ഏകാന്തതകൊണ്ട് സ്വയം കൊല്ലുന്നവർ സ്നേഹത്തിന്റെ രക്തസാക്ഷികളാണെന്നതിൽ തർക്കമില്ല. സമ്പത്തിനോ യന്ത്രസംവിധാനങ്ങൾക്കോ സ്നേഹത്തിന്റെ പ്രസക്തി കുറയ്ക്കാനാവില്ലെന്ന് അതു നമ്മെ ഓർമ്മിപ്പിക്കുന്നു. സമ്പത്തും ശാസ്ത്രപുരോഗതിയും അടിസ്ഥാന ആവശ്യങ്ങൾ നിറവേറ്റാനേ ഇന്നോളം സഹായിച്ചിട്ടുള്ളു. വൈകാരികവും ആത്മീയവുമായ അനി വാര്യതകൾ നേടാൻ സ്വയം കണ്ടെത്തിയേ പറ്റൂ. മാർഗ്ഗം ഉപാധികളി ല്ലാത്ത സ്നേഹം തന്നെയാണ്."

മൂർത്തി അവസാനിപ്പിക്കുംമുൻപ് ഡോക്ടർ പ്രസാദ് ചാടിയെണീറ്റു സംസാരിച്ചു. "ഇതൊരു അനുശോചന യോഗമാണ്. ചർച്ചയോ സെമി നാറോ അല്ല. എങ്കിലും ശിവദാസും മൂർത്തിയും പറഞ്ഞതിനോടുള്ള വിയോജിപ്പ് വ്യക്തമാക്കുകയാണ്..."

"അസ്തിത്വദു:ഖവും ശൂന്യതാബോധവും പിടിപെട്ട ചില സാഹി ത്യകാരന്മാരെപ്പോലെ എല്ലാറ്റിലും സ്നേഹശൂന്യത കാണുന്നത് തികച്ചും അനാരോഗ്യകരമാണ്. സ്നേഹം അഥവാ പ്രേമം എന്നതു കാമത്തിന്റെ സവിശേഷപ്രകാശനം മാത്രമാണ്. അടിച്ചമർത്തപ്പെട്ട കാമമാണ് സ്നേഹ നിഷേധത്തെക്കുറിച്ചു ചിന്തിക്കാൻ പ്രേരിപ്പിക്കുക. ലൈംഗികമായ അന്തർമ്മുഖത ബാധിച്ചവരുടെ പ്രശ്നമാണത്."

"തിരസ്കരിക്കപ്പെട്ടതായുള്ള ചിന്ത ഊർജ്ജസ്വലമായ ജീവിതം

നയിക്കുന്നവരെ വേട്ടയാടില്ല. സമ്പന്നതയോ കമ്പ്യൂട്ടർ സൗകര്യങ്ങളോ സ്വാർത്ഥത സൃഷ്ടിക്കുന്നില്ല... മറിച്ചുള്ള ചിന്ത യുവതലമുറയ്ക്ക് തീരെ യോജിച്ചതല്ല. അതു കാലംതെറ്റിപ്പിറന്നവർക്കു വിടുക. അവർ കരഞ്ഞു തീർക്കട്ടെ... നാം മുന്നോട്ടു കുതിക്കുകയാണ്. കമ്പ്യൂട്ടർ സൗകര്യങ്ങൾ ഒരുക്കുന്ന സുഖങ്ങളും സമയലാഭവും കണ്ടില്ലെന്നു നടിക്കുന്നത് വിഷാദ രോഗത്തിന്റെ ലക്ഷ്ണമാണ്."

ഒരു വിഡ്ഢി പറയുന്നത് കേട്ടിരിക്കുംമട്ടിലാണ് ശിവദാസും മൂർത്തിയും ഡോക്ടറുടെ വാക്കുകൾ ശ്രദ്ധിച്ചത്. എങ്കിലും ചില പരാമർശങ്ങൾ അവരെ ചൊടിപ്പിച്ചു. രോഗമെന്ന പ്രയോഗം കേട്ട് മൂർത്തി ചാടിയെണീറ്റു. എന്നാൽ, ആചാരി തക്കസമയത്ത് ഇടപെട്ട് അയാളെ ശാന്തനാക്കി. ഡോക്ടർ പ്രസാദിനെയും ആചാരി തുടരാൻ അനുവദിച്ചില്ല. അനുശോചനം സംവാദമാക്കാൻ പറ്റില്ലെന്ന് ഗൗരവത്തോടെ പ്രസ്താവിച്ചെങ്കിലും ഡോക്ടറുടെ വാക്കുകൾ ആചാരിയെ ആകർഷിച്ചു.

ഡോക്ടർ പ്രസാദിനെ ശിവദാസ് വെറുത്തുതുടങ്ങിയ കാര്യം ആചാരിക്ക് അറിയാം. ഒട്ടേറെ കഥകൾക്കൊപ്പം ശിവദാസിന്റെ ഭാര്യ ഗീതയുമായുള്ള ഡോക്ടറുടെ പുതിയ അടുപ്പത്തിന്റെ വിശേഷങ്ങളും ആചാരി കേട്ടു. എന്നാൽ, യോഗാനന്തരം കുറെനേരം സംസാരിച്ചിരുന്നപ്പോൾ ആചാരിക്ക് ഡോക്ടറോട് ആരാധന തോന്നി. ആ തോന്നൽ സൗഹൃദത്തിന്റെ തുടക്കമായി.

വൈകിട്ട്, മൂർത്തിയും ശിവദാസും പതിവുപോലെ ബീച്ചിലേക്കു പോയി. മണിക്കൂറുകൾ നീണ്ട സവാരിയിലെ മുഖ്യ വിഷയം ഡോക്ടറുടെ പ്രസംഗമായി.

അനുശോചനം ചെറിയ തോതിൽ അലങ്കോലപ്പെട്ടതിൽ ഇരുവരും അസ്വസ്ഥരായിരുന്നു

ഏറെ സംസാരിച്ചിരിക്കുകയും നടക്കുകയും പിന്നെ അല്പം വിശ്രമിക്കുകയും ചെയ്തതുകൊണ്ടാവാം മടക്കയാത്രയിൽ രണ്ടാൾക്കും ലാഘവം തോന്നി. എന്നാൽ അതധികം നീണ്ടില്ല. സെന്ററിലെത്തി നിമിഷങ്ങൾ കഴിയുംമുൻപ് മൂർത്തിയുടെ ടെലിഫോൺ റിങ് ചെയ്തു. നാട്ടിൽനിന്നു മൂർത്തിയുടെ സഹോദരി ആദ്യമായി വിളിച്ചതാണ് - അച്ഛന്റെ മരണവാർത്ത അറിയിക്കാൻ.

പതിമൂന്നു വർഷങ്ങൾക്കുശേഷം, ഒരു രാത്രി കമ്പ്യൂട്ടർവല്ക്കരിച്ച തന്റെ കാറിൽ വീട്ടിലേക്കു മടങ്ങുന്നതിനിടെ ശിവദാസ് വെറുതെ ട്രാഫിക് സിഗ്നലിലേക്കു നോക്കി. (കാറിന്റെ നിയന്ത്രണം പൂർണ്ണമായും കമ്പ്യൂട്ടറിന്റെ ചുമതലയായതുകൊണ്ട് സിഗ്നൽ അയാൾ ശ്രദ്ധിക്കേണ്ട ആവശ്യമില്ല.) അപ്പോഴാണ് ശിവദാസ് അതു മനസ്സിലാക്കുന്നത്: സിഗ്നൽലൈറ്റുകളുടെ സ്ഥാനത്ത് വെറും പ്രകാശബിന്ദുക്കൾ മാത്രമേ തനിക്കു കാണാൻ കഴിയുന്നുള്ളു. അവയുടെ വ്യത്യസ്ത നിറങ്ങൾ തിരി

ച്ചറിയാനാവുന്നില്ല.

തൊട്ടടുത്തു കിടന്ന ഏറെ കളർചിത്രങ്ങളുള്ള മാഗസിൻ ശിവദാസ് മറിച്ചുനോക്കി. അപ്പോഴും നിറങ്ങൾ അയാളുടെ കാഴ്ചയ്ക്ക് അപ്പുറത്തെവിടെയോ ഒളിച്ചിരുന്നു. ആ അനുഭവം ഭയവും ഉൽക്കണ്ഠയുമായി മാറാൻ ഏറെ നേരം വേണ്ടിവന്നില്ല. നിറമുണ്ടെന്നു വളരെ വ്യക്തമായി അറിയാവുന്ന പുറക്കാഴ്ചകൾ, തന്റെ കാറിന്റെ ഉൾഭാഗം, വസ്ത്രം എല്ലാം അയാൾ മാറിമാറിനോക്കി. എല്ലാ നിറങ്ങളും അപ്രത്യക്ഷമായിരിക്കുന്നു. എന്താണു സംഭവിച്ചതെന്നറിയാതെ അയാൾ തന്റെ കണ്ണട മാറ്റി കണ്ണുകൾ നന്നായി തിരുമ്മുകയും തുടയ്ക്കുകയുമൊക്കെ ചെയ്തു.

വീട്ടിലെത്തിയ ഉടനെ വിഭ്രാന്തിയിലെന്നപോലെ ശിവദാസ് പലതവണ മുഖം കഴുകി നിറങ്ങൾക്കായി പരതി. ഇല്ല. നിറങ്ങൾ എങ്ങുമില്ല. എല്ലാറ്റിനും ഒരുതരം ചാരനിറം ബാധിച്ചപോലെ അയാൾക്കു തോന്നി. മുറിയുടെ ചുവരുകൾ, കാർപെറ്റ്, കസേരകൾ, ജനാലവിരി, മറ്റു സാധനങ്ങൾ... എല്ലാറ്റിലെല്ലാറ്റിനും നിറം ചോർന്നുപോയിരിക്കുന്നു. അതേസമയം കാഴ്ചശക്തിക്ക് കാര്യമായ മങ്ങലൊന്നും തോന്നിയില്ല.

വലിയൊരു പരീക്ഷണത്തിനു മുതിരുന്നതുപോലെ ടെലിവിഷൻ ഓൺ ചെയ്തപ്പോൾ ഞെട്ടിക്കുന്ന മറ്റൊരു വസ്തുത കൂടി ശിവദാസ് അറിഞ്ഞു. സ്ക്രീനിൽ നൃത്തംവയ്ക്കുന്ന രൂപങ്ങളുടെ നിറങ്ങൾ കാണാനാവില്ലെന്നു മാത്രമല്ല ഒപ്പമുള്ള സംഗീതത്തിനു പകരം മറ്റെന്തൊക്കെയോ ആണ് കേൾക്കാനാവുന്നത്. കണ്ണും കാതും കൂർപ്പിച്ച് ചാനലുകൾ മാറ്റിമാറ്റിനോക്കി. നിറങ്ങളില്ലാത്ത ചിത്രങ്ങൾ കാണാനും ഭയാനകവും അരോചകവുമായ ചില ഒച്ചകൾ കൂടിക്കുഴയുന്നതു കേൾക്കാനും മാത്രമേ അയാൾക്കു സാധിച്ചുള്ളു.

പിന്നീട് പരിചിതമായ വീഡിയോ കാസറ്റുകളിലൂടെ കടന്നുപോകുമ്പോൾ അയാൾക്കതു ശരിക്കും ബോദ്ധ്യപ്പെട്ടു. തനിക്ക് നിറങ്ങൾ തിരിച്ചറിയാനും സംഗീതം ആസ്വദിക്കാനുമുള്ള കഴിവു നഷ്ടപ്പെട്ടിരിക്കുകയാണ്. നിറങ്ങൾക്കു പകരം നിഴലുകൾ. സംഗീതത്തിനു പകരം കാതടപ്പിക്കുന്ന ഒറ്റപ്പെട്ട കുറെ ഒച്ചകൾ. കണ്ണടച്ചുതുറക്കുന്നതിനിടെ കാഴ്ചയും കേൾവിയും നഷ്ടപ്പെട്ട മാനസികാവസ്ഥയോടെ തന്റെ മുറിയിൽ അങ്ങോട്ടുമിങ്ങോട്ടും നടക്കാനും തലയ്ക്കടിച്ചു സ്വയം ശപിക്കാനും തുടങ്ങുമ്പോൾ താൻ ഉദ്ദേശിക്കുന്ന ദിശകളിൽനിന്ന് വഴുതിപ്പോകുന്നതായും നാക്കും ചുണ്ടുകളും മരവിക്കുന്നതായും ശിവദാസിനു തോന്നി.

ടെലിഫോണിൽ ശിവദാസ് വിളിച്ചപ്പോൾ പെട്ടെന്നു തിരിച്ചറിയാൻ മൂർത്തിക്കു കഴിഞ്ഞില്ല. കടുത്ത വിറയൽ ബാധിച്ചതുപോലെ കട്ടിയും മുഴക്കവും നഷ്ടപ്പെട്ട വാക്കുകൾ അവ്യക്തവും വാചകങ്ങൾ തുടർച്ച നഷ്ടപ്പെട്ടവയുമായി മൂർത്തിക്കു തോന്നി.

നഗരത്തിലെ ഏറ്റവും പ്രശസ്തരായ നേത്രരോഗവിദഗ്ദ്ധനെയും

ഇ എൻ ടി സ്പെഷ്യലിസ്റ്റിനെയുമാണ് അവർ ആദ്യം കണ്ടത്. നീണ്ട ടെസ്റ്റുകൾക്കു ശേഷവും രോഗം നിർണ്ണയിക്കാനാവാത്തതിനാൽ ഒരു വിദഗ്ദ്ധ ന്യൂറോളജിസ്റ്റിനെ കാണാൻ ഇരുവരും നിർദ്ദേശിച്ചു.

അവർ സമീപിച്ച ന്യൂറോളജിസ്റ്റിനും ഒരു നിഗമനത്തിലെത്താനായില്ല. അദ്ദേഹം ന്യൂറോസയൻസിന്റെ ആസ്ഥാനത്തേക്ക് റഫർ ചെയ്തു. അങ്ങനെ ഏറെ ന്യൂറോളജിസ്റ്റുകളും ന്യൂറോ സർജന്മാരുമുള്ള ന്യൂറോസയൻസ് ഗവേഷണകേന്ദ്രം ലക്ഷ്യമാക്കി ശിവദാസും മൂർത്തിയും അടുത്ത നഗരത്തിലേക്കു തിരിച്ചു.

* * *

കടന്നുപോയ ആ പതിമൂന്നു വർഷത്തിനിടയ്ക്ക് ശിവദാസിന്റെ സ്വകാര്യ - ഔദ്യോഗിക ജീവിതങ്ങളിൽ ഒത്തിരി മാറ്റങ്ങളുണ്ടായി. അവയ്ക്കു സമാന്തരമായി ശിവദാസ് ഒരുപാടു മാറി.

നേരത്തെ, അതായത് പതിമൂന്നുവർഷം മുമ്പു നടന്ന സംഭവപരമ്പരകളുടെ തുടർച്ച അല്ലെങ്കിൽ സ്വാഭാവിക പരിണാമം എന്നു വിശേഷിപ്പിക്കാവുന്ന സംഗതികളാണുണ്ടായത്.

വിദേശത്തുനിന്ന് അച്ഛന്റെ കത്തും ഡി ഡി യും ശിവദാസിന്റെ പേരിൽ തുടർച്ചയായി വന്നു. വരുന്ന മുറയ്ക്ക് കത്തുചുരുട്ടി എറിയുന്ന ജോലികൂടി ഡി ഡി ബാങ്കിലേക്ക് കൊണ്ടുപോകുന്ന ജോലിക്കാരന്റേതായി. ചുരുട്ടി എറിയുംമുമ്പ് വല്ലപ്പോഴും അലക്ഷ്യമായി കത്തിലൂടെ കണ്ണോടിക്കുന്ന സ്വഭാവം വെള്ളെഴുത്തു ബാധിച്ചതോടെ ജോലിക്കാരനും മതിയാക്കി.

സ്വന്തം ലോകം കിടക്കയോളം ചെറുതാക്കിയ ശിവദാസിന്റെ അമ്മ 'ആന്റി ഡിപ്രസന്റു'കളും ഉറക്കഗുളികകളും കഴിച്ച് ഗവേഷണബുദ്ധിയോടെ അവ തന്നിലുണ്ടാക്കുന്ന മാറ്റങ്ങളിലേക്ക് മനസ്സു പൂഴ്ത്തി സ്വന്തം അവസ്ഥയിലും മനോവ്യാപാരത്തിലും അപൂർവ്വമായ ഉൾക്കാഴ്ചയുള്ള വിഷാദരോഗി – അവരെ ചികിത്സിക്കുന്ന ഡോക്ടർ ഒരു പരസ്യവാചകം പോലെ അതുപറഞ്ഞ് അവരെ നിരന്തരം പ്രശംസിച്ചു. കാരണം മരുന്നുകളുടെ പാർശ്വഫലങ്ങൾ, പരിമിതികൾ, മരുന്നു തലച്ചോറിലുണ്ടാക്കുന്ന രാസമാറ്റങ്ങൾ, മാറിമറിയുന്ന മാനസികാവസ്ഥകൾ എന്നിവയെക്കുറിച്ച് അപൂർവ്വമായി കുറച്ചു വാക്കുകളിൽ അവർ മുന്നോട്ടുവച്ച പല ചോദ്യങ്ങളുടെയും ഉത്തരം ഡോക്ടറുടെ അറിവിന്റെ സീമകൾക്കപ്പുറത്തായിരുന്നു.

എന്തും തുറന്നടിച്ചു നടന്ന ഡോക്ടർ പ്രസാദിനുണ്ടായ മാറ്റം അയാൾ പുറത്തുപറയാൻ മടിച്ച ശരീരശാസ്ത്രപരമായ ചില അവശതകളുടെ ഫലമാണെന്നു തോന്നുന്നു. ഇപ്പോൾ ഡോക്ടർ പ്രസാദ് ഒരു മനുഷ്യദൈവത്തിന്റെ പിറകെ ആണെന്നതാണ് എടുത്തുപറയേണ്ട സംഗതി. ലൈംഗിക (ലൗകികമല്ല) ജീവിതം 'മടുക്കുമ്പോൾ' പലരും

ചെന്നെത്തുക ആത്മീയഗുരുദേവന്മാരുടെ അടുത്താണല്ലോ. ഡോക്ടർ ഇപ്പോൾ വാതോരാതെ സംസാരിക്കുന്നതു തന്റെ പുതിയ താല്പര്യത്തെക്കുറിച്ചാണ്. ഒരു വ്യത്യാസം മാത്രം: അതയാൾക്കു രസകരമാക്കാൻ പറ്റുന്നില്ല. വിരസമായിത്തോന്നിയെന്ന് തുറന്നുപറഞ്ഞത് അയാളുടെ ഭാര്യ മാത്രമാണ്. എന്നിരിക്കിലും ഒരാളെ തന്റെ വഴിയിലൂടെ നടത്താൻ ഡോക്ടർ പ്രസാദിനു കഴിഞ്ഞു - ശിവദാസിന്റെ ഭാര്യ ഗീതയെ.

കിടക്കയിലെ തന്റെ ആകർഷക പെരുമാറ്റത്തിൽനിന്നുപോലും ശിവദാസ് പാടെ അകന്നുമാറി, വേറെ കിടപ്പുമുറിയിൽ കഴിച്ചു കൂട്ടാനാരംഭിച്ചതും ബ്യൂട്ടിപാർലർ നടത്തുന്നതിനൊപ്പം സ്വന്തം ജരാനരകൾ ഒളിച്ചു വയ്ക്കാൻ മാറ്റിവയ്ക്കേണ്ടിവന്ന മണിക്കൂറുകൾ നല്കിയ വിരസതയും ഗീതയെ ഗുരുവിനെ തേടിയിറങ്ങാൻ പ്രേരിപ്പിച്ച സംഗതികളിൽപ്പെടും. യുവതിയുടെ വേഷം വളരെ പണിപ്പെട്ട് അഭിനയിക്കേണ്ടിവന്ന വൃദ്ധയുടെ മാനസികാവസ്ഥയോടെയാണ് ബ്യൂട്ടിപാർലറിന്റെ നടത്തിപ്പും ജീവിതവും ഗീത മുന്നോട്ടു കൊണ്ടുപോയത്. അതിനിടയിലെ 'ആത്മീയ' താല്പര്യം ഒരു നിർബ്ബന്ധിത ഫാഷൻപോലെ ഗീതയ്ക്ക് അരോചകമായിരുന്നു. എങ്കിലും തുടർന്നു കൊണ്ടുപോകാൻമാത്രമേ അവർക്കു കഴിയുമായിരുന്നുള്ളു.

ആചാരിയുടെ കാര്യം ഇതിൽനിന്നൊക്കെ കഷ്ടമാണ്. ഏറെ ചെറുപ്പക്കാരുടെ ബുദ്ധിയും കഠിനാദ്ധ്വാനവും വിലയ്ക്കെടുത്ത് അയാൾ രൂപപ്പെടുത്തിയ പല സോഫ്റ്റ്വേർ രചനകളും പുതിയ കമ്പ്യൂട്ടർ തലമുറകളുടെ വരവോടെ പുറന്തള്ളപ്പെട്ടതും ഇപ്പോഴും മാർക്കറ്റുള്ള ചില സോഫ്റ്റ്വേറുകളുടെ കോപ്പികൾ മാർക്കറ്റിൽ സുലഭമായതും അയാളുടെ കമ്പ്യൂട്ടർ വ്യവസായ ഗോപുരങ്ങളെ പെട്ടെന്നു തകർത്തു. കമ്പ്യൂട്ടർ ലോകത്തുണ്ടായ മാറ്റങ്ങൾക്കൊപ്പം ചലിക്കാനാവാഞ്ഞത് ശിവദാസുമായുള്ള ചങ്ങാത്തം ഉപേക്ഷിച്ച് ഡോക്ടർ പ്രസാദുമായി യോജിച്ച് ബിസിനസിൽ മുന്നോട്ടുപോകാൻ ശ്രമിച്ചതിന്റെ ഫലമാണെന്ന് ആചാരിക്ക് നന്നായി അറിയാം. ഇപ്പോൾ അയാളെ അലട്ടുന്ന പ്രധാന പ്രശ്നങ്ങളിലൊന്ന് അതുകൊണ്ടുള്ള കുറ്റബോധമാണ്. ആരോടെങ്കിലും അതു തുറന്നുപറയാൻ അയാൾക്കു കഴിഞ്ഞില്ല. ചില ഭ്രാന്തൻ സംശയങ്ങളും അയാളെ നിരന്തരം അസ്വസ്ഥനാക്കി. ശേഷിക്കുന്ന തന്റെ സോഫ്റ്റ്വേർ രഹസ്യങ്ങൾ ഏതു നിമിഷവും ചോർത്തപ്പെടുമെന്നും തന്റെ സ്ഥാപനത്തിലും വീട്ടിലുമുള്ള കമ്പ്യൂട്ടറുകളൊക്കെ വൈറസ് ബാധിച്ചു നശിക്കുമെന്നും അയാൾ ഭയപ്പെട്ടു.

മൂർത്തിക്കുണ്ടായ മാറ്റങ്ങളും എടുത്തുപറയേണ്ടവ തന്നെ. ദാരിദ്ര്യത്തിന്റെ നാളുകളും അമ്മയുടെ അകാലമരണവും സൃഷ്ടിച്ച ആഘാതങ്ങൾ ലോകത്തോടുള്ള വെറുപ്പായി മാറ്റിയ മൂർത്തിക്ക് അച്ഛന്റെ മരണം കൂടിയായപ്പോൾ ജീവിതത്തോട് ഒരുതരം വിരക്തി തോന്നി. അതി

നൊപ്പം കമ്പ്യൂട്ടർ ആത്മഹത്യകളുടെ നടത്തിപ്പുകാരൻ എന്ന ജോലി കൂടി തുടർന്നാൽ താൻ കരകാണാനാവാത്ത വിധം വിഷാദത്തിന്റെ കുഴിയിലേക്ക് പതിക്കുമെന്നുതോന്നിയപ്പോൾ മൂർത്തി ജോലി ഉപേക്ഷിച്ച് കുറെനാൾ ലക്ഷ്യമൊന്നുമില്ലാതെ അലഞ്ഞു. പിന്നെ, പ്രായംചെന്ന ഒരു ധനിക സ്ത്രീയെ വിവാഹം  ചെയ്താണ് മൂർത്തി വാർത്ത സൃഷ്ടിച്ചത്. ഭാര്യയും മകളുമൊത്ത് ഒറ്റപ്പെട്ട ഒരു നാട്ടിൻപുറത്തു താമസിക്കുന്ന മൂർത്തി ഇപ്പോൾ പൂർണ്ണമായും കൃഷികാര്യങ്ങൾ മാത്രം നോക്കി കഴിഞ്ഞുകൂടുന്നു. കാർഷികവൃത്തി പകർന്നുതരുന്ന മന:ശാന്തിയെക്കുറിച്ചാണ് ഇപ്പോൾ അയാൾ ആവേശപൂർവ്വം സംസാരിക്കുക. കമ്പ്യൂട്ടർ വിപ്ലവത്തെ ആക്രമിക്കാൻ വേണ്ടിമാത്രമേ രോഷംനിറച്ച വാക്കുകൾ അയാളിപ്പോൾ പുറത്തെടുക്കു. ഇടയ്ക്ക് ശിവദാസിനെ കാണാൻ സ്വന്തം കാറിലെത്തുമ്പോഴൊക്കെ ഒരിക്കൽ സമ്പന്നവിരോധവും കാർ ബഹിഷ്കരണവുമായി നടന്ന തന്റെ ഭൂതകാലത്തെ ഓർത്ത് മൂർത്തി ലജ്ജിക്കാറുണ്ട്. ശിവദാസ് അയാളുടെ സങ്കോചം കണ്ടതായി നടിക്കില്ല.

ആ പതിമൂന്നു വർഷത്തിനിടയിൽ കമ്പ്യൂട്ടർ ലോകം ഏറെ മുന്നോട്ടുപോയി. കമ്പ്യൂട്ടറുകളുടെ പുതിയ രണ്ടു തലമുറകൾ കൂടി പിറന്നു. ന്യൂറൽ കമ്പ്യൂട്ടർ എന്ന സങ്കല്പം യാഥാർത്ഥ്യത്തോട് അടുത്തുതുടങ്ങി. സംസാരിക്കുകയും സംഭാഷണത്തോടു യുക്തിപൂർവ്വം പ്രതികരിക്കുകയും ചെയ്യുന്ന കമ്പ്യൂട്ടറുകൾ സാധാരണയായിത്തുടങ്ങി. മനുഷ്യന്റെ കുത്തകയെന്നുകരുതുന്ന പലതും കമ്പ്യൂട്ടറുകളിലേക്കു പകർത്തപ്പെടുമെന്ന് ഉറപ്പായ ഈ മുന്നേറ്റത്തിനു സമാന്തരമായി 'ആത്മഹത്യാ ഗൈഡു' കളും കൂടുതൽ ആധുനികവല്കരിക്കപ്പെട്ടു. ഇപ്പോൾ ആത്മഹത്യ ചെയ്യാനെത്തുന്നവർക്കു കമ്പ്യൂട്ടറിനോടു നേരിട്ടു കാര്യങ്ങൾ പറയാം; നിർദ്ദേശിക്കാം. നിയമപരമായ മുന്നറിയിപ്പ് യാന്ത്രികമായി ആവർത്തിക്കുന്നതിനു പകരം മുന്നിലെത്തുന്നവരുടെ സ്വത്വത്തിനിണങ്ങുന്ന സംഗതികൾ മുന്നോട്ടുവയ്ക്കാൻ കമ്പ്യൂട്ടർ സജ്ജമാണ്. ചെറിയതോതിൽ 'സ്നേഹത്തോടെ 'തർക്കി'ക്കാൻവരെ ഇപ്പോഴവ കഴിവു നേടി. ആത്മഹത്യയിൽനിന്നു പിന്തിരിപ്പിക്കാൻ ഒരു ആത്മമിത്രത്തെപ്പോലെയാണ് ഇപ്പോൾ കമ്പ്യൂട്ടർ ശ്രമിക്കുക.

ആത്മഹത്യയ്ക്കെത്തുന്നവരെ നേരിട്ട് ഇന്റർവ്യൂ ചെയ്ത് അവരുടെ ജീവചരിത്രവും ആത്മഹത്യയിലെത്തിച്ച പ്രശ്നവും സാഹചര്യവും സൂക്ഷ്മതയോടെ രേഖപ്പെടുത്താനുള്ള 'അറിവു' നേടിയ കമ്പ്യൂട്ടറുകളുടെ ലഭ്യതയാണ് മറ്റൊന്ന്. സാദ്ധ്യമായ എല്ലാ ചോദ്യങ്ങളും എല്ലാവരോടും ചോദിക്കാൻ ഇതു വളരെ നല്ലൊരു സംവിധാനമാണ്. കാര്യങ്ങൾ പറയുന്നത് കമ്പ്യൂട്ടറിനോടാവുന്നതുകൊണ്ട് തുറന്നുപറയാനുള്ള വിമുഖതയും അപൂർവ്വമാണെന്നു വിലയിരുത്തപ്പെടുന്നു.

ഇപ്പോൾ ദക്ഷിണമേഖലയിലെ സെന്ററുകളുടെ ഡയറക്ടർ എന്ന

നിലയിൽ ശിവദാസിന്റെ ജോലി അല്പംപോലും ടെൻഷൻ ആവശ്യപ്പെടുന്ന ഒന്നല്ല. 'ആത്മഹത്യാ ഗൈഡു'കളുടെയും സെന്ററിലെ മറ്റു കമ്പ്യൂട്ടറുകളുടെയും ഉദ്യോഗസ്ഥരുടെയും പ്രവർത്തനം ഏകോപിപ്പിക്കുകയും കാര്യക്ഷമത ഉറപ്പാക്കുകയും വിലയിരുത്തുകയും മാത്രമേ ചെയ്യേണ്ടതുള്ളൂ. അതിനയാളെ സഹായിക്കാൻ അത്യാധുനിക കമ്പ്യൂട്ടർ വേറെ. ഭാരവും വലിപ്പവും കുറഞ്ഞ അത് എപ്പോഴും കൂടെ കൊണ്ടു നടക്കാൻ പറ്റുന്നതുമാണ്.

എന്നിരിക്കിലും, തന്റെ സ്വകാര്യപ്രശ്നങ്ങളിൽനിന്ന് ശിവദാസിന് ഒളിച്ചോടേണ്ടിയിരുന്നതുകൊണ്ട് അയാൾ ഔദ്യോഗിക കാര്യങ്ങളിൽത്തന്നെ സ്വയം നഷ്ടപ്പെടുവാൻ അങ്ങേയറ്റം ശ്രമിച്ചു. ആ ശ്രമം ആശാവഹമായി മുന്നോട്ടു കൊണ്ടുപോകാൻ അയാൾക്കു സാധിച്ചത് ആത്മഹത്യചെയ്യാൻ എത്തുന്നവരുടെ എണ്ണത്തിൽ വന്ന വർദ്ധനവു കൊണ്ടാണ്. സർക്കാരിന്റെ പുതിയ ആത്മഹത്യാനയത്തിന്റെ ഫലമാണ് പെട്ടെന്നുള്ള വർദ്ധനവ്.

വളരെ മൃദുലമായ ഒരു നയം സ്വീകരിക്കാൻ സർക്കാർ നിർബ്ബന്ധിക്കപ്പെടുകയായിരുന്നു. കമ്പ്യൂട്ടർ സഹായത്തോടെയുള്ള ആത്മഹത്യകളുടെ മേൽ ഏർപ്പെടുത്തിയിരുന്ന കടുത്ത നിയന്ത്രണം പിൻവലിക്കാൻ വികസിത രാജ്യങ്ങൾ തീരുമാനിച്ചത് അതിനുള്ള സാദ്ധ്യത നേരത്തെ ഒരുക്കിയെങ്കിലും അതിനു നിമിത്തമായത് വിചിത്രമായ ചില സംഭവങ്ങളാണ്.

പ്രധാന നഗരങ്ങളിലൊന്നിൽ നടന്ന ചെറിയൊരത്ഭുതത്തോടെയാണ് തുടക്കം: വാർത്തയൊന്നും കിട്ടാതെ വിഷമിച്ചുനടന്ന ഒരു പത്രക്കാരൻ വൈകുന്നേരം വെറുതെ നടക്കാനിറങ്ങിയപ്പോഴാണ് അതു കണ്ടത്. പാലത്തോടു ചേർന്ന പഴക്കംചെന്ന ഭിത്തിയുടെ മുകളിൽ കുറെ തവളകൾ വരിവരിയായി നിന്നു. ചീറിപ്പാഞ്ഞെത്തുന്ന വാഹനങ്ങൾ അടുത്തു എന്നുകാണുമ്പോൾ ഓരോ തവളയായി താഴേക്ക് എടുത്തു ചാടി ആത്മഹത്യ ചെയ്തു. കൂടിനിന്ന തവളകളുടെ എണ്ണം കുറയുന്നതിനൊപ്പം എവിടെനിന്നോ പുതിയ തവളകൾ എത്തിക്കൊണ്ടിരുന്നു. കുറെനേരം നോക്കിനിന്നപ്പോഴാണ് പത്രക്കാരനു തന്റെ കണ്ണുകളെ വിശ്വസിക്കാനായത്.

പിന്നെ അതുതന്നെ സംഭവിച്ചു. അടുത്ത ദിവസത്തെ പത്രത്തിന്റെ ഒന്നാം പേജിൽ സംഗതി ഫോട്ടോസഹിതം കൗതുകവാർത്തയായി. വാർത്ത പരന്നതോടെ സംഭവസ്ഥലം കാണാൻ ജനം പ്രവഹിച്ചു.

തുടർന്നു നടന്നത് ചരിത്രമാണ്. ദിവസങ്ങൾക്കകം അതേ പാലത്തിൽനിന്നു കൗമാരപ്രായക്കാരും യുവാക്കളും ഉൾപ്പെടെ പലരും വാഹനങ്ങൾക്കു മുന്നിൽ ചാടി ആത്മഹത്യ ചെയ്തു. തിരക്കു കാരണമാകാം, ചിലർ പാലത്തിനു മുകളിൽനിന്ന് നല്ല ഒഴുക്കുള്ള നദിയിലേക്കാണ് ചാടി

യത്. കരയുന്ന കഥയായി വാർത്തകൾ ഒന്നിനു പിറകെ ഒന്നായി. ആത്മഹത്യ പകർച്ചവ്യാധിപോലെ പടരുകയായിരുന്നു. ദിവസങ്ങൾ പിന്നിടും മുമ്പ് രാജ്യത്തെ മിക്ക പാലങ്ങളിലും സ്വയംഹത്യകൾ നിത്യസംഭവമായി. പാലങ്ങളിൽ പ്രത്യേക പൊലീസ് സ്ക്വാഡുകളെ ഏർപ്പെടുത്തിയിട്ടും 'ബലി' യിൽ കാര്യമായ മാറ്റം വന്നില്ല.

സാമൂഹ്യ - മനശ്ശാസ്ത്ര പണ്ഡിതന്മാരടങ്ങുന്ന ബുദ്ധിജീവിസംഘം മുന്നോട്ടുവച്ച നിർദ്ദേശമനുസരിച്ച് വർഷങ്ങൾക്കുശേഷം ആത്മഹത്യാനയം പുനഃപരിശോധിക്കാൻ സർക്കാർ തയ്യാറായി. അതോടെ കമ്പ്യൂട്ടർ സഹായത്തോടെയുള്ള ആത്മഹത്യയ്ക്ക് അപേക്ഷ സമർപ്പിക്കുന്നവർക്ക് അനുമതിക്കായി മാസങ്ങൾ കാത്തിരിക്കേണ്ട ഗതികേട് ഇല്ലാതായി. ആത്മഹത്യാഗൈഡുകളുടെ പുതിയ പതിപ്പുകൾ ഇറക്കുമതി ചെയ്യപ്പെട്ടു.

സർക്കാരിന്റെ പുതിയ നയമനുസരിച്ച് ആത്മഹത്യ ചെയ്യാൻ ആർക്കും അപേക്ഷ സമർപ്പിക്കാം. അതു സ്വന്തം ഇഷ്ടപ്രകാരം ആണെന്നും പരപ്രേരണകൊണ്ടല്ലെന്നും അപേക്ഷകർ തെളിയിക്കണമെന്നുമാത്രം. സർക്കാർ രൂപംകൊടുത്ത പുതിയ ബോർഡിനെയാണ് ഇക്കാര്യം ബോദ്ധ്യപ്പെടുത്തേണ്ടത്. ഈ പ്രത്യേകത ബോർഡിന്റെ പ്രവർത്തനം പൂർണ്ണമായും കമ്പ്യൂട്ടർവല്ക്കരിക്കപ്പെട്ടതുകൊണ്ട് അവിടെയും ചുവപ്പുനാടയുടെ പ്രശ്നം ഒഴിവായി.

ആത്മഹത്യയോടുള്ള സർക്കാരിന്റെ തുറന്ന സമീപനവും ആത്മഹത്യ ചെയ്യാനെത്തുന്നവരുടെ- വിശേഷിച്ച് യുവാക്കളുടെ - എണ്ണത്തിലുള്ള വർദ്ധനവും ശിവദാസിനെ കാര്യമായി ആവേശംകൊള്ളിച്ചു.

അപകടദുരന്തകഥകളോ കമ്പ്യൂട്ടറിനു മുന്നിൽ ആത്മഹത്യയ്ക്കെത്തുന്നവരുടെ കഥകളോ ഇപ്പോൾ ശിവദാസിനെ സ്പർശിക്കാറില്ല. ആത്മഹത്യ ചെയ്യാനുള്ള പ്രവണതയെ മറ്റേതൊരു അടിസ്ഥാന ആവശ്യത്തെയുംപോലെ കാണണമെന്നും ആത്മഹത്യകൾ മനുഷ്യപുരോഗതിയുടെ ഭാഗവും ഒഴിവാക്കാനാവാത്തതും ആണെന്നും അതു കഴിയുന്നത്ര ലഘുവും ശാസ്ത്രീയവുമാക്കാൻ ശ്രമിക്കുകയാണു വേണ്ടതെന്നുമാണ് ഇപ്പോഴയാൾ പറഞ്ഞുനടക്കുക.

ആത്മഹത്യയ്ക്കുള്ള ഏറ്റവും സുരക്ഷിതവും ശാസ്ത്രീയവുമായ മാർഗ്ഗം കമ്പ്യൂട്ടർ ഗൈഡുകളാണെന്നു ജനങ്ങളെ ബോധവാന്മാരാക്കേണ്ടതിന്റെ പ്രസക്തിയെക്കുറിച്ച് അയാൾ അവസരം കിട്ടുമ്പോഴൊക്കെ പറഞ്ഞു. ഡയറക്ടർ എന്ന നിലയിൽ താൻ സർക്കാരിനോട് ആവശ്യപ്പെട്ടതനുസരിച്ച് പബ്ലിക് റിലേഷൻസ് വകുപ്പ് ഇതിനകം ചില പരസ്യങ്ങൾ പുറത്തിറക്കിക്കഴിഞ്ഞെങ്കിലും അവയൊക്കെ തീരെ അപര്യാപ്തമാണെന്നാണ് അയാളുടെ വാദം.

* * *

തികച്ചും യാദൃച്ഛികമെന്നുതന്നെ വിശേഷിപ്പിക്കാം, ശിവദാസ് ന്യൂറോ റിസർച്ച് സെന്ററിൽ പ്രവേശിപ്പിക്കപ്പെട്ടതിന്റെ തൊട്ടടുത്ത ദിവസം ഒരു വിദേശ പത്രത്തിൽ വന്ന ഒന്നാംപേജ് വാർത്ത ലോകശ്രദ്ധ പിടിച്ചുപറ്റി. ഒരു പുതിയ മസ്തിഷ്ക രോഗത്തെക്കുറിച്ചുള്ള റിപ്പോർട്ട് എന്ന നിലയ്ക്കായിരുന്നു, സംഗതി.

തുടക്കത്തിൽ കാഴ്ച - കേൾവി ശക്തികളുടെ ചില സവിശേഷ ഗുണങ്ങൾ ചോർത്തിക്കളയുന്ന രോഗം ക്രമത്തിൽ 'മാനുഷികം' എന്നു വിശേഷിപ്പിക്കാവുന്ന സവിശേഷതകൾ ഒന്നൊന്നായി നശിപ്പിക്കുമത്രെ. ഏകാഗ്രത, ഭാവന, ചിന്ത തുടങ്ങിയ ശേഷികൾ അതിൽപ്പെടും. കൂടാതെ, സ്വപ്നവും ദിവാസ്വപ്നവും കാണാനുള്ള ശേഷി, ചിരി, കരച്ചിൽ, വികാരങ്ങളുമായി ബന്ധപ്പെട്ട മറ്റു ഭാവചലനങ്ങൾ എന്നിവയും എന്നന്നേക്കുമായി നഷ്ടമാകും.

റിപ്പോർട്ടുവന്ന് ഒരാഴ്ചമുമ്പ് ലോകത്തിന്റെ നാനാഭാഗത്തുനിന്നും - വിശേഷിച്ച് പരിഷ്കൃത - സമ്പന്ന രാജ്യങ്ങളിൽനിന്ന് ഒട്ടേറെ സമാന കേസുകൾ റിപ്പോർട്ടു ചെയ്യപ്പെട്ടു.

ഒരുമാസം കഴിഞ്ഞ് ലോകത്തെ ഏറ്റവും മുന്തിയ പത്രങ്ങളിലൊന്നിൽ രോഗത്തെക്കുറിച്ചുവന്ന വാർത്തയുടെ അപ്രധാന ഭാഗത്ത് ദീർഘമായ ഒരു വാചകം ഉണ്ടായിരുന്നു: .... ഈ രോഗം കമ്പ്യൂട്ടറുകളുമായി ദീർഘകാലം ചെലവിട്ടവരിലാണു കൂടുതലായും കണ്ടെത്തിയതെങ്കിലും കമ്പ്യൂട്ടറുമായി ബന്ധപ്പെട്ട ഒന്നാണു രോഗമെന്ന് തീർത്തുപറയാനാവില്ലെന്നാണ് രോഗത്തിന്റെ വിശദാംശങ്ങൾ പഠിക്കുന്ന ശാസ്ത്രജ്ഞന്മാരും വിദഗ്ദ്ധ ഡോക്ടർമാരും അഭിപ്രായപ്പെടുന്നത്...

കമ്പ്യൂട്ടറും രോഗവുമായുള്ള ബന്ധത്തെക്കുറിച്ചുള്ള ആദ്യ പരാമർശം ഇതായിരുന്നു. എന്നാൽ, പിന്നോക്ക - അവികസിത രാജ്യങ്ങളിലെ പത്രങ്ങളിൽ അടുത്ത ദിവസം കമ്പ്യൂട്ടർ ബന്ധം പ്രധാന വാർത്തയായി. ആ വാർത്തകളിൽ മറ്റൊന്നുകൂടി ഉണ്ടായിരുന്നു. "...കോടികൾ കൊണ്ടുയർത്തിയ ബിസിനസ് സാമ്രാജ്യങ്ങൾ തകർന്നുവീഴുമെന്ന ബഹുരാഷ്ട്ര കുത്തകകളുടെ ഭയം വരുംദിവസങ്ങളിൽ രോഗത്തിന്റെ കമ്പ്യൂട്ടർബന്ധം കൂടുതൽ ദുർബ്ബലമാക്കിയേക്കാം."

അതെന്തായാലും വാർത്ത ആദ്യം പ്രത്യക്ഷപ്പെട്ട ദിവസംതന്നെ ന്യൂറോ റിസർച്ച് സെന്ററിലെ ഡോക്ടർമാർ ശിവദാസിനെ ഒട്ടേറെ ടെസ്റ്റുകൾക്കു വിധേയനാക്കി. ഒക്കെയും നിർവ്വഹിച്ചത് കമ്പ്യൂട്ടറുകൾ തന്നെ. ഞെട്ടിക്കുന്ന വസ്തുതകളാണ് ടെസ്റ്റുകളുടെ അപഗ്രഥനത്തിനു ശേഷം പ്രധാന കമ്പ്യൂട്ടർ പുറത്തുവിട്ടത്. ലോകത്തെമ്പാടും റിപ്പോർട്ടു ചെയ്ത കേസുകൾപോലെ ശിവദാസിന്റെ മസ്തിഷ്കത്തിന്റെയും സവിശേഷതകളാകെ നഷ്ടപ്പെട്ടുതുടങ്ങി. ചിരിക്കാനും കരയാനുമുള്ള കഴിവുകൾ താമസിയാതെ പൂർണ്ണമായും നഷ്ടപ്പെടും. സ്വപ്നമോ ദിവാസ്വപ്നമോ

ഇനി അയാളുടെ മനസ്സിൽ കടന്നുവരില്ല. നിറവും സംഗീതവും അയാൾക്കന്യമാണ്.

ജീവിതത്തിലാദ്യമായി ഡോക്ടറെ കാണാനെത്തിയ ഒരു പാവം ആദിവാസിയുടെ വിധേയത്വവുമായി കമ്പ്യൂട്ടർ എന്ന മഹാഭിഷഗ്വരന്റെ വാക്കുകൾക്കു കാതോർത്തുനിന്ന ന്യൂറോളജിസ്റ്റുകളെയും അവസാന വിധി പ്രസ്താവിക്കുന്ന ആ കമ്പ്യൂട്ടറിനെയും മൂർത്തി മാറിമാറി നോക്കി നില്ക്കുകയായിരുന്നു. അതിനിടയിൽ അയാൾ ഒരു കാര്യം വ്യക്തമാ യിക്കണ്ടു. ഏറ്റവും പുതിയ തലമുറക്കാരനായ ആ കമ്പ്യൂട്ടറിന്റെ 'കാഴ്ച ശക്തി'യുള്ള കണ്ണുകളിൽ പ്രകടമായ ചിരിയിൽ പരിഹാസത്തിന്റെ തിള ക്കമാണ്.

വീട്ടിലേക്കു മടങ്ങിയ ശിവദാസിനെ സഹായിക്കാനായി രണ്ടുദി വസം കഴിഞ്ഞ് വീണ്ടും മൂർത്തി ആത്മഹത്യാ സെന്ററിലെത്തി. വർഷങ്ങൾകൊണ്ട് സെന്ററിനുണ്ടായ മാറ്റങ്ങൾ വിലയിരുത്തിക്കൊണ്ട് സെന്റർ സ്ഥിതി ചെയ്യുന്ന കെട്ടിടം ചുറ്റിനടന്നുകാണുന്നതിനിടയിൽ വളരെ വ്യക്തമായ ഒരു തേങ്ങൽ കേട്ട് മൂർത്തി പെട്ടെന്നുനിന്നു.

തേങ്ങലിന്റെ ഉറവിടംതേടി നടന്ന മൂർത്തി ഒടുവിൽ എത്തിച്ചേർന്നത് ഉപയോഗശൂന്യമായ, പഴയ തലമുറയിൽപ്പെട്ട ചില കമ്പ്യൂട്ടറുകൾ സൂക്ഷിച്ചിരുന്ന മുറിയുടെ മുന്നിലാണ്. ഭദ്രമായി പൂട്ടിയ വാതിൽ ഭയ ത്തോടെ തുറന്ന് അകത്തുകടന്ന മൂർത്തിക്ക് കുറെ നിമിഷങ്ങൾക്കുശേ ഷമാണ് അതു മനസ്സിലായത്: തേങ്ങുന്നത് കമ്പ്യൂട്ടറുകളാണ് - കാലം പിന്തള്ളിയ കമ്പ്യൂട്ടറുകൾ.

വിശ്വാസംവരാതെ മൂർത്തി വീണ്ടും വീണ്ടും ശ്രദ്ധാപൂർവ്വം കാതോർത്തു. അതെ. കാലം അപ്രസക്തമാക്കിയ കമ്പ്യൂട്ടറുകൾ തേങ്ങു കയാണ്.

# ദൈവത്തിന്റെ വായിക്കപ്പെടാത്ത പാവനമായ ഒരു പുസ്തകം

**വ**ഴി അവസാനിക്കാൻ തുടങ്ങുകയാണ്. വീണ്ടും വഴി തെറ്റി. വഴികൾ എപ്പോഴും തെറ്റുന്നു.

ജങ്ഷൻ കഴിഞ്ഞ് കുറച്ചു നടന്നാൽ... ഏതു റോഡിനെക്കുറിച്ചാണ് പറഞ്ഞത്?

മുന്നോട്ടു പോയിട്ടു കാര്യമില്ല. വീടുകളേ ഉണ്ടാവൂ. ഒടുവിൽ ഒരു മതിൽക്കെട്ടിനുമുന്നിൽ അപ്രത്യക്ഷമാവുന്ന വഴി. ചില നഗരങ്ങൾ അങ്ങനെയാണ്. ബേക്കർ തന്റെ ആദ്യകാല കാർട്ടൂൺ ഓർത്തു. ചൂണ്ടുപലകകൾക്കു പുറകെപോയി ഡെഡ് എന്റിൽ എത്തുന്ന അന്വേഷണങ്ങൾ.

സ്വന്തം നഗരത്തിൽപ്പോലും വഴി തെറ്റും. ആരോടും ചോദിക്കില്ല, അലഞ്ഞുനടന്ന് കണ്ടുപിടിക്കും.... അല്ലെങ്കിൽ മടങ്ങും. ഇവിടെ ആരോടെങ്കിലും ഒന്നു ചോദിക്കുകയേ വേണ്ടൂ. ഈ നഗരത്തെക്കുറിച്ച് ഇടയ്ക്ക് പറയേണ്ടിവരുന്നതുതന്നെ ഇവിടെ പാലിയേറ്റീവ് സെന്റർ ഉള്ളതുകൊണ്ടാണ്. പച്ചക്കറിക്കടകളേക്കാൾ മരുന്നുകടകളുള്ള നഗരത്തിൽ പാലിയേറ്റീവ് കെയർ സെന്റർ പ്രശസ്തമായത് മരണവുമായുള്ള ബന്ധംകൊണ്ടാണ്. അവിടെ കിടക്കകളിൽ മനുഷ്യർ മരണവും കാത്തു കിടക്കുന്നു.

എല്ലാവരും കൈയൊഴിഞ്ഞവർ അല്ലെങ്കിൽ എല്ലാവരെയും കൈയൊഴിഞ്ഞവർ - രോഗത്തിന്റെ അവസാനഘട്ടത്തിൽ രണ്ടുവിശേഷണങ്ങളും ശരിയാകുന്നു - സെന്ററിൽ എത്തിപ്പെടുന്നു.

ജീവിതത്തെയും മരണത്തെയും വേർതിരിക്കുന്ന ഇടവേള നേരിടാൻ ആർക്കും അവിടെ പ്രവേശനം ലഭിക്കും. കൈയിൽ പണമുണ്ടാവണമെന്നു മാത്രം. പലപ്പോഴും ലക്ഷങ്ങൾവരെ. അത്ര പ്രശ്നമുള്ള കാര്യമാണെന്ന് കണക്കുകൾ സൂചിപ്പിക്കുന്നില്ല. ജനറൽ വാർഡില്ലാത്ത സെന്ററിൽ മുറികൾ ഒഴിയുക, ഒരു കാത്തുകിടപ്പ് അവസാനി ക്കുമ്പോ

ഴാണ്. മണിക്കൂറുകൾക്കകം പിന്നെയും ഒരു കാത്തുകിടപ്പ് ആരംഭിക്കുന്നു.

ഒരു കാർട്ടൂൺ കഥാപാത്രത്തെപ്പോലെ ബേക്കർ ഓട്ടോക്ക് കൈനീട്ടി. കടന്നിരിക്കുമ്പോൾ പറഞ്ഞത് ബാറിന്റെ പേരാണ്.

ഓർത്തപ്പോൾ കൗതുകം തോന്നി. ഒന്നുരണ്ടു വർഷംമുമ്പ് യാദൃച്ഛികമായി കയറിയ ബാറിന്റെ പേര് ഇപ്പോഴും ഓർക്കുന്നു.

ബാറിനും ലോക്കൽ മദ്യങ്ങൾക്കും പെൺപേരുകൾ ഫാഷനാണ്. കല്യാണി ബിയർ - ആ പേര് തെരഞ്ഞെടുത്തത് ഒരു കലാകാരനായിരിക്കണം.

പകൽവെളിച്ചത്തിൽ ബേക്കർ പരുങ്ങി. അപൂർവ്വമായേ ബാറിൽ ഒറ്റയ്ക്ക് കയറേണ്ടിവരൂ. അപ്പോഴൊക്കെ സങ്കോചം പിടികൂടി. സ്വന്തം നഗരത്തിൽ കാർട്ടൂണുകളേക്കാൾ ചർച്ച ചെയ്യപ്പെടുക കാർട്ടൂണിസ്റ്റിന്റെ കഥകളാണ്.

"എന്തെങ്കിലും തന്നു സഹായിക്കണം. പണി ആയുധങ്ങൾ മോഷണം പോയ ചെരുപ്പുകുത്തിയാണ് സാർ." ബാറിൽനിന്ന് ഇറങ്ങുമ്പോൾ മെലിഞ്ഞുനീണ്ട രൂപം കൈനീട്ടി. "താനപ്പോ മനുഷ്യനല്ലേടോ... എടോ തൊഴിൽ വേറെ, താൻ വേറെ, തന്റെ തൊഴിലല്ലടോ താൻ... മനസ്സിലായോ..."

കൈയിൽ വന്ന ചില്ലറ ബേക്കർ അയാൾക്കുനീട്ടി. പഠിച്ച കള്ളൻ... വേദനസംഹാരിക്കുമുന്നിൽ കച്ചവടം എളുപ്പമാണെന്നറിയാം... വേദനിക്കുന്ന മനസ്സിളക്കാൻ എളുപ്പമാണ്... മദ്യം അകത്തുചെന്നാൽ ഈയിടെ ബേക്കർ വാചാലനാകും. ശബ്ദം പലപ്പോഴും വല്ലാതെ ഇടറി.

ഡോക്ടർ ഗണേശിന്റെ അടുത്തെത്തുമ്പോൾ സംസാരിക്കാൻ ബുദ്ധിമുട്ടി. പരിശോധനകൾ നീണ്ടപ്പോൾ അവസാനിപ്പിക്കാൻ തുടങ്ങിയതാണ്. സുഹൃത്തായ ഡോക്ടർ തടസ്സം നിന്നു.

ക്യാൻസർ ശ്വാസകോശത്തിനാണ്. നെഞ്ചിലും കഴുത്തിലും ചെറിയ മുഴകൾ - പുറമേ അതുമാത്രമാണ്.

സ്കാൻ റിപ്പോർട്ടുകൾ മുന്നിൽ വച്ച് ഡോക്ടർ ഗണേശ് മൗനിയായപ്പോൾ ചിരിക്കാൻ തോന്നി. പണ്ട് അത്തരം കാഴ്ചകളിൽ മടുപ്പാണ് തോന്നുക. ഇപ്പോൾ മറ്റുള്ളവരുടെ വികാരപ്രകടനങ്ങൾ അയാളെ ചിരിപ്പിച്ചു.

വികാരപ്രകടനങ്ങൾ സ്ത്രീകളുടെ ഭാഷയാണെന്ന് അയാൾ വിശ്വസിച്ചു. ഞാൻ നിന്നെ സ്നേഹിക്കുന്നു എന്ന് ഒരു പെണ്ണിനോട് പറയാൻ ഒരിക്കലും അയാൾ ഇഷ്ടപ്പെട്ടില്ല. ചലനങ്ങളിലൂടെയോ മറ്റോ അങ്ങനെ ധ്വനിപ്പിക്കാൻകൂടി അയാൾക്കു കഴിഞ്ഞില്ല.

ഉള്ളിൽ വിപരീതസംഗതിയാണ്. രണ്ടാമതൊരു സൂര്യനുണ്ടെങ്കിൽ അതു സ്നേഹമാണെന്ന് അയാൾ കരുതി. സ്നേഹം വാക്കുകളിലേക്കു വിവർത്തനം ചെയ്യുന്നത് പെണ്ണിന്റെ രീതിയായി കരുതി അതിൽനിന്നു വിട്ടുനിന്നു എന്നുമാത്രം.

അച്ഛനമ്മമാർ തനിക്കുവേണ്ടി ചെയ്തവയെ കടമയെന്നോ മറ്റോ

വിളിക്കാനാണ് ബേക്കർ ഇഷ്ടപ്പെട്ടത്. സൗഹൃദം എന്നാൽ അയാളെ സംബന്ധിച്ചിടത്തോളം ഒരുതരം ആചാരമര്യാദയാണ്.

ആദ്യം കിട്ടിയ ബാങ്ക് ക്ലാർക്കിന്റെ ജോലി. ശമ്പളത്തിൽനിന്ന് നല്ലൊരു തുക ഏല്പിക്കുമ്പോൾ അച്ഛനിലും അമ്മയിലും പ്രകടമായ സന്തോഷം പണത്തോടുള്ള ഇഷ്ടമാണെന്ന് അയാൾക്കു തോന്നി. ആയിടെ വീട്ടിൽ നിന്നു മാറി ബാങ്കിനടുത്തുള്ള ലോഡ്ജിൽ താമസം തുടങ്ങി. വീട്ടിലേക്കുള്ള പണം മണിഓർഡർ ചെയ്തു.

ബാങ്ക് ജോലിക്കൊപ്പം കാർട്ടൂൺ വരയിൽ അറിയപ്പെട്ടു തുടങ്ങിയ കാലം. ഓർക്കാപ്പുറത്താണ് കത്തുകിട്ടിയത്. ഒരാഴ്ച ലീവെടുത്ത് വീട്ടിലേക്കു വരിക. ചില കാര്യങ്ങളുണ്ട്.

അച്ഛനും അമ്മയ്ക്കും ഏറെ പ്രായം ചെന്നതായി തോന്നി. മുമ്പെന്നുമില്ലാത്ത ഒരു തരം മൗനം അവരെ കൈയടക്കി.

പെൺകുട്ടിയെ ആദ്യനോട്ടത്തിൽത്തന്നെ ഇഷ്ടപ്പെട്ടു. വിവാഹശേഷമാണ് സത്യത്തിൽ താൻ സ്നേഹിച്ചുതുടങ്ങിയതെന്ന് അയാൾക്കു തോന്നി.

മാസങ്ങൾക്കുശേഷം നടന്നത് ഇനിയും മനസ്സിലായിട്ടില്ല. ശമ്പളത്തുക നീട്ടുമ്പോൾ പണമല്ല, ചില സമ്മാനങ്ങളാണ് വേണ്ടതെന്ന്, അവൾ. സമ്പന്നരായ അച്ഛനമ്മമാരുടെ പുത്രിയും സ്വന്തമായി ജോലിയുമുള്ള അവൾക്ക് പണം എന്തിനാണ്?

നെയിൽ പോളിഷിൽ തുടങ്ങി ആഭരണങ്ങൾവരെ നീണ്ട അവളാവശ്യപ്പെട്ട സമ്മാനങ്ങൾ കൈപ്പറ്റുമ്പോഴൊക്കെ അവളുടെ കണ്ണുകൾ തിളങ്ങി.

സമ്മാനദിനങ്ങളിൽ അവൾ സ്നേഹംകൊണ്ട് അയാളെ ശ്വാസം മുട്ടിച്ചു എന്നു പറയാനാവില്ല. കാരണം, അപ്പോഴൊക്കെ അവളുടെ മനസ്സ് സന്തോഷംകൊണ്ട് തുള്ളിച്ചാടിയെന്നേ അയാൾക്കുതോന്നിയുള്ളു. അതിനെ വസ്തുക്കളോടുള്ള ഇഷ്ടത്തിന്റെ, ആർത്തിയുടെ ഭാഗമെന്നു വ്യക്തമായി വിശേഷിപ്പിക്കാൻ കഴിയുമ്പോൾ സ്നേഹമെന്ന് എന്തിനു തെറ്റിദ്ധരിക്കണം? അയാൾ സ്വയം ചോദിച്ചു.

ആ ചിന്തയ്ക്കിടയിൽ അയാളൊരു സംഗതി കണ്ടെത്തി. സമ്മാനവസ്തുക്കളെ സ്നേഹത്തിന്റെ ടോക്കണുകളായി അവൾ കാണുന്നു. ടോക്കൺ കിട്ടുമ്പോൾ സന്തോഷിക്കുന്നു. അതായത് പരോക്ഷമായി, തന്റെ സ്നേഹം കൈപ്പറ്റുന്നതിൽ അവൾ അങ്ങേയറ്റം സന്തോഷിക്കുന്നു. നേരത്തെ, അവളിൽ വസ്തുക്കളോടുള്ള ആർത്തി ആരോപിച്ചതിൽ അയാൾക്കു കുറ്റബോധം തോന്നി. പ്രേമപ്പനി പിടിച്ചാൽ തല നഷ്ടമാകുമെന്ന് അയാൾക്കു ബോദ്ധ്യമായി.

ഓർമ്മകൾ നിഷ്പക്ഷമതികളെപ്പോലെയാണെന്ന് അയാൾക്കു മനസ്സിലായതും അപ്പോഴാണ്. ബന്ധപ്പെട്ട വിഷയം വരുമ്പോൾ അവ കൂട്ടത്തോടെ തലപൊക്കും. പണ്ട്, താൻ പണം കൊടുക്കുമ്പോൾ അച്ഛനമ്മമാരുടെ മുഖത്തു പ്രത്യക്ഷപ്പെട്ട തിളക്കം പുതിയ കണ്ടെത്തലിന്റെ വെളി

ച്ചത്തിൽ കാണാൻ അയാൾ നിർബ്ബന്ധിതനായി. അതിന്റെ ഫലമായി വീണ്ടും അച്ഛനമ്മമാർക്ക് അയാൾ ചെറിയ തുകകൾ അയയ്ക്കാൻ തുടങ്ങി.

ജീവിതത്തിന്റെ ഗതി തന്നെ മാറ്റിയ കണ്ടെത്തലുകൾ ഉണ്ടായത് മാസങ്ങൾ കഴിഞ്ഞാണ്. ഭാര്യ പിണങ്ങി സ്വന്തം വീട്ടിലേക്കു പോയ സന്ദർഭത്തിലാണ് ഒരു കണ്ടെത്തൽ.

അന്ന്, രാത്രി ഏറെ ചെന്നിട്ടും ഉറങ്ങാനായില്ല. കുറെനേരം അങ്ങോട്ടുമിങ്ങോട്ടും വെറുതെ നടന്നു. പിന്നെ ഏതോ ഉൾവിളിയാൽ പ്രേരിതനായപോലെ ഭാര്യയുടെ മുറിയിലേക്കു ചെന്നു. ശൂന്യമായ മുറിയിൽ എന്തോ തെരഞ്ഞു. മേശപ്പുറത്തുകിടന്ന ഹെയർപിന്നുകളിൽ അതവസാനിച്ചു. അവയെടുത്ത് സ്വന്തം മുറിയിലെ മേശവലിപ്പിൽ ഭദ്രമായി നിക്ഷേപിക്കുമ്പോൾ കളിക്കോപ്പ് തിരിച്ചുകിട്ടിയ ഒരു കുട്ടിയായി.

കിടക്കയിലേക്കു ചായുമ്പോൾ അടഞ്ഞ കണ്ണുകൾക്കു താഴെ അയാൾ വർഷങ്ങൾ പുറകോട്ടുപോയി. കോളേജ് ഹോസ്റ്റലിൽനിന്ന് പഠിക്കാൻ തുടങ്ങിയ കാലം. ആദ്യമായി വീട്ടിലെത്തിയ ദിവസംതന്നെ പുസ്തകശേഖരം ഒന്നു പരിശോധിച്ചു. കരുതലോടെ വച്ച ഭംഗിയേറിയ പല പുതിയ പുസ്തകങ്ങളും കാണാനില്ല.

ഒടുവിൽ അമ്മയുടെ പെട്ടിയിൽ ഭദ്രമായി കണ്ടെത്തിയ ആ പുസ്തകങ്ങൾ നീരസത്തോടെ തിരിച്ചെടുക്കുമ്പോൾ അത്ഭുതമായിരുന്നു. ആ പ്രായത്തിൽ അമ്മയ്ക്കെന്തിനാണ് ഫിസിക്സിന്റെയും കെമിസ്ട്രിയുടേയും പുസ്തകങ്ങൾ?

ആ ഓർമ്മ തുടർന്നുള്ള രാത്രികളിൽ അയാളുടെ ഉറക്കം തടസ്സപ്പെടുത്തി. അടുത്തയാഴ്ച നാട്ടിലേക്കു പുറപ്പെടുമ്പോൾ മനസ്സിൽ തണുത്ത കാറ്റു വീശിക്കൊണ്ടിരുന്നു.

അമ്മ മരിച്ച് മാസങ്ങൾ കഴിഞ്ഞിട്ടും അച്ഛൻ സാധാരണ ജീവിതത്തിലേക്ക് തിരിച്ചുവന്നിട്ടില്ലെന്ന് അയാൾക്കു തോന്നി. കുറ്റബോധത്തോടെ നാടൻ ചാരായത്തിന്റെ മണം മറച്ചുപിടിക്കുന്ന അച്ഛൻ. ഓരോ കവിൾ മദ്യവും കൈപ്പറ്റാത്ത സ്നേഹത്തെ ഓർമ്മിപ്പിക്കുന്നു എന്നു പറഞ്ഞതാരാണ്?

വാക്കുകൾ അപ്രസക്തമായ നിമിഷങ്ങൾക്കുശേഷം ബേക്കർ അമ്മയുടെ മുറിയിലേക്കു കയറി. നിറം മങ്ങിയ ആ പഴയ പെട്ടി വെറുതെ തുറന്നു നോക്കുമ്പോൾ അപ്പോഴുമുണ്ട് ഭദ്രമായി അടുക്കിവച്ച തന്റെ ചില പുസ്തകങ്ങൾ. മനസ്സിൽ അപരിചിതനായ ഏതോ കുട്ടി ഉറക്കെ തേങ്ങി, അപരിഷ്കൃതനും നിസ്സഹായനുമായ ഒരു കുട്ടി.

Seek tactfully to get out of the clutches of possessive parents by giving the parents other interests...! കോളേജ് ജീവിതത്തിനിടെ വായിച്ച അമേരിക്കൻ സെൽഫ് ഹെൽപ് ബെസ്റ്റ് സെല്ലറുകളിൽ നിന്ന് മനസ്സിൽ പതിഞ്ഞത് അതുമാത്രമല്ല.

ആർക്കും പിടികൊടുക്കാതെ നടന്ന നാളുകൾ. വീണ്ടും ആ നാളുകൾ തിരിച്ചെത്തി എന്ന അറിവ് - വേറൊരു കണ്ടെത്തൽ അതാണ്.

ഭാര്യയുടെ പെരുമാറ്റത്തിലെ ഉടമാഭാവത്തിന്റെ ഇഴകൾ ഓരോന്നോരോന്നായി പൊട്ടിച്ചു. ബാങ്കുജോലി കളഞ്ഞു. എന്നും കൊതിപ്പിച്ച കരിയറിൽ തലപൂഴ്ത്തി. പ്രമുഖദിനപത്രത്തിലെ സ്റ്റാഫ് കാർട്ടൂണിസ്റ്റ്. രണ്ടു പ്രശസ്ത വാരികകളിൽ സ്ഥിരം കോളം, അതിനിടയിലെപ്പോഴോ നടന്ന വിവാഹമോചനം, ആരാണ് സ്വയം ചതിച്ചത്?

നാട്ടിലേക്ക് - സുഖവാസകേന്ദ്രങ്ങളിലേക്കുള്ള തീർത്ഥയാത്രകൾ.

പ്രാകൃതമായി വളർന്ന താടിരോമങ്ങൾ. പതിവായി സിഗററ്റു പുകതട്ടി നിറംമാറിയ രോമങ്ങൾ.

പ്രേമനൈരാശ്യത്തിൽ ജീവനൊടുക്കുന്ന വിഡ്ഢികളുടെ കാലം കഴിഞ്ഞുപോയെന്നു പറഞ്ഞു നടന്നത് എന്തിനാണ്?

ബാറിനു മുന്നിൽ നിന്നു വിളിച്ചതുകൊണ്ടാവാം ഓട്ടോകൾ നിർത്താതെ ഓടിച്ചുപോയി. അല്പം മാറി നില്ക്കാൻ തുടങ്ങുമ്പോൾ പരിചയഭാവത്തിൽ ഒരു ഓട്ടോ വന്നു നിന്നു. പോകേണ്ടയിടം പറഞ്ഞപ്പോൾ ഓടിച്ചിരുന്ന യുവാവ് കൗതുകത്തോടെ പുറകിലേക്കു നോക്കി.

സ്വയമെങ്കിലും തനിക്കൊന്ന് സ്നേഹിച്ചുകൂടെ? ആരാണ് ചോദിച്ചത്? തെറ്റിയത് നിനക്കാണ് സുഹൃത്തെ, ഞാൻ എന്നെ അഗാധമായി സ്നേഹിക്കുന്നു. നാർസിസിനെപ്പോലെ. അതിനുമപ്പുറം.

പണമെടുത്തുകൊടുത്ത് ഓട്ടോയിൽ നിന്ന് ഇറങ്ങുമ്പോൾ മുന്നിലെ ബോർഡുകണ്ട് ചിരിക്കാൻ തോന്നി.

പെയിൻ ആന്റ് പാലിയേറ്റീവ് കെയർ സെന്റർ.

പരിചയക്കാരനായ ജീവനക്കാരനൊപ്പം സെന്ററാകെ കണ്ടു നടക്കുന്നതിനിടെ പലരും അയാളെ തിരിച്ചറിഞ്ഞു. ഏതു നരകത്തിലായാലും ചിലരെ ജനം ശ്രദ്ധിക്കുന്നു എന്നു പിറുപിറുത്തുകൊണ്ട് ഇടയ്ക്കയാൾ വേഗത്തിൽ നടന്നു.

ഇടയ്ക്ക് ഒപ്പമുള്ള ആളോട് സെന്ററിനെക്കുറിച്ച് ചില അസാധാരണ സംശയങ്ങൾ ചോദിച്ചു.

ഒടുവിൽ തന്റെ 'ഔദ്യോഗിക' വരവ് ഏതാണ്ട് ഉറപ്പാക്കിയ മട്ടിൽ യാത്ര പറയുമ്പോൾ അയാൾക്ക് ചിരിക്കാനായില്ല.

The woods are lovely dark and deep
But have promises to keep
and miles to go before I sleep
and miles to go before I sleep....

അല്പം ഉറക്കെയായെന്നു തോന്നിയ നിമിഷം കൂടെയുള്ള ആളിനൊപ്പമെത്താൻ അയാൾ വേഗത്തിൽ നടന്നു.

താമസത്തിനുള്ള തയ്യാറെടുപ്പോടെ ദിവസങ്ങൾക്കുശേഷം മടങ്ങി എത്തുമ്പോഴും ബേക്കർ ചിരിച്ചു. അതേ ചിരി:

എന്റെ കുതിരയ്ക്ക് വിചിത്രമായി തോന്നുന്നു...തങ്ങാനിടമില്ലാതെ ഞാനിവിടെ സന്ധ്യയ്ക്ക്... തടാകത്തിനും തോട്ടത്തിനും നടുവിൽ... അവൻ മണിയിളക്കുന്നു.

ഉറങ്ങുംമുമ്പ് എനിക്ക് ഏറെദൂരം പോകാനുണ്ട്.

## രണ്ട്

**കാ**ർ നഗരം പിന്നിട്ടപ്പോഴും അവർ മൂന്നുപേരും ഓരോ ലോകത്താണ്. കൊച്ചുവെളുപ്പാൻകാലത്ത് തുടങ്ങിയ ഡ്രൈവിങ് ഒന്നവസാനിച്ചു കിട്ടുന്നതിലെ ആശ്വാസത്തിൽ വിശ്രമത്താവളത്തെക്കുറിച്ചാണ് തങ്കച്ചൻ ചിന്തിച്ചത്.

ഹൈവേ പിന്നിട്ട് നഗരത്തിലെത്തിയാൽ വീതികുറഞ്ഞ പഴയ റോഡിലൂടെ ആറേഴു കിലോമീറ്റർ. അവിടെ ദൗത്യം പൂർത്തിയാകും. മടക്കയാത്രയ്ക്കു മുമ്പ് ഇടവേള എത്രവേണമെങ്കിലുമാകാം. നേരത്തെ തങ്ങിയിട്ടുള്ള ബാർഹോട്ടൽ ഓർത്തപ്പോൾ തങ്കച്ചൻ ഉന്മേഷവാനായി.

പിൻസീറ്റിൽ ഇടതുവശം ചേർന്നിരിക്കുന്ന ജയിംസ്, ഡോക്ടർ കൃഷ്ണദാസിനോട് പറയേണ്ട കാര്യങ്ങൾ ഒരിക്കൽക്കൂടി മനസ്സിൽ അടുക്കി. ഗൗരവത്തോടെ ചെയ്യേണ്ട കാര്യമാണതെന്ന് അയാൾ ഓർത്തു. എല്ലാ കാര്യങ്ങളെക്കുറിച്ചും അയാളങ്ങനെ വിശ്വസിച്ചു. അറിയപ്പെടുന്ന ഹൃദ്രോഗവിദഗ്ദ്ധനായ ഡോക്ടർ ഡേവിഡ് ഈ ജോലി ജയിംസിനെ ഏല്പിച്ചത് അതുകൊണ്ടാണ്. ഏല്ക്കുന്ന ജോലി അയാൾ കൃത്യമായി ചെയ്യും. അതോടെ അതു മറക്കുകയും.

സത്യത്തിൽ ഇതൊരു ജോലിയാണോ? ഇടയ്ക്ക് ജയിംസിന് സംശയം തോന്നി. ഡോ. ഡേവിഡിന്റെ പത്തൊമ്പതുകാരിയായ മകളെ പരമ രഹസ്യമായി മുന്നൂറോളം കിലോമീറ്റർ അകലെയുള്ള പാലിയേറ്റീവ് സെന്ററിലെ ഡോക്ടറെ ഏല്പ്പിക്കാൻ ഡേവിഡിന്റെ ശമ്പളക്കാരനായ ജയിംസ് പുറപ്പെടുമ്പോൾ അതൊരു ജോലിതന്നെയാണ്.

മകളെ ഏതെങ്കിലും സ്ത്രീയെക്കൂട്ടി അയയ്ക്കാൻ ഡേവിഡ് തയ്യാറാവാത്തത് സ്ത്രീകളിലുള്ള വിശ്വാസക്കുറവുകൊണ്ടാണ്. അങ്ങനെ ചെയ്താൽ സംഗതിക്ക് കാര്യമായ പ്രചാരം കിട്ടുമെന്ന് അയാൾ ഭയന്നു. ഹൃദയത്തിന്റെ രോഗങ്ങൾ ഭേദപ്പെടുത്താൻ മരുന്നു കുറിക്കുന്ന ഡേവിഡിനെ സംബന്ധിച്ചിടത്തോളം തന്റെ പുത്രിയുടെ രോഗംതന്നെ ഒരു രഹസ്യമാണ്.

യുവാവായ ജയിംസിനും തങ്കച്ചനും ഒപ്പം മകളെ യാത്രയാക്കുന്നതിൽ അപകടമുള്ളതായി ഡേവിഡിനു തോന്നിയില്ല. ഒരച്ഛൻ അങ്ങനെ ഉൽക്കണ്ഠപ്പെടില്ലേ എന്നു ചോദിച്ചാൽ അവളുടെ അമ്മ പോലും ഉൽകണ്ഠപ്പെടില്ല എന്നാണുത്തരം. കാരണം അവർ രണ്ടാളും ഡീനയെ സ്നേഹിച്ചില്ല, വെറുക്കുകയും ചെയ്തു. വളർത്തുക, ചെലവിനു കൊടുക്കുക എന്നിവയുടെ പ്രേരണ സ്നേഹമാകണമെന്നില്ലല്ലോ.

ഏറ്റവും മുന്തിയ കമ്പനിയുടെ ഏറ്റവും പുതിയ മോഡലായ ആ കാറിന്റെ ഏറെ മനോഹരമായ സീറ്റിൽ ലോകത്തെ ഏറ്റവും ഉപയോഗശൂന്യവും എല്ലാവരാലും ഉപേക്ഷിക്കപ്പെട്ടതുമായ ഒരു വസ്തുപോലെ കാണപ്പെടുന്ന ഡീനയുടെ മനസ്സ് ഏതു ലോകത്താണെന്നു പറയാനാവില്ല. അവൾ ഉറങ്ങുകയല്ല. ഉണർന്നിരിക്കുകയുമല്ല; ഇപ്പോൾ

അവൾക്കൊരു മനസ്സുണ്ടെന്നുതന്നെ പറയാനാവില്ല. പുറപ്പെടാൻ നേരം ഡോക്ടർ ഡേവിഡ് നല്കിയ വേദനസംഹാരികളും ഉറക്കഗുളികകളും അടങ്ങുന്ന മരുന്നുകളാണ് ഇപ്പോൾ അവളുടെ റിഫ്ളക്സുകൾ തന്നെ നിയന്ത്രിക്കുന്നത്.

തങ്കച്ചൻ ഡ്രൈവ് ചെയ്തത് കരുതലോടെയാണ്. എങ്കിലും ബ്രേക്കിടുമ്പോഴൊക്കെ ഡീന മുന്നിലേക്കു ചരിഞ്ഞു വീഴാൻപോയി. അപ്പോഴൊക്കെ ജയിംസ് അവളെ സീറ്റോടു ചേർത്തിരുത്തി.

ഒരു പെണ്ണിനെ സമ്മതമില്ലാതെ തൊടുന്നത് കരുതലോടെ ചെയ്യേണ്ട കാര്യമാണെന്ന് സീറ്റോടു ചേർത്തിരുത്തുമ്പോൾ എന്തുകൊണ്ടോ അയാൾ ഓർത്തില്ല.

മുമ്പ്, ആ കാറിനുള്ളിൽ ബോധത്തോടെ ഇരിക്കാൻ നിർബ്ബന്ധിതയായപ്പോഴൊക്കെ ഡീന പരുങ്ങി. അവിടെ തനിക്കൊരിടം കിട്ടിയത് ഡോ. ഡേവിഡിന്റെ ഭാര്യ തന്നെ പ്രസവിച്ചതുകൊണ്ടു മാത്രമാണ്. അവൾ സ്വയം ചെറുതായി. അല്ലെങ്കിൽ തന്നെ അവസാനിപ്പിക്കാൻ നിയമമോ നാട്ടുനടപ്പോ അവരെ അനുവദിക്കാത്തതുകൊണ്ട്, അതുമല്ലെങ്കിൽ അത്തരം ഒരു കൃത്യം ചെയ്യാൻ ഭയം അവരെ അനുവദിക്കാത്തതുകൊണ്ട്. അവൾ ആരും കാണാതെ കരഞ്ഞു.

എത്ര തവണ അച്ഛൻ തന്നെ കണ്ടിട്ടുണ്ടോ തന്റെ നേരെ നോക്കാൻ മിനക്കെട്ടിട്ടുണ്ടോ അത്രയും തവണ തന്റെ മരണം സത്യമായും അച്ഛൻ ആഗ്രഹിച്ചു.

സ്കാൻ റിപ്പോർട്ട് പെൺകുട്ടിയാണെന്ന് ഉറപ്പിച്ച നിമിഷം തന്നെ ആലോചിച്ചതാണ്. അമ്മയുടെ ആരോഗ്യനില അനുകൂലമായില്ല. അകത്തുള്ളത് ഈ രൂപമാണെന്നറിഞ്ഞെങ്കിൽ അമ്മയുടെ ആരോഗ്യ നിലയെ അവഗണിക്കാൻ അച്ഛൻ തയ്യാറായേനെ.

## മൂന്ന്

**“നോ**ക്കൂ...ജീവിതത്തിലേക്ക് ഒരിക്കലും മടങ്ങിവരാൻ കഴിയാത്തവർ അഥവാ, മടങ്ങാൻ ആഗ്രഹിക്കാത്തവർ, ഇവിടെ അവർ മാത്രമാണ്. ജീവിതത്തിന് ഒപ്പം നില്ക്കുന്ന ഒരാൾക്ക് ഇവിടെ കഴിയാനാവില്ല. പിന്നെ ഡോക്ടർമാരുടെയും മറ്റും കാര്യം. അവർക്കിത് സ്വന്തം തൊഴിലിന്റെ ഭാഗമാണ്. മാത്രമല്ല, സ്വകാര്യജീവിതം എന്താണെന്ന് അവർക്ക് വ്യക്തമായറിയാം...” സെന്ററിന്റെ തലവനായ ഖാൻ വിശദമായി ഇബ്രാഹിമിനെ നേരിട്ടു.

രോഗം കാർന്നുതുടങ്ങിയ ഉമ്മയ്ക്കു കൂട്ടിരിക്കാൻ തന്നെ അനുവദിക്കണമെന്നപേക്ഷിച്ച ഇബ്രാഹിമിനെ അതിൽനിന്ന് പിന്തിരിപ്പിക്കാൻ ഖാൻ രണ്ടുദിവസം മുമ്പും സമയം കണ്ടു. “നോക്കൂ... സെന്ററിന്റെ പോളിസിയാണത്. രോഗികളെ നോക്കാൻ ഡോക്ടർമാരും നഴ്സുമാരുമുണ്ട്. ഒപ്പം നില്ക്കാൻ മിക്കവരുടെയും ബന്ധുക്കൾ തയ്യാറാണ്. എന്നാൽ,

ഞങ്ങളതിന് സമ്മതിക്കില്ല." മുഹമ്മദ്ഖാൻ ഇബ്രാഹിമിനെ ഒഴിവാക്കാൻ തുടങ്ങുമ്പോൾ ഡോക്ടർ ലോഹിത് വിളിച്ചു.

"ഏതായാലും ഡോക്ടർ കൃഷ്ണദാസുമായി നിങ്ങൾ സംസാരിച്ചു നോക്കൂ. അദ്ദേഹം പറയുന്നത് നിങ്ങൾക്ക് മനസ്സിലാകും" പ്രശ്നം കഴിഞ്ഞ മട്ടിൽ ഖാൻ തന്റെ മുന്നിലുള്ള കത്തുകൾ പരിശോധിക്കാൻ തുടങ്ങി.

"ഇനി താങ്കളുടെ സമ്മതം മാത്രം മതി. ഡോ.കൃഷ്ണദാസിന് എതിർപ്പൊന്നുമില്ല." ഇബ്രാഹിം വിടുന്ന ഭാവമില്ലെന്നു കണ്ടപ്പോൾ തെല്ല് ആലോചിച്ചശേഷം ഖാൻ തന്റെ വാക്കുകളിൽ അയവു വരുത്തി. "നോക്ക് ഇബ്രാഹിം, മരണത്തിന് കൂട്ടിരിക്കുക നിങ്ങൾ വിചാരിക്കുംപോലെ എളുപ്പമല്ല. വിശേഷിച്ച്, നിങ്ങളെപ്പോലൊരു ചെറുപ്പക്കാരന്."

"ഇവിടെ പെട്ടെന്നുള്ള മരണമല്ല... ഓരോ ആളും ഇഞ്ചിഞ്ചായി മരിക്കുന്നതു കണ്ടുനിന്നാൽ ജീവിത്തെക്കുറിച്ചുള്ള നിങ്ങളുടെ സങ്കല്പം തന്നെ മാറിപ്പോകും..."

"സാരമില്ല... ഞാനതിനുള്ള തയ്യാറെടുപ്പിലാണ്." ഇബ്രാഹിം ഉറച്ചുനിന്നു.

"ആയിക്കോട്ടെ" ഒടുവിൽ സമ്മതം മൂളുമ്പോൾ ഖാന് ഉള്ളിന്റെ ഉള്ളിൽ ഇബ്രാഹിമിനോട് അസൂയതോന്നി.

ബിസിനസ് രംഗത്ത് ഖാന്മാർ പലരുമുണ്ടാകും. എന്നാൽ, ഖാൻ എന്നു പറഞ്ഞാൽ അതു മുബമ്മദ്ഖാൻ തന്നെയാണ്. ബിസിനസ് മാഗ്നറ്റായ അയാൾ തുടങ്ങിയ തികച്ചും വ്യത്യസ്തമായ ഒന്നാണ് സെന്റർ.

വർഷങ്ങൾ മുമ്പ് മുഹമ്മദ് ഖാന്റെ ഉമ്മ ക്യാൻസറിനൊപ്പം നാലു വർഷം കാത്തുകിടന്നു. ആ കിടപ്പിൽ അവർക്ക് പരിചരണവും സ്നേഹവും ആവശ്യമായി.

കിടന്നത് സ്വന്തം വീട്ടിലാണെങ്കിലും പരിചരണവും സ്നേഹവും തീരെ കിട്ടിയില്ല. രണ്ടും ഉറപ്പാക്കാൻ വേണ്ടി ഖാൻ വിദേശത്തുനിന്ന് വൻതുകകൾ അയച്ചു. ഹോംനഴ്സിന്റെ സേവനം ഇരുപത്തിനാലു മണിക്കൂറും ഉമ്മയ്ക്കു കിട്ടി. എന്നാൽ, അവർ കൊതിച്ചത് മകന്റെ സാന്നിദ്ധ്യമാണ്. തിരക്കുകൾക്കിടയിൽ വാസ്തവത്തിൽ തനിക്കതിനു കഴിയില്ലെന്ന് ഉമ്മയെ ഉദാഹരണസഹിതം ബോദ്ധ്യപ്പെടുത്താൻ ഖാൻ ശ്രമിച്ചു. ആ ശ്രമത്തിൽ തന്റെ വിജയം ഉറപ്പാക്കാൻ ഖാൻ നിർബന്ധം പിടിച്ചില്ല. അത്തരം സംഗതികൾ സുഖകരമല്ലെന്ന് അയാൾക്കറിയാം.

ഉമ്മയുടെ മരണശേഷം അയാൾ തന്റെയും ഉമ്മയുടെയും ഭാഗത്തുനിന്ന് ചിന്തിച്ചു. നിസ്സഹായരായ രോഗികൾ, നിസ്സഹായരായ ബന്ധുക്കൾ. തനിക്കെന്തുചെയ്യാൻ കഴിയും? ഉത്തരമായി സെന്റർ രൂപംകൊണ്ടു.

സെന്റർ പണക്കാർക്കു മാത്രമല്ലേ ഉപയോഗപ്പെടൂ എന്നു ചോദിച്ചാൽ, താൻ ഒന്നാന്തരമൊരു ബിസ്നസുകാരനാണെന്ന് ഖാൻ പറയും. ലാഭകരമെന്നു കണ്ടാൽ ശ്വാസം വിടുന്നതുപോലും താൻ നിർത്തിവച്ചെന്നിരിക്കും - ഇടയ്ക്ക് അയാൾ സ്വയം കളിയാക്കി.

'സ്വന്തം കാര്യങ്ങൾ എല്ലാം മാറ്റി വച്ച് തന്റെ ഉമ്മയുടെ മരണത്തിന് കൂട്ടിരിക്കാൻ പൂർണ്ണമനസ്സോടെ സമയം കണ്ടെത്തുന്ന സെന്റിമെന്റൽ ഇഡിയറ്റ്' വർഷങ്ങൾ മുൻപാണെങ്കിലും, അങ്ങനെ വിളിച്ച് ഇബ്രാഹിമിനെ തന്റെ മനസ്സിൽനിന്ന് ഖാൻ ആ നിമിഷംതന്നെ പുറംതള്ളിയേനെ. എന്നാൽ, ഇപ്പോൾ ഈയിടെയായി അയാൾക്കതിനു കഴിയുന്നില്ല.

വർഷങ്ങൾക്കു മുമ്പ് മരണക്കിടക്കയിലായ ഉമ്മയെ എന്തിന്റെയോ പേരിൽ അധികം സന്ദർശിക്കാതിരുന്നത് കുറ്റബോധമായി വളരാൻ അയാൾ അനുവദിച്ചില്ല. മരണശേഷം ഉമ്മയുടെ ഓർമ്മയ്ക്കായി പാലിയേറ്റീവ് സെന്റർ തുടങ്ങുമ്പോൾ അതിനു പിന്നിൽ തീവ്രമായ ഒരു വൈകാരിക പ്രേരണയുണ്ടെന്നു കാട്ടാൻ അയാൾ കൂട്ടാക്കിയില്ല. അത്തരം വെളിപ്പെടുത്തലുകൾ ബിസിനസുകാരന് യോജിച്ചതല്ലെന്ന് സ്വന്തം പ്രായോഗികബുദ്ധി അയാളെ ഉപദേശിച്ചു. എന്നാൽ, ഇപ്പോൾ അയാൾക്ക് ഭയം തോന്നുന്നത് ആ പ്രായോഗികബുദ്ധിയും ബിസിനസ് മനസ്സും തനിക്ക് എന്തൊക്കെ നേടിത്തന്നു എന്നു ചിന്തിച്ചുതുടങ്ങുമ്പോഴാണ്.

മുഴുവൻ സമയവും രോഗികൾക്കൊപ്പം നില്ക്കാൻ വേണ്ടപ്പെട്ടവരെ അനുവദിക്കില്ലെന്ന സെന്ററിന്റെ പോളിസി പരസ്യതന്ത്രം കൂടിയാണെന്നോർക്കുമ്പോൾ ചിലപ്പോഴൊക്കെ ഖാന് കുറ്റബോധം തോന്നി. അനുവദിച്ചാൽ പൂർണ്ണമനസ്സോടെ ആരും അതിന് തയ്യാറാവില്ലെന്നാണ് ഖാന്റെ നിരീക്ഷണം.

അനുവാദം ഇല്ല, അതുകൊണ്ടു നില്ക്കാനാവുന്നില്ല എന്ന് തന്നെയും മറ്റുള്ളവരെയും ബോദ്ധ്യപ്പെടുത്താനുള്ള പഴുത്, എല്ലാവരും തേടുന്നത് അതാണ്. സെന്ററിന്റെ കർശനമായ നിയമത്തിനു മുന്നിൽ രോഗികളുടെ വേണ്ടപ്പെട്ടവർ തീർത്തും നിസ്സഹായരാണ്. സെന്ററിന്റെ കാര്യത്തിൽ ഖാൻ ആകർഷകമാക്കാൻ ശ്രമിച്ച ആ സംഗതി ഫലംകണ്ടതിൽ ഇടയ്ക്ക് അഭിമാനം കൊള്ളാൻ ഖാന് ബുദ്ധിമുട്ടില്ല.

അനുവാദമില്ലാത്ത കാര്യങ്ങൾ ആളുകൾക്ക് എങ്ങനെ ചെയ്യാനാവും? ഫയലുകളിലൂടെ കടന്നുപോകുന്നതിനിടെ ഖാൻ സ്വയം ചോദിച്ചുചിരിച്ചു. കൗതുകകരമായ മറ്റൊരു കാര്യംകൂടി ഖാൻ കണ്ടു. സെന്ററിൽ എത്തുന്ന രോഗികൾ ആരുംതന്നെ സത്യത്തിൽ ഒരു മുഴുവൻസമയ കൂട്ടിരിപ്പ് ഇഷ്ടപ്പെടുന്നില്ല. അവർ സെന്ററിന്റെ ഗേറ്റ് കടക്കുന്നത് ജീവിതത്തോട് ഒരുതരം വിരക്തിബാധിച്ച് വല്ലാതെ ഒറ്റപ്പെട്ട നിലയിലാണ്. ഒറ്റപ്പെട്ട ഒരു തരം ആശ്രമജീവിതമാണ് അവർ കൊതിക്കുക.

വേണ്ടപ്പെട്ടവരെ നില്ക്കാൻ അനുവദിക്കില്ല എന്ന മുദ്രാവാക്യം രോഗികളും ഇഷ്ടപ്പെട്ടു. താൻ ഒറ്റപ്പെട്ട, ഉപേക്ഷിക്കപ്പെട്ട ഒരാളാണെന്ന് ലോകത്തെ അറിയിക്കാൻ ആരാണ് ഇഷ്ടപ്പെടുക?

സെന്ററിൽ ഉമ്മയ്ക്ക് കൂട്ടിരിക്കാനുള്ള അനുവാദം സമ്പാദിച്ച് മടങ്ങുമ്പോൾ ഇബ്രാഹിമിന് ഉത്സാഹം തോന്നി. അടുത്തദിവസം ഉമ്മയെയും കൂട്ടി സെന്ററിൽ എത്തുന്ന കാര്യം ഓർത്തപ്പോഴാണ് മറ്റൊരു

പ്രശ്നം. രോഗവിവരം എല്ലാവരോടും പറയേണ്ടിവരും. ഒരുപക്ഷേ, ഉമ്മ യോടുതന്നെയും.

## നാല്

**വൈ**കുന്നേരമായാൽ പ്രസാദ് പാർക്കിലേക്കു നടക്കും. സെന്ററിന്റെ ഭാഗമായ പാർക്ക്. നടക്കാൻ സാധിക്കുന്ന മിക്കരോഗികളും എത്തും. ആരോഗ്യസ്ഥിതി മോശമാകുന്ന ദിവസങ്ങളിൽ മുറിയിൽത്തന്നെ കഴിച്ചു കൂട്ടും. ചിലർ അപൂർവ്വമായെത്തുന്ന സന്ദർശകരൊപ്പമാണ് വരിക.

പ്രസാദിന് സന്ദർശകർ ഉണ്ടാകാറില്ല. പതിവായി അയാൾ ഒറ്റയ്ക്കാണ്. പടർന്നു പന്തലിച്ച പേരറിയാത്ത മരത്തണലിലെ സിമന്റു ബഞ്ച്. അതാണ് എന്നും അയാൾ തെരഞ്ഞെടുക്കുക.

അവിടെയിരുന്നാൽ അപ്രിയ ചിന്തകൾ മനസ്സിലേക്കു കടക്കില്ലെന്ന് അയാൾ വിശ്വസിച്ചു. പാർക്കിൽ ആളുകൾ വരുന്നതും പോകുന്നതും അവിടെയിരുന്നു കാണാം. പരസഹായത്തോടെയെത്തുന്ന വൃദ്ധരോഗികൾ, സ്വന്തം രോഗത്തെക്കുറിച്ച് അധികമൊന്നുമറിയാതെ ഓടിനടക്കുന്ന വിളർച്ച ബാധിച്ച ചില കുട്ടികൾ. സാധാരണ പാർക്കിലേക്കെന്നപോലെ അണിഞ്ഞൊരുങ്ങിയെത്തുന്നവർ, അടക്കം പറയുകയും ഇടയ്ക്ക് പൊട്ടിച്ചിരിക്കുകയും ചെയ്യുന്ന ചില പെൺകുട്ടികൾ. കാഴ്ചകൾ കണ്ടിരിക്കുന്നതിൽ അയാൾ രസം കണ്ടു.

അപൂർവ്വം ചിലപ്പോൾ ആരെങ്കിലും പരിചയപ്പെടാനെത്തി. ചിലർ പരിചയം പുതുക്കി. പലരും പരിചയം ഭാവിക്കാതെ കടന്നുപോയി. എന്തിനോ വേണ്ടി അലയുകയും കാണുന്നവരെയൊക്കെ തുറിച്ചുനോക്കുകയും വെറുതെ സമയം ചോദിക്കുകയും ചെയ്യുന്നവർ ഇടയ്ക്കയാളെ അസ്വസ്ഥനാക്കി.

രോഗികൾക്കിടയിലെ സാമൂഹ്യവാസന എന്ന വിഷയത്തിൽ ഗവേഷണം ചെയ്യുന്ന ഒരു പെൺകുട്ടി മിക്കപ്പോഴും അവിടെ എത്തി. ചിലപ്പോഴൊക്കെ അവളുമായി സംസാരിച്ചു. അവൾ തന്റെ കോളേജ് ജീവിതത്തെക്കുറിച്ച് അയാളെ ഓർമ്മിപ്പിച്ചു. രോഗികളെക്കുറിച്ചുള്ള അവളുടെ കണ്ടുപിടിത്തങ്ങളും പ്രസാദ് സഹതാപത്തോടെ കേട്ടു. തർക്കത്തിലേർപ്പെടാൻ അയാൾ ഇഷ്ടപ്പെട്ടില്ല. ഒക്കെയും ഇരുപതുകളുടെ കണ്ടെത്തലുകൾ മാത്രമാണ്. ഒരിക്കൽ അങ്ങനെ പറഞ്ഞുപോയി. വേണ്ടിയിരുന്നില്ല. അതോർക്കുമ്പോഴൊക്കെ സ്വയം പറഞ്ഞു.

ആരെങ്കിലും എന്തെങ്കിലും കണ്ടെത്തുന്നുണ്ടെങ്കിൽ അത് മുപ്പതുകൾക്കു ശേഷമാണെന്ന് അയാൾ വിശ്വസിച്ചു. മുപ്പതുകൾ പലതും പഠിപ്പിക്കുന്നു. പുതിയ പുതിയ അർത്ഥങ്ങൾ. ഇരുപതുകളിൽ വലിച്ചെറിഞ്ഞ ചില പുസ്തകങ്ങൾ മുപ്പതുകളിൽ ആർത്തിയോടെ അയാൾ വായിച്ചു.

ഡോക്ടർമാർ പറഞ്ഞ കണക്കനുസരിച്ച് ശേഷിക്കുന്നത് ആറേഴു

മാസങ്ങളാണെന്ന് ഇടയ്ക്കയാൾ ഓർക്കാറുണ്ട്. എങ്കിലും അയാൾ കഴിയുന്നത്ര വായിച്ചു. എന്തിനാണതെന്ന് ഒരിക്കലും അയാൾ സ്വയം ചോദിച്ചില്ല. മരണം അയാളുടെ ചിന്തകളിൽ ആ രീതിയിൽ കടന്നുവന്നില്ല.

ഞെട്ടിയിരുന്നു. ഭയത്തോടെ നിലവിളിച്ചിരുന്നു. ആദ്യം അറിഞ്ഞപ്പോൾ. അയാൾ മാത്രമല്ല, ബന്ധുക്കളും. ഒടുവിൽ ഒറ്റയ്ക്ക് സെന്ററിൽ കഴിയാൻ തീരുമാനിച്ചത് അയാൾ ഒറ്റയ്ക്കാണ്. ആരെങ്കിലും അതിൽ വേദനിച്ചതായി തോന്നിയില്ല. ഒരർത്ഥത്തിൽ വേദനിപ്പിക്കുന്ന ഘട്ടം കഴിയുംവരെ തീരുമാനം വൈകിക്കുകയായിരുന്നു. ആദ്യനാളുകളിൽ സന്ദർശകർ ഉണ്ടായി. പിന്നെ അതും വിലക്കി. എന്തിനെന്ന് നിശ്ചയമുണ്ടായിരുന്നില്ല. എങ്കിലും ആർക്കും അത്ഭുതം തോന്നിയില്ല. ഒരുപക്ഷേ, അവർ അതു പ്രതീക്ഷിച്ചിരിക്കാം. അസാധാരണ ഇഷ്ടങ്ങൾ, ആരോപണം നേരത്തെ ഉണ്ട്.

“ഹലോ പ്രസാദ്” നോക്കുമ്പോൾ നഴ്സിങ് അസിസ്റ്റന്റാണ്. നഴ്സിങ് അസിസ്റ്റന്റുകളും ആയമാരും പാർക്കിലും കർമ്മനിരതരാണ്. കാണുമ്പോഴൊക്കെ അടുപ്പമുള്ള പോലെ അവർ വിഷ് ചെയ്യുന്നു. ചിലപ്പോൾ ഒരു ദിവസംതന്നെ പലതവണ.

അത്തരം പ്രകടനങ്ങൾ പ്രസാദിന് എന്തുകൊണ്ടോ ഇഷ്ടമല്ല. അതുകൊണ്ടാവാം, അപൂർവ്വമായേ തിരിച്ചു വിഷ് ചെയ്യാൻ കഴിയൂ. അത് അവരുടെ രീതികളെ തീരെ ബാധിക്കുന്നില്ല. രോഗികൾ അങ്ങനെയാണെന്ന് അവർ കരുതുന്നുണ്ടാവാം. ഒരുപക്ഷേ, രോഗികളുടെ മുഖങ്ങൾ തന്നെ അവർ ശ്രദ്ധിക്കുന്നുണ്ടാവില്ല. യാന്ത്രികമായി ‘ഹലോ’ പറയുകയും ചിരിച്ചു കടന്നുപോവുകയും ചെയ്യുമ്പോൾ അവർ സ്വന്തം തൊഴിൽ നന്നായി ചെയ്യുന്നതിൽ അഭിമാനം കൊള്ളുന്നു.

പ്രസാദിന് അവരോടു വെറുപ്പു തോന്നിയില്ല. വെറുപ്പു തോന്നിയത് ആശുപത്രിയെ ഓർമ്മിപ്പിക്കുന്ന ഗന്ധത്തോടാണ്. കരിഞ്ഞ മാംസത്തിന്റെ, മരുന്നുകളുടെ, സ്പിരിറ്റിന്റെ, പേരറിയാത്ത രാസപദാർത്ഥങ്ങളുടെ ഗന്ധം. എവിടെയും പറന്നെത്തുന്ന മണം. നഴ്സുമാരും ആയമാരും കടന്നു പോകുമ്പോഴുമതുണ്ട്. കോടി പുതച്ചു കിടത്തിയ ശവത്തിനടുത്ത് പുകപരത്തുന്ന മരണത്തിന്റെ ഗന്ധം.

സ്വന്തം കാലിൽ നിൽക്കാനായിരുന്നു എപ്പോഴും ശ്രമം. വീട്ടുകാരുടെ ചെലവിൽ കോളേജിൽ തുടരാൻ തോന്നിയില്ല. ജോലി തേടി ചെന്നത് അച്ഛന്റെ പരിചയക്കാരന്റെ മുന്നിൽ, പൊട്ടിത്തെറികൾ ഉണ്ടാകുമെന്ന് കരുതി. സ്വന്തം ചെലവിൽ പഠിക്കാനുള്ള ശ്രമം വിജയിച്ചതുകൊണ്ടാവാം തുടർന്നും കുറ്റപ്പെടുത്തലുകൾ ഉണ്ടായില്ല.

സ്വന്തം കാലിൽ നില്ക്കണമെന്ന ചിന്ത. അച്ഛൻ പഠിപ്പിച്ച സുജന മര്യാദകൾക്കൊപ്പം വിഴുങ്ങിയതാവാം. ഒറ്റയ്ക്കുതന്നെ നില്ക്കാൻ നോക്കിനിന്നു. ഒടുവിൽ–

“ആരെയാ ഈ ലോകത്ത് നിങ്ങൾക്ക് ഇഷ്ടപ്പെടുക.” ചോദിച്ചത് ഭാര്യയാണ്. തുടക്കം തമാശമട്ടിലായിരുന്നു. വർഷങ്ങൾ കഴിഞ്ഞപ്പോൾ

ചോദ്യരൂപം മാറി. ഭാവം വളരെ മാറിപ്പോയി. പിണക്കം, പരാതി, വെറുപ്പ്, പ്രതിഷേധം. നിങ്ങൾക്ക് ആരോടും ഒത്തുപോകാനാവില്ല വിവാഹ മോചനത്തിലെത്തിയ പൊട്ടിത്തെറിയുടെ തുടക്കം.

ചിലപ്പോൾ പ്രസാദിന് സ്വയം പിടികിട്ടിയില്ല. വിവാഹജീവിതം നീണ്ടുനില്ക്കണമെങ്കിൽ അത്യാവശ്യഘട്ടങ്ങളിലൊഴിച്ച് ഭാര്യാഭർത്താക്കന്മാർക്ക് ഓരോ കിടപ്പുമുറികൾ ഉണ്ടാവണമെന്നാണ് അയാളുടെ ഒരു കണ്ടുപിടിത്തം. ഒരേ കിടക്കയിൽ മറന്നുറങ്ങുന്ന ഇണയുടെ ചില ദൃശ്യങ്ങൾ, ചില ഗന്ധങ്ങൾ തുടങ്ങിയവ സ്നേഹത്തിന്റെ കെട്ടുറപ്പിനെ ബാധിക്കുമെന്ന് അയാൾ വിശ്വസിച്ചു. വായ പിളർന്ന് ഒച്ചയോടെ ശ്വസിച്ചുറങ്ങുന്ന വികൃതദൃശ്യം ഓർത്തപ്പോൾ ഇപ്പോഴും അയാൾ അസ്വസ്ഥനായി.

ആറുവർഷത്തെ വിവാഹജീവിതത്തിൽനിന്ന് പടിയിറങ്ങുമ്പോൾ ഭാര്യ മകളെ ഒപ്പം കൂട്ടാതിരുന്നത് അയാൾ എതിർക്കുമെന്നു ഭയന്നല്ല. ബാദ്ധ്യതകൾ കൊണ്ടുനടക്കാൻ അവർ ഇഷ്ടപ്പെട്ടില്ല. അല്ലെങ്കിൽ പുതിയ പ്രേമം വിവാഹത്തിലെത്താൻ അതാവശ്യമായി.

ബാദ്ധ്യത അയാളും പൂർണ്ണമായി ഏറ്റെടുത്തില്ല. അകലെയുള്ള ജോലിസ്ഥലത്തേക്ക് പ്രസാദ് താമസം മാറി. മകന്റെ കുട്ടിയെ വളർത്തി അയാളുടെ അച്ഛനും അമ്മയും ജീവിതത്തിന് പുതിയ അർത്ഥം കണ്ടെത്തി. പണം അയാൾ മുടങ്ങാതെ അയച്ചു.

നാട്ടിൽ വല്ലപ്പോഴും ഒരിക്കൽ അയാളെത്തിയത് മകളെ കാണാനല്ല. അവൾ ഭാര്യയുടെ ഛായയാണ്. എഞ്ചിനീയറിങ് കോളേജിലെത്തിയ അവളെ പ്രസാദിന്റെ ജോലി കാത്തുകിടക്കും - ഡൈ ഇൻ ഹാർനസ്.

വയസ്സിന്റെ നാല്പതുകളിലെ ക്യാൻസർ. ബാദ്ധ്യതകളെക്കുറിച്ചോർത്ത് ജീവിതം കളയാൻ അയാൾ ഒരുക്കമല്ല. വേറെ എന്തിലാണ് അയാൾ ഏർപ്പെട്ടത്? ഉറങ്ങിയും ഉണർന്നും മരുന്നുകഴിച്ചും രോഗത്തിന്റെ പീഡനങ്ങൾ അറിഞ്ഞും വെറുതെ എന്തെങ്കിലും വായിച്ചും ഓർത്തിരുന്നും അയാൾ സമയം ചെലവിട്ടു.

വേദന അറിയേണ്ടി വന്നില്ലെങ്കിലും രോഗം തന്നെ കാർന്നുതിന്നുന്നത് അയാൾ അറിയുകയും കാണുകയും ചെയ്തു. അപൂർവ്വമായി കണ്ണാടിയിലേക്കു നോക്കുമ്പോൾ കുഴിഞ്ഞുതാണുപോകുന്ന കണ്ണുകളിൽ അയാൾ തന്റെ അച്ഛനെ കണ്ടു.

ക്ഷേമാന്വേഷണങ്ങളും പേരക്കുട്ടിയുടെ വിശേഷങ്ങളും നിറഞ്ഞ അച്ഛന്റെ കത്തുകൾ. ഒന്നിനും മറുപടി അയച്ചില്ല. അച്ഛൻ തുടരെ എഴുതി.

അവസാന കത്ത് കിട്ടുമ്പോൾ അത്ഭുതം തോന്നി. ജീവിതത്തിൽ ആദ്യമായി അച്ഛൻ ആവശ്യപ്പെട്ടിരിക്കുന്നു. അന്നോളം ഒന്നും ആവശ്യപ്പെട്ടിട്ടില്ല. ആരോടും ആവശ്യപ്പെട്ടതായി അറിവില്ല. ആരോടും ഒന്നും ചോദിക്കാൻ തനിക്ക് അവകാശമില്ലെന്ന് കരുതിയിട്ടുണ്ടാവാം.

ചെറുപ്പത്തിൽ അച്ഛൻ എല്ലാം കൊടുക്കുകയായിരുന്നു. പണം കൂട്ടിവയ്ക്കാൻ ശ്രദ്ധിച്ചില്ല. സ്വന്തം പേരിൽ ഒരു തുണ്ടു ഭൂമി വേണമെന്നു

തോന്നിയില്ല. എല്ലാവർക്കും പരാതി അതായിരുന്നു. ഭാര്യ, മക്കൾ – എല്ലാവർക്കും.

ഒരു യൂറോപ്യൻ ക്ലോസറ്റ് കത്തിലെ ആവശ്യം പ്രസാദിന് വിചിത്രമായി തോന്നി. ആ പഴയ വീടിന് പുറത്തുണ്ടായിരുന്നത് പഴയ മട്ടിലുള്ള ക്ലോസറ്റാണ്. കിടപ്പുമുറിയോടുചേർന്ന് പുതിയൊരെണ്ണം ആവശ്യപ്പെട്ടതിന്റെ കാരണം മനസ്സിലാവുന്നത് വീട്ടിൽ എത്തുമ്പോഴാണ്.

ഓണം കഴിഞ്ഞതിന്റെ അടുത്ത ആഴ്ച. അച്ഛൻ ചെറുതായി ഒന്നു ഛർദ്ദിച്ചു. പിന്നെ ഒന്നും കഴിക്കാൻ തോന്നിയില്ല. വെള്ളം തന്നെ കുടിക്കാനായില്ല. വയർ വീർത്തുവീർത്തു വന്നു. മഹോദരം. രോഗനിർണ്ണയം അച്ഛൻതന്നെ നടത്തി. രാത്രികളിൽ കൂടി ഏറെ പ്രാവശ്യം കക്കൂസിലേക്കു പോകേണ്ടിവന്നു...എവിടെയെങ്കിലും തട്ടിത്തടഞ്ഞു വീണാൽ... വാക്കുകൾ ദുർബ്ബലമായി. കണ്ണുകളിൽനിന്ന് പ്രകാശം ചോർന്നു. വെളിച്ചം കടക്കാത്ത മുറിയിൽ ഉയരം കൂടിയ കിടക്കയിൽ ഇരുന്ന് നിലത്ത് എത്താത്ത ദുർബ്ബലമായ കാലുകൾ അസാധാരണമായി ചലിപ്പിക്കുന്നതുകണ്ടപ്പോൾ അടുത്ത മുറിയിലേക്കു നടന്നു. പിറ്റേന്ന് യൂറോപ്യൻ ക്ലോസറ്റിന്റെ പണി നടക്കുമ്പോഴാണ് ഡോക്ടർ എത്തിയത്. “ഇനി കാര്യമായി ഒന്നും ചെയ്യാനില്ല...'' ഡോക്ടർ പറഞ്ഞത് അച്ഛൻ കേട്ടുവോ?

“പറയുന്നതുകൊണ്ട് ഒന്നും തോന്നരുത്... സത്യത്തിൽ ഇനിയൊന്നും ചെയ്യാനില്ല...” വർഷങ്ങൾക്കുശേഷം ഡോക്ടർ തന്റെ കാര്യം തന്നോടുതന്നെയാണ് പറഞ്ഞത്. തുടക്കത്തിലേ കണ്ടെത്തിയതുകൊണ്ടാവും, വയർ അധികം പുറത്തേക്കു തള്ളിയില്ല. ദ്രവരൂപത്തിലുള്ള ഭക്ഷണവും വേദന അറിയാതിരിക്കാനുള്ള മരുന്നുകളും മാത്രം കഴിക്കുന്നതുകൊണ്ടാവും മുഖത്ത് ഒരു നിലവിളി ഒഴിവാക്കാനായി. അവസാനനാളുകളിൽ അച്ഛൻ വേദനകൊണ്ടു പുളഞ്ഞു.

പാർക്കിലെ സിമന്റു ബഞ്ചിലിരുന്ന് പ്രസാദ് തന്റെ വയറിനുപുറത്ത് തടവിനോക്കി. ദിനംപ്രതി വളരുന്ന കരളിലൂടെയാണ് താൻ വിരലോടിക്കുന്നതെന്ന് അയാൾക്കുതോന്നി.

അല്പം അകലെയിരിക്കുന്ന വൃദ്ധൻ ആരെ നോക്കിയാണ് ചിരിക്കുന്നത്?

## അഞ്ച്

**രാ**ത്രി ഒമ്പതുമണിയായിക്കാണും. കാർട്ടൂണിസ്റ്റ് ബേക്കറിന്റെ ഡോർബെൽ മുഴങ്ങി. ബേക്കർ വളരെ പണിപ്പെട്ട് എണീറ്റ് വാതിൽ തുറന്നു. പത്രമോഫീസിലെ ജോലിക്കാരനാണ്. അയാൾ ചിരിച്ചു. ബേക്കർ ചിരിച്ചില്ല. ആ മുഖത്തിന് നേരത്തെതന്നെ ചിരി വളരെ ആയാസകരമായ ഒന്നാണ്. പരിചിതരെ കാണുമ്പോൾ ‘ഹലോ’ പറയാനെ

ശ്രമിക്കൂ. അതും കുറച്ചുനാൾ മുമ്പുവരെ. ഇപ്പോൾ, ഈയിടെയായി ഹലോ പറയാനും വിട്ടുപോകുന്നു. പരിചിതരെ കാണുമ്പോൾ ഒരു ഭാവ ഭേദവും കൂടാതെ കാര്യത്തിലേക്കു കടക്കും. അതിൽ ആർക്കും പരാതി യുണ്ടെന്നു തോന്നുന്നില്ല. മെലിഞ്ഞുനീണ്ട്, മുടിയും താടിരോമങ്ങളും നീട്ടിവളർത്തിയ അയാളിൽനിന്ന് ആളുകൾ അത്രയേ പ്രതീക്ഷിച്ചുള്ളു. അല്ലെങ്കിൽ, ആളുകൾ ഒന്നുംതന്നെ പ്രതീക്ഷിച്ചില്ല.

വളരെ അടുപ്പമുള്ളവരൊഴികെ, ആരെങ്കിലും അയാളുടെ മുന്നിൽ പെട്ടത് സ്വന്തം തൊഴിലിന്റെ ഭാഗമായാണ്. ഉദാഹരണത്തിന്, പത്രമോ ഫീസിലെ ജീവനക്കാരെത്തുന്നത് പൂർത്തിയായ കാർട്ടൂണുകൾ വാങ്ങി എത്രയും പെട്ടെന്ന് ഓഫീസിൽ എത്തിക്കാനാണ്. അതുപോലെ ഡോക്ടർമാരും നഴ്സുമാരും അയാൾക്കു മുന്നിലെത്തിയത് അവരുടെ തൊഴിലിന്റെ ഭാഗമായാണ്. മുമ്പും അങ്ങനെതന്നെ.

പത്രമോഫീസുകാരെ സംബന്ധിച്ചിടത്തോളം അയാൾ ഒരു കാർട്ടൂ ണിസ്റ്റ് മാത്രമാണ്. ഡോക്ടർമാരെ സംബന്ധിച്ചിടത്തോളം അയാൾ ഒരു രോഗിയാണ്. മറ്റുള്ളവരിൽനിന്ന് അയാൾ ഒന്നും പ്രതീക്ഷിച്ചതുമില്ല. സാധാരണമട്ടിലുള്ള ഇത്തരം കൂടിക്കാഴ്ചകൾതന്നെയും വഴിയുണ്ടെ ങ്കിൽ അയാൾ ഒഴിവാക്കിയേനെ.

രോഗം അയാളെ ഏറെ തളർത്തി. മേശപ്പുറത്തു നേരത്തെ തയ്യാ റാക്കി വച്ച കവർ വന്ന ആളെ ഏല്പിക്കാനും വാതിൽ അടയ്ക്കാനും വീണ്ടും കിടക്കയിലേക്കു വീഴാനും ബേക്കർ ആവശ്യത്തിലേറെ സമയ മെടുത്തു. രോഗവും മരുന്നുകളുടെ പാർശ്വഫലവും ചലനശേഷിയെ കാര്യമായി ബാധിച്ച മട്ടാണ്. എന്നിരിക്കിലും രാത്രി മാത്രമേ കാര്യമായി വിശ്രമിക്കൂ. പകലുകളിൽ തന്റെ രോഗം മറന്ന് പ്രസിദ്ധീകരണങ്ങളി ലൂടെ കടന്നുപോകും. മടുക്കുമ്പോൾ മുറിയിൽ അങ്ങോട്ടുമിങ്ങോട്ടും നടന്ന് പുതിയ ആശയങ്ങൾ തേടും. വരയ്ക്കാൻ തുടങ്ങുക പെട്ടെന്നാണ്. വീണ്ടും കുറച്ചു നടക്കുന്നു. ഒടുവിൽ ഓർത്തിട്ടെന്നപോലെ തന്റെ കമ്പ്യൂ ട്ടറിനെ സമീപിക്കുമ്പോൾ ധ്യാനത്തിലെന്നപോലെ ഒരു നിമിഷം ബേക്കർ കണ്ണടച്ചിരിക്കും. പിന്നെ, വിദഗ്ദ്ധമായ വിരലുകൾ കീബോർഡിലമരുന്നു. ഈ പ്രവൃത്തികളിലാണ് ബേക്കർ ജീവിച്ചിരിക്കുന്നത്.

ബേക്കറിന്റെ മുറി അടഞ്ഞുകിടക്കുന്നതുകണ്ടാലും കടന്നു പോകുന്ന പലരും കൗതുകത്തോടെ അങ്ങോട്ടുനോക്കും. അടച്ചുപിടി ച്ചുള്ള ആ തപസ്സിൽ ഫലം ദിനവും പത്രം നിവർത്തുമ്പോൾ, അല്ലെ ങ്കിൽ വാരികകളിൽ കാണുമ്പോൾ അവർക്കു കൗതുകമാണ്.

എന്നാൽ, അടഞ്ഞമുറിക്കുള്ളിൽ ഒറ്റയ്ക്കിരുന്ന് ബേക്കർ തന്റെ കമ്പ്യൂട്ടർ പ്രവർത്തിപ്പിച്ചത് എന്തിനാണെന്ന് ലോകം അറിഞ്ഞില്ല. പത്തു നാല്പതുവർഷങ്ങൾക്കിടയ്ക്ക് അയാൾ പലതും കണ്ടു. ചിന്തിച്ചു. അറിഞ്ഞു. അതിൽ വളരെ കുറച്ചുമാത്രമേ മറ്റുള്ളവരുമായി പങ്കുവ യ്ക്കാൻ കഴിഞ്ഞുള്ളൂ. മനസ്സിൽ ഒന്നും അവശേഷിപ്പിക്കാതെ എല്ലാം പങ്കുവയ്ക്കാനാണ് ഇപ്പോൾ പതിവായി അയാൾ കമ്പ്യൂട്ടറിനു മുന്നിൽ

ഇരിക്കുന്നത്. ഒരു നോവൽ. ആദ്യത്തേതും അവസാനത്തേതുമായ അയാളുടെ നോവൽ.

കാർട്ടൂണുകൾക്ക് ചെലവിടുന്നതിന്റെ ശേഷം സമയം അയാൾ നഷ്ടപ്പെട്ട സമയം വീണ്ടെടുക്കാൻ ശ്രമിക്കുകയാണ്. നോവലിനെക്കുറിച്ച് ചിന്തിച്ചുതുടങ്ങിയത് ഇരുപതുകളിലാണ്. ആദ്യം ബാങ്കിലെ ജോലിയിലും പിന്നെ കാർട്ടൂണിലും സ്വയം നഷ്ടപ്പെടുമ്പോഴൊക്കെ മനസ്സ് നിരന്തരം നോവൽ രൂപപ്പെടുത്തി. ഇപ്പോൾ ഈ പതിനൊന്നാം മണിക്കൂറിൽ അത് അക്ഷരങ്ങളിലേക്കു വിവർത്തനം ചെയ്യുന്നത് എന്തുനേടാനാണ്? ഇടയ്ക്ക് മനസ്സിലിരുന്ന് ആരോ പിന്തിരിപ്പിക്കാൻ ശ്രമിച്ചു.

എന്തിലെങ്കിലും സ്വയം നഷ്ടപ്പെടാനാണ് എന്നും അയാൾ ഇഷ്ടപ്പെട്ടത്. സ്വയം തെരഞ്ഞെടുക്കുന്ന എന്തിലെങ്കിലും. ബാങ്കിലെ ജോലി ആദ്യം ഒരാവശ്യമായിരുന്നു. പണത്തിന്റെ കാര്യത്തിൽ സ്വയംപര്യാപ്തത നേടിയപ്പോൾ കാർട്ടൂൺലോകത്തായി.

ദിനവും കമ്പ്യൂട്ടറിനു മുന്നിൽ ഏറെനേരം മനസ്സു തുറന്നിടും. ഒടുവിൽ കാഴ്ച മങ്ങുകയും ശരീരമാകെ വിറയ്ക്കാൻ തുടങ്ങുകയും ചെയ്യുമ്പോൾ കിടക്കയിലേക്കു വീഴും. ഈ കിറുക്കൻ പണി ഉടൻ അവസാനിപ്പിക്കണമെന്ന് ആരോ ഉറക്കെപ്പറയുന്നത് കേട്ട് കണ്ണടയ്ക്കും.

ഉണരുമ്പോൾ വീണ്ടും പഴയ പണികളിൽ ഏർപ്പെടുന്നു. ജീവിച്ചിരിക്കാൻ ആ കിറുക്കുകൾ തനിക്ക് ആവശ്യമാണെന്ന് ദിനവും അയാൾക്ക് തോന്നി. “ദയവായി അല്പം കൂടി വിശ്രമിക്കാൻ നോക്കൂ.” വിനയം ഭാവിച്ചു കടന്നുവന്ന ഡോക്ടർമാരും പിടയുന്ന കണ്ണുകളിൽ വൃത്തികെട്ട അനുകമ്പ ഒളിപ്പിക്കുന്ന നഴ്സുമാരും അഭ്യർത്ഥിച്ചുകൊണ്ടിരുന്നു.

വിശ്രമം എന്തിനാണെന്ന് വ്യക്തമായി പറയാൻ അവർക്കു കഴിയില്ലെന്നാണ് ബേക്കറുടെ കണ്ടെത്തൽ. വേദനസംഹാരികളും ഉറക്കഗുളികകളും മണിക്കൂറുകൾ തന്നെ ഉറക്കിക്കിടത്തുന്നു. മയക്കുമരുന്നിനടിമയായ ഒരുവനെപ്പോലെ കണ്ണുകൾ ചീർത്ത് പുറത്തേക്കു തള്ളി. വലിഞ്ഞുമുറുകിയ മാംസപേശികൾ ചലനം ആയാസകരമാക്കുന്നു. മരുന്നുകളുടെ അത്തരം പാർശ്വഫലങ്ങൾ തന്നെ മറ്റൊരാളാക്കിക്കൊണ്ടിരിക്കുകയാണ്. അടുപ്പം തോന്നിയ ഡോ.കൃഷ്ണദാസിനോട് ചിലപ്പോഴൊക്കെ അയാൾ പറഞ്ഞു.

കമ്പ്യൂട്ടറിൽ താൻ രേഖപ്പെടുത്തുന്നത് മറ്റേതോ ജന്മത്തിലെ ശേഷിപ്പുകളാണെന്നും കാർട്ടൂണുകൾ മുടങ്ങാതെ വരയ്ക്കുന്നത് വേറെയാരുടെയോ കൈകളാണെന്നും പലപ്പോഴും അയാൾക്കുതോന്നി.

ഇടയ്ക്ക്, അടുപ്പമുള്ള ചില പത്രക്കാരും ഫോട്ടോഗ്രാഫർമാരും എത്തി. ചിലപ്പോൾ ടെലിവിഷൻകാർ. വരുന്ന മുറയ്ക്ക് എല്ലാവരെയും മടക്കി.

ക്യാൻസറിന്റെ പിടിയിലും കർമ്മനിരതനാവുന്ന ബേക്കർ – അത്തരം തലവാചകങ്ങൾക്കുതാഴെ കഥയും ചിത്രവുമാകാൻ അയാൾ ഇഷ്ടപ്പെട്ടില്ല.

ബേക്കർ നോവൽ രചനയിലാണെന്ന് ഒരാൾക്കേ അറിയൂ. രാജ്കുമാർ എന്ന സുഹൃത്തിന്. ബേക്കറിന്റെ കാർട്ടൂൺ സമാഹാരം പ്രസിദ്ധീകരിച്ചത് രാജ്കുമാറാണ്. നോവൽ പൂർത്തിയായാലുടൻ പ്രസിദ്ധീകരിക്കാൻ അയാൾ താല്പര്യം കാട്ടി.

മുന്നൂറോളം കിലോമീറ്റർ അകലെയുള്ള നഗരത്തിൽ നിന്ന് മാസത്തിലൊരിക്കൽ അയാൾ ബേക്കറിനെ കാണാനെത്തി. ആഴ്ചയിലൊരിക്കൽ ഫോൺ ചെയ്തു. ബിസിനസുകാരനാണെങ്കിലും അയാളെ ബേക്കറിനോട് അടുപ്പിച്ചത് കണക്കുകളല്ല. തനിക്കു ചെയ്യാൻ കഴിയാതെപോയ എന്തൊക്കെയോ ആണ് ബേക്കർ ചെയ്യുന്നതെന്ന് അയാൾ വിശ്വസിച്ചു. ബേക്കറിന്റെ ജീവിതം, കാർട്ടൂണുകൾ തുടങ്ങി വിവാഹമോചനംവരെ ആരാധനയോടെയാണ് രാജ്കുമാർ കണ്ടത്. ജീവിതത്തോടുള്ള തന്റെ പ്രതികരണങ്ങൾ സത്യസന്ധമായിരുന്നെങ്കിൽ താനും ബേക്കറിനെപ്പോലെയായേനെ- രാജ്കുമാർ വിശ്വസിച്ചു.

മദ്യം അകത്തുചെല്ലുമ്പോൾ വൻ ബിസിനസ് സാമ്രാജ്യങ്ങളുടെ ഉടമയായ രാജ്കുമാർ മറ്റൊരാളായി. കണ്ണുകൾ കൂടുതൽ ചുവന്നു. ചീർത്ത കവിളുകൾ തുടുത്തു. കസേരയിൽ തല ഒരുവശം ചരിച്ചിരുന്ന രാജ്കുമാർ സംസാരിക്കാൻ തുടങ്ങുമ്പോൾ ബേക്കർ അസ്വസ്ഥനാകും. വിജയശ്രീലാളിതനായ ബിസിനസുകാരനായി രാജ്കുമാറിനെ കാണാനാണ് ബേക്കറിന് ഇഷ്ടം.

അസാധാരണനും പരാജിതനും പ്രായോഗികബുദ്ധി തീരെ ഇല്ലാത്തവനുമായ ഒരാളായാണ് ബേക്കർ സ്വയം വിലയിരുത്തിയത്. നിമിഷനേരമെങ്കിലും തന്നെ മറ്റൊരാളിൽ കാണുന്നത് ബേക്കറിനെ ഭയപ്പെടുത്തി. സ്വയം ഒരു മാതൃകയാവാൻ അയാൾ ഇഷ്ടപ്പെട്ടില്ല. രാജ്യത്തെ ഒന്നാംനിര കാർട്ടൂണിസ്റ്റുകളിൽ ശ്രദ്ധേയനായിട്ടും അഭിമുഖങ്ങളിൽ നിന്നും സാമൂഹ്യബന്ധങ്ങളിൽനിന്നും ബോധപൂർവ്വം അയാൾ സ്വയം മാറ്റിനിർത്തി.

റോങ് മാൻ ടു ഇമിറ്റേറ്റ്. താൻ രൂപം കൊടുക്കുന്ന നോവലിന്റെ പേര് വർഷങ്ങൾക്ക് മുമ്പ് അയാൾ കുറിച്ചിട്ടു.

## ആറ്

**“ത**ങ്ങളെ അപേക്ഷിച്ച് സന്തോഷകരമായ ദിനങ്ങളാണ് മറ്റുള്ളവരുടേതെന്ന് യുവാക്കൾ ചിന്തിക്കുന്നു. ഭൂരിപക്ഷവും ആ ധാരണയിൽ നിന്ന് ഒരിക്കലും രക്ഷപ്പെടില്ല.” ഒരു മഹാകാര്യം എന്ന മട്ടിൽ മത്തായി അതു പറയുമ്പോൾ കേട്ടിരിക്കുന്നവർ വേറെ വിഷയങ്ങളിലേക്ക് അയാളുടെ ശ്രദ്ധ തിരിക്കും. കാരണം, തുടർന്നു പറയുന്ന സംഗതികൾ അവർക്കു വ്യക്തമായി അറിയാം. ഇപ്പോൾ അതു കേൾക്കുന്ന സിങ്, മത്തായിയുടെ ശ്രദ്ധ തിരിച്ചില്ല. അത്തരം സൂത്രങ്ങൾ സിങ്ങിന് വശമില്ല.

മത്തായി ചില ബില്ലുകൾ അടയ്ക്കാനായി നല്കിയ പണം എണ്ണി

ത്തിട്ടപ്പെടുത്താൻ സിങ് പണിപ്പെട്ടു. സെന്ററിൽ ഒരാഴ്ച മുമ്പ് എത്തിയ പുതുപ്പണക്കാരന്റെ മരണത്തെ ബന്ധപ്പെടുത്തിയാണ് മത്തായി പ്രഭാഷണം തുടങ്ങിയത്. ആരും അത്ര ഭേദപ്പെട്ട ജീവിതമൊന്നും നയിക്കുന്നില്ലെന്നാണ് മത്തായിയുടെ വിശ്വാസം. പാലിയേറ്റീവ് സെന്ററിൽ എത്തിയതോടെ താനത് നേരിട്ട് അനുഭവിച്ചറിയുകയാണെന്ന് അയാൾ പറയുന്നത് എന്തിനാണെന്ന് കേൾക്കുന്നവർക്ക് മനസ്സിലായില്ല.

"എന്റെ കാര്യം തന്നെയെടുക്കൂ." എപ്പോഴും അയാൾ തുടങ്ങുക തന്നിൽനിന്നാണ്. "രാജ്യത്തെ ഒരു ചെറു നഗരമെങ്കിലും വിലയ്ക്കുവാങ്ങാനുള്ള പണം എന്റെ കൈയിലുണ്ട്. എന്നാൽ, ഞാൻ ആഗ്രഹിച്ചത് നേടാൻ എനിക്കു സാധിച്ചിട്ടില്ല." അയാൾ നേടാനാഗ്രഹിച്ചത് എന്താണ്? ആരും ചോദിക്കാറില്ല. ചോദിച്ചാൽ അയാൾക്കു പറയാൻ കഴിയുമെന്ന് തോന്നുന്നില്ല. അറിയപ്പെടുന്ന ബിസിനസുകാരനും സുന്ദരിയായ സ്ത്രീയുടെ ഭർത്താവും പ്രൊഫഷണൽ കോഴ്സിന് പഠിക്കുന്ന മക്കളുടെ അച്ഛനും ആയതിൽ അഭിമാനിക്കുന്ന അയാൾ സൂചിപ്പിക്കുന്നത് പൂർത്തിയാകാതെ പോയ തന്റെ ഒരു പ്രണയത്തിൽനിന്ന് ഇരുപതാമത്തെ വയസ്സിൽ പൊട്ടിപ്പോയ ഒരാദ്യപ്രേമം. അതിൻനിന്ന് അയാൾ ഇനിയും കരകയറിയിട്ടില്ല. അയാൾക്ക് ഏറ്റവും പ്രിയപ്പെട്ട അയാളുടെ താടിരോമങ്ങൾ അതിന്റെ നിത്യസ്മാരകമാണ്. ഇടയ്ക്ക് ഒറ്റയ്ക്കാവുന്ന ചില നിമിഷങ്ങളിൽ അയാൾ തന്റെ താടിരോമങ്ങൾ മൃദുവായി തലോടും. അതിനു സമാന്തരമായി അയാളുടെ മനസ്സ് കോളേജ് ദിനങ്ങളിൽ മേഞ്ഞു നടക്കും.

അറിഞ്ഞോ അറിയാതെയോ തന്റെ ജീവിതത്തിൽ കടന്നുവന്ന സമ്പന്ന നിമിഷങ്ങളെയാകെ അയാൾ മധുരമില്ലാത്തവയാക്കിയത് ആ ഒരനുഭവത്തിന്റെ വെളിച്ചത്തിലാണ്. "നോക്ക്, ഓരോരുത്തരുടെയും ജീവിതത്തിലുണ്ടാകുന്ന പ്രതിസന്ധികളും ദുരന്തങ്ങളും സുന്ദരനിമിഷങ്ങളും നോക്കിയാൽ വലിയ വ്യത്യാസമൊന്നും കാണാനാവില്ല." ഒരു വേദാന്തിയുടെ ഭാവത്തിൽ അയാൾ തട്ടിവിട്ടു. "പണത്തിന്റെ കാര്യത്തിൽ എന്നോട് അസൂയ കാട്ടുന്നവരെ ഓർത്ത് എനിക്കു ചിരിയാണ് വരിക... വിഡ്ഢികൾ. പണം എങ്ങനെയാണ് എന്റെ അവസ്ഥ മെച്ചപ്പെടുത്തുന്നത്?" അങ്ങനെ ചോദിക്കുമ്പോഴൊക്കെ മത്തായി എന്തുകൊണ്ടോ ചെറുതായി പരുങ്ങി.

പണം എണ്ണിക്കഴിഞ്ഞ സിങ് പോകാനുള്ള അനുവാദത്തിനായി മത്തായിയെ നോക്കി. "സെന്ററിലെ ഓരോ ആളുടെയും കാര്യമെടുത്തു നോക്കാം... അവരൊക്കെ ഓരോ വിധത്തിൽ നമ്മളേക്കാൾ മുന്നിലാണെന്ന് നമ്മൾ ധരിക്കുന്നു... അല്പംകൂടി അടുത്തുനോക്ക്, അപ്പോഴറിയാം അവരൊന്നും അല്പംപോലും മുന്നിലല്ല. അതുപോലെ സ്വന്തം ജീവിതത്തിൽ ചില തിളക്കങ്ങളുണ്ടെന്ന് നമുക്ക് വേണമെങ്കിൽ വിശ്വസിക്കാം. അല്ലെങ്കിൽ മറ്റുള്ളവരുടെ ജീവിതം കൂടുതൽ മെച്ചമാണെന്ന് പരാതിപ്പെടാം...പക്ഷേ, ആരോട്? എന്തിനുവേണ്ടി?"

ഒന്നും മനസ്സിലാവാതെ സിങ് മത്തായിയെ തുറിച്ചുനോക്കി. അത്തരം ചിന്തകളൊന്നും ഉൾക്കൊള്ളാനുള്ള മനസ്സ് വാസ്തവത്തിൽ സിങ്ങിനില്ല. അതു മത്തായിക്ക് നന്നായി അറിയാവുന്നതുമാണ്. എന്നാൽ, സെന്ററിലെ നിയമങ്ങൾ മറികടന്ന് സിങ് സ്നേഹപൂർവ്വം എത്തിക്കുന്ന സിഗററ്റിന് തീ കൊടുത്താൽ മത്തായിക്ക് ആരോടെങ്കിലും സംസാരിച്ചേ പറ്റൂ. സിങ്ങിനോടാവുമ്പോൾ സംഗതി എളുപ്പമാണ്. കാരണം, സിങ് മുറിയിലേക്കു കടന്നുവരുന്നത് ഏതെങ്കിലും ഒരു വാർത്തയുമായാണ്. അതുകൊണ്ട് വിഷയദാരിദ്ര്യം എന്ന പ്രശ്നമേ ഇല്ല. എന്നാൽ, മത്തായി പറയുക ഒരേ കാര്യങ്ങൾ തന്നെയാണ്.

സിങ് - അയാളെ എല്ലാവരും അങ്ങനെ വിളിച്ചു. സെന്ററിലെ എല്ലാവരെക്കുറിച്ചും സിങ്ങിനറിയാം. സിങ് വാർത്തകൾ ശേഖരിക്കുന്നു. കൈമാറുന്നു. അത് അയാളുടെ ശീലമാണ്.

എന്തെങ്കിലും ഒന്ന് ചോദിച്ചാൽ സിങ് തുടങ്ങും. ഒരു വിശേഷത്തിൽ നിന്ന് മറ്റൊരു വിശേഷത്തിലേക്ക് അയാൾ എടുത്തു ചാടി. അതുകൊണ്ടാവാം. ചില കാര്യങ്ങൾ എപ്പോഴും സിങ്ങിന്റെ ഓർമ്മയിൽനിന്ന് ചാടിപ്പോയി.

എന്തെങ്കിലും വാങ്ങാൻ ഏല്പിച്ചാൽ സിങ് അതു കൊണ്ടുവന്നിരിക്കും. കുറച്ചു വൈകുമെന്നു മാത്രം. വാങ്ങിയവ എത്തിച്ചു മടങ്ങുമ്പോൾ എന്തെങ്കിലും വച്ചു മറക്കുകയാണ് പതിവ്, പണമാണ് കൂടുതലും വച്ചു മറക്കുക. പിന്നെ അതു തേടി നടക്കും.

സിങ് സെന്ററിലെ ജീവനക്കാരനല്ല. എന്നാൽ, എല്ലാവർക്കും വേണ്ടി എല്ലാ തട്ടുമുട്ടുസാധനങ്ങളും വാങ്ങുന്ന ജോലി എങ്ങനെയോ സിങ്ങിന്റെ തലയിൽവന്നുപെട്ടു. സെന്ററിലെ ജീവനക്കാരെ സിങ് കാര്യമായി സഹായിക്കും. ഏറെ വിശ്വാപൂർവ്വം ചെയ്യേണ്ട ജോലികൾ വരെ അവർ സിങ്ങിനെ ഏല്പിച്ചു. കറന്റ് - ഫോൺ ബില്ലുകൾ തുടങ്ങി വീട്ടുസാധനങ്ങൾ വാങ്ങുകവരെ സിങ്ങിന്റെ ജോലിയിൽപ്പെട്ടു. എന്നാൽ, അവരൊക്കെ സിങ്ങിനെ ഒരു ഹാസ്യകഥാപാത്രമായാണ് കണ്ടത്. സിങ്ങിനെ കളിയാക്കി അവർ സമയം കളഞ്ഞു.

വൃത്തിയുള്ള വെള്ളമുണ്ടും ബനിയനും മാത്രമാണ് സിങ്ങിന്റെ സ്ഥിരം വേഷം. നഗരത്തിലെ കടകളിലും ഓഫീസുകളിലും സിങ് കയറിയിറങ്ങി കാര്യങ്ങൾ സാധിച്ചു.

## ഏഴ്

**സോ**ഫയിൽ വായിച്ചുകിടന്ന ഡീന ഉറങ്ങുകയാണ്. ഡോക്ടർമാരും സംഘവും എത്തിയത് അവളറിഞ്ഞില്ല.

വാതിൽ തുറന്നുകിടന്നു. അതു യാദൃച്ഛികമല്ല. ഡീന എന്തുകൊണ്ടോ അങ്ങനെ ചെയ്യുന്നു. തുറന്ന വാതിലിലൂടെ അവൾ ആരെയോ പ്രതീക്ഷിക്കുന്നുണ്ടാവാം.

ഇടനാഴിയിലൂടെ കടന്നുപോകുന്നവരെ നോക്കിയിരിക്കാൻ അവളിഷ്ടപ്പെട്ടു. കടന്നുപോകുന്ന ഡോക്ടർമാരോ രോഗികളോ, ഇടയ്ക്ക് അവൾക്ക് ചിരി സമ്മാനിച്ചു. തന്റെ സാന്നിദ്ധ്യം വകവയ്ക്കാതെ കടന്നുപോകുന്നവരെ അവൾ തുറിച്ചുനോക്കി.

ഉറങ്ങുന്ന ഡീനയെ ഡോക്ടർ കൃഷ്ണദാസ് ഒരു നിമിഷം വാത്സല്യത്തോടെ നോക്കി. അകത്തുകടക്കാൻ അനുവാദം ചോദിക്കാൻ ഡോ. ദാസ് തുടങ്ങുമ്പോൾ ഡീന ഞെട്ടിയുണർന്നു.

"ഗുഡ് ആഫ്റ്റർനൂൺ" പതിവു കുശലങ്ങളിലേക്കും ആശംസകളിലേക്കും ഡോ. ദാസ് കടക്കുമ്പോൾ അവൾക്ക് മടുപ്പ് തോന്നാറില്ല. ഒരു പക്ഷേ, ആർക്കും മടുപ്പു തോന്നില്ല. കാരണം, ആ വാക്കുകൾക്കു പിന്നിൽ ഒരു നല്ല മനസ്സ് മറഞ്ഞിരിക്കുന്നതു കാണാൻ എളുപ്പമാണ്.

രാവിലെയും വൈകുന്നേരവും നടക്കുന്ന ആ പതിവ് ഒരനുഷ്ഠാനമായി തോന്നുക ഡോ. മിരാന്റ സംഘത്തെ നയിക്കുമ്പോഴാണ്. അതുകൊണ്ടാവാം ആ ജോലി അപൂർവ്വമായി മാത്രം അയാൾക്കു കിട്ടുന്നതിൽ എല്ലാവരും ആശ്വാസം കണ്ടെത്തി.

ഡോക്ടർ ദാസും സംഘവും പോയി കുറച്ചു കഴിഞ്ഞപ്പോൾ കാറ്റിൽ അടഞ്ഞ വാതിൽ ഡീന നന്നായി തുറന്നുവച്ചു. സോഫയിൽ കിടന്ന പത്രം മേശയിലേക്കിട്ട് അവൾ കുറച്ചുനടന്നു. പിന്നെ ഒരു നോവൽ കൈയിലെടുത്ത് അതിലൂടെ കണ്ണോടിച്ചു. ഇടയ്ക്ക് അവൾ അറിയാതെ കാതോർത്തു. ഇടനാഴിയിലൂടെ ആരോ തന്റെ മുറി ലക്ഷ്യമാക്കി നടന്നുവരുന്നതായി അവൾക്കു തോന്നി. കണ്ണുകൾ അക്ഷരങ്ങളിൽനിന്ന് വാതിലിലേക്കു വിടർന്നു.

താനൊരു മാലാഖയല്ലെന്ന് ഡീനയ്ക്ക് ഉറപ്പുണ്ട്. ഏകാന്തതയെ സംഗീതമാക്കുന്ന ഒന്നും തനിക്കു വശമില്ല. വായനയ്ക്കിടയിൽപ്പോലും മനസ്സ് ഇന്നലെകളിൽ ഉഴറി. മടുപ്പിക്കുന്ന അപ്രിയസത്യങ്ങൾ വലിച്ചു പുറത്തിടുന്ന ഓർമ്മ.

"ബോൺമാരോ ട്രാൻസ്പ്ലാന്റേഷൻ വിജയകരമായാൽ പിന്നീടൊരിക്കലും രോഗം വരില്ല... ഡീനയുടെ കാര്യത്തിൽ ഉറപ്പ് നൂറ് ശതമാനമാണ്. പിന്നെ പണം നിങ്ങൾക്കൊരു പ്രശ്നമല്ലല്ലോ." ഏറെ സംസാരിക്കാറുള്ള ഡോ. മേനോൻ വിശദാംശങ്ങൾ നിരത്തിയപ്പോൾ സഹതാപമാണ് തോന്നിയത്. "ഒന്നും വേണ്ടെന്നു ഡീന വാശിപിടിക്കുന്നതാണ് എനിക്ക് മനസ്സിലാകാത്തത്. നോക്കൂ." പിടികിട്ടാത്തത് ഡോ. മേനോന് മാത്രമാണ്.

അച്ഛനമ്മമാർക്ക് തന്റെ തീരുമാനത്തിനു പിന്നിലെ മനസ്സു മാത്രമേ സങ്കീർണ്ണമായി തോന്നൂ. ചെറിയ നാണയങ്ങൾ കൂടി ഭദ്രമായി സൂക്ഷിക്കുകയും തലയണച്ചുവട്ടിലും അറപ്പുളവാക്കുംവിധം വയറോടുചേർത്ത് സാരിക്കിടയിലും താക്കോൽക്കൂട്ടം തിരുകുന്ന അമ്മയ്ക്ക് വലിയൊരു തുക നേടിയ ആശ്വാസം. A penny saved is a pound earned അമ്മ എപ്പോഴും പറഞ്ഞു. പ്രവൃത്തികളിൽ വ്യക്തമാക്കി. ട്രാൻസ്പ്ലാന്റേഷ

നുമായി ബന്ധപ്പെട്ട തലവേദനകളിൽനിന്ന് രക്ഷനേടാനായതാണ് അച്ഛനെ ആശ്വസിപ്പിച്ചത്. അച്ഛന് എല്ലാം തലവേദനകളാണ്. രോഗികളെ നോക്കുന്നതും മരുന്നുകുറിക്കുന്നതും തുടങ്ങി ദിനചര്യകൾവരെ. അങ്ങേയറ്റം വെറുത്ത സംഗതി ടെലിഫോണാണ്. അത്യാവശ്യ സന്ദർഭങ്ങളിലേ അതു കൈകൊണ്ടു തൊടൂ. ഫോണിൽ രോഗികൾ സംശയം ചോദിക്കുമ്പോൾ തട്ടിക്കയറി. സുഹൃത്തുക്കൾ വിളിക്കുമ്പോൾ 'പറയൂ' എന്നു പറഞ്ഞു മിണ്ടാതിരിക്കും. അവർ പറയുമ്പോൾ അയാൾ തൊണ്ട വൃത്തിയാക്കുകയോ താല്പര്യമില്ലാത്ത മട്ടിൽ മൂളുകയോ ചെയ്തു.

എന്നിരിക്കിലും ആളുകൾ അയാളോട് സഹകരിച്ചു. വേറെ വഴി ഇല്ലാത്തുകൊണ്ടാവാം.

അതേസമയം, തന്നെക്കൂടാതെ രണ്ടുപേരെ ഡോ. ഡേവിഡ് സ്നേഹിച്ചു: തന്റെ ഭാര്യയെ. പിന്നെ മകനെ. അയാളുടെ ഭാര്യ അവരെ കൂടാതെ മൂന്നുപേരെ സ്നേഹിച്ചു. ഭർത്താവിനെ, മകനെ, പിന്നെ പണത്തെ.

തന്റെ അനിയന്റെ മജ്ജ ശസ്ത്രക്രിയയിലൂടെ തന്റെ ഭാഗമായി മാറ്റുമ്പോൾ അവനനുഭവിച്ചേക്കാവുന്ന ശാരീരികവേദനയോ പ്രിയമകന്റെ വേദനയോർത്ത് അച്ഛനമ്മമാർ അനുഭവിച്ചേക്കാവുന്ന മനോവേദനയോ ശസ്ത്രക്രിയ വേണ്ടെന്ന് പറയാൻ ഡീനയെ പ്രേരിപ്പിച്ച ഘടകങ്ങളല്ല; അതൊരു കടുത്ത പ്രതിഷേധമാണ്. തന്നെ നിരാകരിച്ച ലോകത്തിന്റെ മുഖത്ത് കാർക്കിച്ചു തുപ്പുന്ന സുഖമാണ് ആ തീരുമാനത്തിലൂടെ താനനുഭവിക്കുന്നതെന്ന് അവൾക്കു തോന്നി.

ശാരീരിക വേദനകളെ ബോധത്തിൽനിന്ന് ഒളിച്ചുപിടിക്കുന്ന മരുന്നുകളുടെ ലോകമായ സെന്ററിൽ എത്താനുണ്ടായ സാഹചര്യം ഒരുക്കിയത് അവളല്ല. എന്നാൽ, ഇവിടെ കഴിഞ്ഞുകൂടാൻ അവൾക്ക് ഇഷ്ടം തോന്നി. വീട്ടിൽനിന്ന് എങ്ങോട്ടെങ്കിലും ഓടിപ്പോകാൻ അവളാഗ്രഹിച്ചിരുന്നു.

"...ഡീന...ഡീന..." ഇടയ്ക്കിടയ്ക്ക് ഓർമ്മയിൽനിന്ന് പലരും ഇറങ്ങിവന്നു. ഗേറ്റ് കടന്ന്.... ഇടനാഴികൾ പിന്നിട്ട് തുറന്നുവച്ച വാതിലിലൂടെ... സോഫയിൽ മുഖംനോക്കിയിരിക്കുന്നു... സംസാരിക്കുന്നു...ബഹളംവയ്ക്കുന്നു... അടക്കംപറഞ്ഞു പൊട്ടിച്ചിരിക്കുന്നു...

ഒടുവിൽ, കാറ്റിൽ ആഞ്ഞടിക്കുന്ന വാതിൽപ്പാളിയുടെ ഒച്ചയിൽ സത്യത്തിലേക്ക് ഞെട്ടുന്നു.

ഒരു മദ്ധ്യാഹ്നത്തിൽ ചിരിച്ചുകൊണ്ട് എത്തുന്ന അച്ഛൻ "മോളൂ" ഒരിക്കലും വിളിച്ചുകേട്ടില്ല. എപ്പോഴും മുഴങ്ങുന്ന വിപരീതപദം കേട്ട് അസൂയ തോന്നി. "മോനൂ" അച്ഛനും അമ്മയും മകനെ മാറിമാറി വിളിച്ചു. അവനെ തിരിയാൻ അനുവദിച്ചില്ല. "മോനൂ" ഇടയ്ക്ക് എവിടെയാണെന്ന് ഉറപ്പുവരുത്താനുള്ള വിളി. മുറികളിലൂടെ പറമ്പിലൂടെ ഓടിപ്പോകുന്ന മറുപടി. വർഷങ്ങൾ കഴിഞ്ഞിട്ടും വിളിയിൽ വലിയ മാറ്റമുണ്ടായില്ല. മറുപടിയിലും.

ഒരു നാൾ മേഘങ്ങളിൽനിന്ന് ഇറങ്ങിവന്നത് അമ്മയാണ്. നിലാവിൽ, മാലാഖയെപ്പോലെ. ഒരുനാളും കാണാത്ത വേഷത്തിൽ "മോളൂ" ചുണ്ടുകൾ കവിളിൽ മൃദുവായി അമർന്നു. നേരിയ ചൂടുള്ള നനവ്... തുടയ്ക്കുമ്പോൾ ഞെട്ടി. മൂക്കിൽനിന്ന് ചോരപൊടിയുകയാണ്. എഴുന്നേല്ക്കുമ്പോൾ സോഫയിൽ ഇറ്റ ചോരപ്പാടിനടുത്ത് മുടിയിൽനിന്ന് ഊർന്നുവീണ ചതഞ്ഞ പിച്ചിപ്പൂക്കൾ.

## എട്ട്

**വേ**റൊന്നും ചെയ്യാനില്ലാത്തതുകൊണ്ട് മുകളിലെ വി വി ഐ പി മുറി ലക്ഷ്യമാക്കി സിങ് നടന്നു. ദിവസവും കുറെ നേരം സിങ് ആ മുറിക്കുമുന്നിൽ ചുറ്റിപ്പറ്റി നില്ക്കും.

ആ മുറിക്ക് ഒട്ടേറെ പ്രത്യേകതകളുണ്ട്. അകത്തുനിന്നും പുറത്തുനിന്നും പൂട്ടാവുന്ന സെന്ററിലെ അപൂർവ്വം മുറികളിൽ ഒന്നാണത്. അതിനു മുന്നിൽ മാത്രമായി ഒരു സെക്യൂരിറ്റി ഉദ്യോഗസ്ഥനുണ്ട്. എ സി ചെയ്ത മുറികളാണ്. സെന്ററിൽ അധികമെങ്കിലും ഏറെ വിശാലമായ എ സി മുറി അതുമാത്രമാണ്. സെന്ററിൽ എത്തുന്നവർ പൊതുവെ ധനികരും ഏതെങ്കിലും തരത്തിൽ പ്രശസ്തരുമാണ്. എന്നാൽ, ഈ മുറി അനുവദിക്കുക സെക്യൂരിറ്റി ആവശ്യമായ പ്രശസ്തർക്കാണ്.

ഈ സംഗതികൾകൊണ്ടൊന്നുമല്ല സിങ് പ്രതീക്ഷയോടെ ആ മുറിക്കുമുന്നിലൂടെ ഒന്നു നടന്നുനോക്കുന്നത്. അയാൾ കാണാനാഗ്രഹിക്കുന്നത് ആ മുറിക്കുള്ളിലെ സുന്ദരിയായ രോഗിയെയാണ്. സമത എന്ന വെള്ളിനക്ഷത്രത്തെ.

സമത അഭിനയിച്ച സിനിമകളെന്നല്ല, സിനിമകളേ സിങ് കാണാറില്ല. എന്നാൽ, ഒരു നാൾ യാദൃച്ഛികമായി ആ മുറിക്കുമുന്നിലൂടെ കടന്നുപോകുമ്പോൾ പകുതിതുറന്ന വാതിലിലൂടെ സിങ് ഒന്ന് എത്തിനോക്കി. അത് സിങ്ങിന്റെ പതിവാണ്. സെന്ററിൽ സിങ് എത്തിനോക്കാത്ത മുറികളില്ല. സിങ് എവിടെയും കടന്നുചെല്ലുന്നു.

"വരൂ" ആദ്യം കണ്ടപ്പോഴേ അകത്തെ സുന്ദരരൂപം ചെറുചിരിയോടെ സിങ്ങിനെ വിളിച്ചു. ആ രൂപവും വേഷവും സിങ്ങിന് അത്ഭുതമായി എങ്കിലും സിങ് തന്റെ നിഷ്കളങ്കചിരിയോടെ അകത്തുചെന്നു. പിന്നെ സെന്ററിലെ വർത്തമാനങ്ങൾ ഓരോന്നായി പറയാൻ തുടങ്ങി. സമത കൈയിലെ പുസ്തകത്തിന്റെ താളുകൾ മറിച്ചു. ഇടയ്ക്ക് എന്തെങ്കിലും ചോദിച്ച് സിങ്ങിനെ പ്രോത്സാഹിപ്പിച്ചു. സമതയുടെ മനസ്സുമാത്രം മറ്റെവിടെയോ മേഞ്ഞുനടന്നു.

അന്ന്, പുറത്തിറങ്ങുമ്പോഴാണ് താരത്തിന്റെ വില സിങ് അറിയുന്നത്. അടുത്തുകണ്ടാൽപ്പോലും ചിരിക്കാത്ത സെക്യൂരിറ്റിക്കാരൻവരെ

സിങ്ങിനോട് കുശലം ചോദിച്ചു. അകത്ത് എന്തൊക്കെ നടന്നെന്നറിയാൻ അയാൾ തിടുക്കം കൂട്ടി. സമതയുടെ മുറിയിൽ കണ്ട സാധനങ്ങളുടെ വിവരണം എല്ലാവർക്കും എത്തിച്ചുകൊടുക്കാൻ സിങ്ങിന് അതിനേക്കാൾ തിരക്കായി.

പിന്നെ, ഒരു വിദേശനിർമ്മിത സുഗന്ധദ്രവ്യം പോലെ ആ ഓർമ്മ മനസ്സിൽ വീഴുമ്പോഴൊക്കെ സിങ് ചൂളംകുത്തി മുകളിലേക്ക് നടക്കും. എപ്പോഴും സമതയെ കാണാനാവില്ല. മിക്കപ്പോഴും സന്ദർശകരുണ്ടാവും. ചിലപ്പോൾ പത്രക്കാരോ ടെലിവിഷൻകാരോ മുറിക്ക് പുറത്ത് കാത്തു നിന്നു.

കൂടുതലും അടഞ്ഞുകിടക്കാറുള്ള ആ മുറിയിൽ ചെറുപ്പക്കാരനായ സെക്യൂരിറ്റിക്കാരൻ ഒളിഞ്ഞുനോക്കിയത് എന്തിനാണെന്ന് സിങ്ങിന് പിടി കിട്ടിയില്ല, ഇപ്പോൾ തടിച്ച ഒരു വൃദ്ധനാണ് സെക്യൂരിറ്റി. അയാൾ ഒന്നു കിൽ ഉറക്കംതൂങ്ങി, അല്ലെങ്കിൽ പത്രത്തിൽ നോക്കിയിരുന്നു.

കാല്പെരുമാറ്റം കേട്ട് സെക്യൂരിറ്റിക്കാരനായ വൃദ്ധൻ നോക്കി. സിങ്ങിനെ കണ്ടപ്പോൾ അയാൾ ഉത്സാഹത്തോടെ കൈ നീട്ടി. “എന്താ സിങ്ങേ വിശേഷം.” നീട്ടിയ കൈയിൽ തന്റെ ചെറിയ പൊടിക്കുപ്പി വച്ചു കൊടുത്തപ്പോൾ അയാൾ തിരക്കി. സിങ്ങിന്റെ ഏകദുശ്ശീലമാണത്. അഥവാ, അയാൾക്ക് മറ്റുശീലങ്ങൾ ഒന്നുമില്ല. സിങ്ങിനോട് ചിലർ സൗഹൃദം കാട്ടിയത് പൊടിക്കുപ്പി ആവശ്യപ്പെട്ടുകൊണ്ടാണ്. സെന്ററിലെ ഓരോ മുറിക്കുമുന്നിലുമെത്തുമ്പോൾ സിങ് കുപ്പി തുറന്ന് മുക്കിൽ പൊടി തിരുകും. മൂക്കു ചീറ്റും. സ്ത്രീരോഗികൾക്ക് സിങ്ങിന്റെ കാര്യത്തിൽ അറപ്പുളവാക്കുന്ന സംഗതി അതുമാത്രമാണ് - ആ ചീറ്റൽ. പിന്നെ അടുത്തെത്തുമ്പോഴുള്ള ആ ഗന്ധം.

അടഞ്ഞ വാതിലിനകത്ത് സമതയുടെ ഫോൺ ശബ്ദിച്ചു. അതു നിശ്ശബ്ദമായി. കുറെ കഴിഞ്ഞപ്പോൾ വൃദ്ധനുമുന്നിലെ ഫോൺ ശബ്ദിച്ചു. “നോക്കൂ... കുറച്ചുകഴിഞ്ഞ് ചില വിസിറ്റേഴ്സ് ഉണ്ടാവും. കാന്റീനിൽ നിന്ന്...” സമത പറഞ്ഞു. “ശരി മാഡം വന്നാലുടനെ എത്തി ക്കാം... സിങ് എത്തിയിട്ടുണ്ട്. അയാളെ വിടാം.” “ഓ സിങ്...സിങ്ങിനെ അകത്തേക്കു വിട്ടേക്ക്” വൃദ്ധൻ എന്തോ നേടിയപോലെ സിങ്ങിനെ നോക്കിചിരിച്ചു. തന്റെ പ്രാർത്ഥന ഫലിച്ചപോലെ സിങ് അയാളെ നോക്കി എന്തോ ശബ്ദം പുറപ്പെടുവിച്ചു.

“ഹലോ...സിങ്...എന്തൊക്കെയുണ്ട് വിശേഷങ്ങൾ?” ഡ്രസിങ് ടേബി ളിനുമുന്നിൽ സമത അണിഞ്ഞൊരുങ്ങുകയാണ്. അതിനൊപ്പം അവർ കണ്ണാടിയിലൂടെ സിങ്ങിനെ ശ്രദ്ധിച്ചു. സമതയുടെ നോട്ടം കാരണം സിങ്ങിന് പെട്ടെന്ന് വാക്കുകൾ കിട്ടിയില്ല.

സിങ്ങിന് വാക്കുകൾ കിട്ടണമെങ്കിൽ സമത വായിക്കുകയോ മറ്റെ ന്തെങ്കിലും ചെയ്യുകയോ വേണം. അയാളെ ശ്രദ്ധിക്കാൻ പാടില്ല. സമത യുടെ കണ്ണുകൾക്ക് മുന്നിൽ സിങ് എന്തുകൊണ്ടോ പരുങ്ങി. കണ്ണാടി യിലെ സിങ്ങിനെ സമത ഒന്നുകൂടി നോക്കി. സിങ് ഒരിക്കൽക്കൂടി ചമ്മി.

"സിങ്ങിന് തരാൻ ഞാൻ ചില സാധനങ്ങളൊക്കെ ഇവിടെ കരുതിയിട്ടുണ്ട്." കുട്ടികളോടെന്നപോലെ സമത പറഞ്ഞു. മറുപടി ചീകി ഒതുക്കി പൊട്ടുതൊട്ട് ഒരിക്കൽക്കൂടി കണ്ണാടിയിലേക്കു നോക്കിയശേഷം സമത മേശക്കരികിലേക്ക് ചൂണ്ടി. "അതിലുള്ളതൊക്കെ സിങ്ങിനുള്ളതാണ്. എടുത്തോളൂ." വലിയൊരു കവർ നിറയെ വിചിത്രങ്ങളായ ചില ഒഴിഞ്ഞ പെർഫ്യൂം ബോട്ടിലുകളും വിലപ്പിടിപ്പുള്ള ഒഴിഞ്ഞ ചില മദ്യകുപ്പികളും. സിങ്ങിന്റെ കണ്ണുകൾ തിളങ്ങി. അത്തരം സാധനങ്ങൾ ശേഖരിച്ച് വില്പന നടത്തുക സിങ്ങിന്റെ ഹോബിയാണ്. മിക്കവരും അത്തരം സാധനങ്ങൾ സിങ്ങിന് സമ്മാനിച്ചു. എന്നാൽ, ഇത്രയും മുന്തിയ ഇനങ്ങൾ സിങ്ങിന് കിട്ടുന്നത് ആദ്യമായാണ്. "ഇതും സിങ്ങിനുള്ളതാണ്." സമത ചെറുചിരിയോടെ ഒരു പെഴ്സ് സിങ്ങിനുനേരെ നീട്ടി. അതു വാങ്ങുമ്പോൾ സിങ് പുറത്തേക്ക് ഓടാനും എല്ലാവരെയും കാട്ടാനും കൊതിച്ചു. കണ്ടോ സമതചേച്ചി തന്നതാ. വാതിലിൽ ആരോ പതിയെ മുട്ടി. "യെസ്" സമത ഉറക്കെ പറഞ്ഞു. സിങ് ഭവ്യതയോടെ പുറത്തുകടക്കുമ്പോൾ രണ്ടുമൂന്നുചെറുപ്പക്കാർ അകത്തേക്കു കയറി.

## ഒമ്പത്

**ഉ**റക്കം പോയി. വെറുതെ കിടക്കാൻ തുടങ്ങിയിട്ട് മണിക്കൂറുകളായി. ഇനി ഒരു നിമിഷം പോലും കിടക്കയിൽ കഴിച്ചുകൂട്ടാനാവില്ലെന്ന് തോന്നിയപ്പോൾ ബേക്കർ എഴുന്നേല്ക്കാൻ തുടങ്ങി. ഇപ്പോൾ എഴുന്നേല്ക്കാൻ ശ്രമം വേണ്ടിവരുന്നു. പണിപ്പെട്ട് കൈകളൂന്നി മെല്ലെ കസേരയിൽപിടിച്ച് നിവരാൻ തുടങ്ങുമ്പോൾ ഫോൺ റിങ് ചെയ്തു. എടുക്കുമ്പോൾ കൈ നന്നായി വിറച്ചു.

ബേക്കർ ഹലോ പറയാൻ ശ്രമിച്ചു. ശബ്ദം പുറത്തുവന്നില്ല. രണ്ടുമൂന്ന് ദിവസമായി സംസാരിക്കാൻ ബുദ്ധിമുട്ടുന്നു. വിശേഷിച്ച് ഉണർന്ന ഉടനെ.

ഒടുവിൽ എന്തോ ശബ്ദം കേൾപ്പിക്കാനായി. അപ്പുറത്ത് അത് കേട്ടെന്ന് വ്യക്തം. കാര്യത്തിലേക്കു കടക്കുമ്പോൾ ആളെ പിടികിട്ടി. പത്രാധിപരാണ്. അനുമോദനങ്ങളാണ് ആദ്യം അറിയിച്ചത്. എന്തിനെന്ന് മനസ്സിലായില്ല. തനിക്ക് അവാർഡ് കിട്ടിയ വിവരം പിന്നീട് നാടകീയമായി അവതരിപ്പിച്ചു. അദ്ദേഹം എപ്പോഴും അങ്ങനെയാണ്. കഴിയുന്നതും എല്ലാം ഒരു പ്ലസന്റ് സർപ്രൈസ് ആക്കാൻ ശ്രമിക്കുന്നു. "സന്തോഷമുണ്ട്" പണിപ്പെട്ട് ബേക്കർ അങ്ങനെ പറഞ്ഞൊപ്പിച്ചത് ഒരു കീഴ്വഴക്കം എന്ന നിലയിലാണ്. സത്യത്തിൽ ഒരു സംഗതിക്കും സന്തോഷിപ്പിക്കാൻ കഴിയാത്ത ഒരു മാനസിക അവസ്ഥയിൽ എത്തിയിട്ട് വർഷങ്ങളായി. എന്നാൽ മറ്റുള്ളവരെ നിരാശപ്പെടുത്താൻ അയാളിഷ്ടപ്പെട്ടില്ല. പ്രശംസകൾ, അന്വേഷണങ്ങൾ - എല്ലാറ്റിനും നന്ദിയോ സന്തോഷമോ പറയുന്നു.

“ഒരു കാർട്ടൂണിസ്റ്റിന് കിട്ടാവുന്ന രാജ്യത്തെ ഏറ്റവും വലിയ ബഹുമതിയാണ്. ഔദ്യോഗിക പ്രഖ്യാപനം വൈകുന്നേരമേ ഉണ്ടാവൂ. നാളെ ആഘോഷപൂർവ്വം ഒന്നാംപേജിൽ... ഫോട്ടോഗ്രാഫറെ അങ്ങോട്ടയക്കാം. ലേറ്റസ്റ്റ് ഒന്നുരണ്ടു പടങ്ങൾ...” മറുപടിയായി ബേക്കർ ശബ്ദങ്ങൾ പുറപ്പെടുവിച്ചതേയുള്ളു.

കസേരയിലിരുന്ന് തന്റെ മുറിയാകെ കണ്ണോടിക്കുമ്പോൾ രാജ്കുമാറിനെ വിളിച്ച് വിവരം പറയുന്നതിനെക്കുറിച്ചാണ് ബേക്കർ ഓർത്തത്.

സുഹൃത്തും പ്രസാധകനും എന്നതിലുപരി ദാർശനിക സ്വഭാവമുള്ള കാർട്ടൂൺ പരമ്പര വാരികയിൽ പ്രത്യക്ഷപ്പെട്ടു തുടങ്ങിയപ്പോഴെ ശ്രദ്ധാപൂർവ്വം വിലിരുത്തിയത് രാജ്കുമാറാണ്. മിസിങ് ലിങ്ക്സ് എന്ന തലക്കെട്ട് കാർട്ടൂണുകളുടെ പൊതുസ്വഭാവവുമായി താനിണക്കിയത് അതേപടി രാജ്കുമാർ ഉൾക്കൊണ്ടത് അയാളെ അത്ഭുതപ്പെടുത്തി. സുഹൃത്തെങ്കിലും ബിസിനസുകാരന്റെ പരിധികളുള്ള ഒരാളായേ അതുവരെ അയാൾ രാജ്കുമാറിനെ കണ്ടുള്ളു.

മുറിയുടെ ഒരു കോണിൽ പൊടിപിടിച്ചുതുടങ്ങിയ കാൻവാസിലേക്ക് ബേക്കറിന്റെ ശ്രദ്ധവീണു. വന്നയാഴ്ച ആവേശത്തോടെ തുടങ്ങിവെച്ചതാണ്. പിന്നെ എന്തുകൊണ്ടോ ബ്രഷ് തൊടുവാൻ തോന്നിയില്ല. ഇടയ്ക്ക് ഒന്നുരണ്ടു പ്രദർശനങ്ങളിൽ പങ്കെടുത്തു. അതോടെ ആ താല്പര്യം പോയി. വർഷത്തിൽ ഒന്നുരണ്ടു ചിത്രമെങ്കിലും പൂർത്തിയാക്കിയത് ഒന്നിനും വേണ്ടിയല്ല.

എങ്ങനെയും തന്റെ നോവൽ പൂർത്തിയാക്കുന്നതിലാണ് സത്യത്തിൽ അയാളുടെ മനസ്സും ശരീരവും. ഇനിയും ചില അദ്ധ്യായങ്ങൾ ബാക്കിയാണ്. ചിലത് അപൂർണ്ണമാണ്. പൂർത്തിയായ ഭാഗങ്ങൾ പരിശോധിക്കാൻ ധൈര്യം വന്നില്ല. ഒക്കെയും ഒരു രഹസ്യംപോലെ കമ്പ്യൂട്ടറിൽ സുക്ഷിച്ചു.

ആരെയും അവിശ്വസിച്ചില്ല. എങ്കിലും ഒക്കെയും രഹസ്യമായി സൂക്ഷിക്കാനാണ് അയാൾക്കിഷ്ടം. രാജ്കുമാറിനോടുമാത്രം നോവലിനെക്കുറിച്ചു പറഞ്ഞു. എന്നാലത് പ്രസാധകനുള്ള മുന്നറിയിപ്പ് മാത്രമാണ്. പ്രമേയം എന്താണെന്ന് പറഞ്ഞില്ല. രാജ്കുമാർ ചോദിച്ചുമില്ല. വാരികകൾക്ക് നല്കാതെ ആദ്യമേ പുസ്തകരൂപത്തിൽ പ്രസിദ്ധീകരിക്കുന്നതിനെക്കുറിച്ച് സംസാരിച്ചതുതന്നെ കുറേശ്ശെ വെളിപ്പെടുത്താൻ ഇഷ്ടപ്പെടാത്തതുകൊണ്ടാണ്.

നോവൽ എഴുതി തയ്യാറാക്കാൻ ആരോഗ്യം അനുവദിക്കുമായിരുന്നെങ്കിലും അയാൾ അതിന് ഒരുങ്ങുമായിരുന്നില്ല. കാരണം, അതൊരു രഹസ്യമായി കമ്പ്യൂട്ടറിന്റെ ഗർഭപാത്രത്തിൽ സൂക്ഷിക്കാനാണ് അയാൾക്കിഷ്ടം. അല്ലെങ്കിൽ പാസ്സ്വേർഡ് ഉപയോഗിച്ച് രഹസ്യം ഉറപ്പാക്കേണ്ട കാര്യമില്ലല്ലോ.

ശേഷിക്കുന്ന ദിവസങ്ങൾക്കുള്ളിൽ നോവൽ എങ്ങനെയും പൂർത്തിയാക്കുക. പിന്നെ രാജ്കുമാറിനെ ഏല്പിക്കുക. അതിനിടയിൽ സമയം

കിട്ടിയാൽ നോവലിലൂടെ ഒന്ന് കടന്നുപോകുക. അതാണ് ബേക്കർ ആഗ്രഹിക്കുന്നത്. എഡിറ്റ് ചെയ്യാനും തിരുത്താനുമൊന്നും അയാൾ ഇഷ്ടപ്പെട്ടില്ല. അല്ലെങ്കിൽ അതിന്റെ ആവശ്യമുണ്ടെന്ന് അയാൾക്ക് തോന്നിയില്ല. ആ ജോലികൾ മനസ്സിനുള്ളിൽത്തന്നെ പൂർത്തിയാക്കി പൂർണ്ണരൂപത്തിൽ കമ്പ്യൂട്ടറിലേക്ക് പകർത്താനാണ് അയാൾ ശ്രദ്ധിച്ചത്. അസാധാരണ ഏകാഗ്രതയോടെ കമ്പ്യൂട്ടർ പ്രവർത്തിപ്പിക്കുമ്പോൾ ഇടയ്ക്ക് ധ്യാനത്തിലെന്നപോലെ അയാൾ കണ്ണുകൾ അടച്ചുപിടിച്ചു. പുറംലോകത്തുനിന്ന് മുറിയുടെ വാതിൽ അയാളെ മറച്ച് പിടിച്ചുകൊണ്ടിരിക്കുന്നതുപോലെ മനസ്സിനെ നോവലിൽ തളച്ചിടാൻ അടഞ്ഞ കൺപോളകൾ അയാളെ സഹായിച്ചു.

ഡോക്ടർമാരുടെ അഭിപ്രായത്തിൽ ശ്വാസകോശ ക്യാൻസറുമായി യുദ്ധത്തിലേർപ്പെട്ട അയാൾക്ക് ഒന്നുംതന്നെ ചെയ്യാനാവില്ല. എന്നാൽ, ദിനവും നല്കേണ്ട കാർട്ടൂൺ രൂപപ്പെടുത്താൻ മിനിറ്റുകളേ അയാൾക്ക് വേണ്ടിവന്നുള്ളു. മനസ്സിൽ അത് പാകപ്പെടുത്താൻ മണിക്കൂറുകൾ എടുത്തു. നോവലിന്റെ കാര്യവും വ്യത്യസ്തമല്ല. ഓരോ അദ്ധ്യായവും ഓരോ ഖണ്ഡികയും ഓരോ വാചകവും അതീവ ശ്രദ്ധയോടെ മനസ്സിൽ പാകപ്പെടുത്താൻ ഏറെ സമയമെടുത്തു. ചിലപ്പോൾ പറ്റിയൊരു വാക്കിനുവേണ്ടി അയാൾ മണിക്കൂറുകൾ തപസ്സിരുന്നു. എന്നാൽ മനസ്സിൽ രൂപം കൊടുത്തവ പകർത്താനായി കമ്പ്യൂട്ടറിന് മുന്നിലിരിക്കുമ്പോൾ ആശയക്കുഴപ്പം അയാളെ തടസ്സപ്പെടുത്താറില്ല. ഒരു പുസ്തകം വായിക്കുന്ന ലാഘവത്തോടെ അയാൾ സ്വയം വിവർത്തനം ചെയ്തു.

നോവലിനെ സംബന്ധിക്കുന്ന ആശയങ്ങൾ ഒന്നൊന്നായി ഇൻകുബേറ്ററിൽ നിക്ഷേപിക്കാൻ തുടങ്ങിയിട്ട് വർഷങ്ങൾ ഏറെയായി. താൻ അസാധാരണനാണെന്ന് അയാൾ കണ്ടെത്തുന്നത് സ്കൂൾ ജീവിതത്തിനിടയ്ക്കാണ്. ആ അസാധാരണത തനിക്ക് ഒരുപാട് പരിധികൾ ഉണ്ടാക്കുന്നുണ്ടെന്ന് വേദനയോടെ കണ്ടെത്തുന്നത് കൗമാരത്തിലാണ്. മറ്റെന്തിനേക്കാളും ചിത്രകല ഇഷ്ടപ്പെട്ടു. ദിവസം മുഴുവനും അതിനായി മാറ്റിവെക്കാൻ ഒരുങ്ങി. എന്നാൽ അതുമായി ബന്ധപ്പെട്ടതെന്നു പലരും പറഞ്ഞ സ്വഭാവവിശേഷങ്ങൾ അയാളെ തളർത്തി. സമപ്രായക്കാരെപ്പോലെ കളികളിൽ ഏർപ്പെടാനോ വെറുതെ എന്തെങ്കിലും സംസാരിച്ചിരിക്കാനോ കോളേജ് ജീവിതത്തിൽപ്പോലും അയാൾക്ക് കഴിഞ്ഞില്ല. ഒരു അസാധാരണ യുവാവ്. ഒരു ശരാശരിക്കാരൻ - അതാണ് അയാൾ ആഗ്രഹിച്ചത്. ബാങ്ക് ജോലി സ്വന്തമാക്കിയത് ആ നിലയ്ക്കാണ്. എന്നാൽ -

ഇന്ന് പതിവു കാർട്ടൂണിന് കൂടുതൽ സമയം വേണ്ടിവന്നു. എന്താണ് സംഭവിക്കുന്നതെന്നോർത്ത് കിടക്കുമ്പോൾ ഒന്നു മയങ്ങി. ഡോർബെൽ കേട്ടാണ് ഉണർന്നത്.

ഫോട്ടോഗ്രാഫറുടെ ഒപ്പം ടെലിവിഷൻകാരുമുണ്ട്. അവരുടെ സാന്നിദ്ധ്യം അവഗണിച്ച് കാർട്ടൂണിന് അവസാനരൂപം കൊടുത്ത് കവ

റിനുള്ളിലാക്കി. അതിനിടെ ക്യാമറകൾ പ്രവർത്തിക്കുന്നത് കണ്ടതായി ഭാവിച്ചില്ല.

“ബുദ്ധിമുട്ടാവില്ലെങ്കിൽ ഒരഭിമുഖം.” ടെലിവിഷൻകാരിയുടെ സ്വരം. ആ മുഖത്തേക്ക് നോക്കുക മാത്രം ചെയ്തു. അഭിമുഖം ഇന്നോളം നല്കാത്ത മുരടന് അവസാന ദിനങ്ങളിൽ മാറ്റമുണ്ടായാലോ? ആ കണ്ണുകളിൽ ഒളിച്ചിരുന്ന കുസൃതി മനസ്സിലാവും.

അസാദ്ധ്യം...തനി മുരടൻ...എന്താ തലക്കനം. പകർത്തിയ കാസറ്റുമായി മടങ്ങുമ്പോൾ വിജയഭാവത്തിൽ അവൾ ഒപ്പമുള്ളവരോട് പറയും.

നിഷേധി, മുരടൻ, അഹങ്കാരി നേരത്തെ പലരും പറഞ്ഞു നടന്നു. പകപോക്കാനെന്നപോലെ എഴുതി. നേരിട്ടു കേൾക്കേണ്ടി വന്നപ്പോഴും തിരുത്തിയില്ല.

പാവം മനുഷ്യൻ. ഓർമ്മയുടെ മാത്രം ഭാഗമാകുമ്പോൾ പറയും. പറഞ്ഞുകൊണ്ടേയിരിക്കും.

അനുഭവങ്ങൾ അവരിൽ മാറ്റം വരുത്തില്ല.

പുതിയ ഇരകളിൽ അവരുടെ ശ്രദ്ധ പതിയും.

പതിവിലും വൈകി കമ്പ്യൂട്ടറിനു മുന്നിൽ മനസ്സ് തുറക്കുമ്പോൾ പുതിയ ദിശകിട്ടി. എവിടെയോ വായിച്ചതാണ്. ഈറയിൽ നിന്ന് ഓടക്കുഴലിലേക്കുള്ള മാറ്റം. വീണ്ടും ഈറ എന്ന അവസ്ഥയിലേക്ക് മടങ്ങാനാവില്ല. ഓടക്കുഴലിന് ഒരിക്കൽക്കൂടി ഈറയാവാൻ കഴിയില്ല.

ധർമ്മസങ്കടം കലാകാരന്റേതുമാണ്. സർഗ്ഗപ്രതിഭ അസാധാരണത്വത്തിന്റെ ഒരംശമാണ്. സാധാരണത്വത്തിലേക്ക് മടങ്ങിപ്പോകാൻ കഴിയില്ല. ഒരു ശരാശരി മനുഷ്യന്റെ സാധാരണതകളിലേക്ക് ഒതുങ്ങാനാവില്ല.

സ്വകാര്യജീവിതത്തിൽ ആരുടെയും ഇഷ്ടം നടന്നില്ല. താൻ എന്തൊക്കെയോ ആഗ്രഹിച്ചു. ആളുകൾ വേറെ എന്തൊക്കെയോ പ്രതീക്ഷിച്ചു. കാര്യങ്ങൾ നടന്നത് മൂന്നാമതൊരു വഴിക്കാണ്.

അതൊക്കെ ചികയാനാണ് അഭിമുഖക്കാർക്കു താല്പര്യം. എഴ് വർഷം മുമ്പ് പ്രസിദ്ധീകരിച്ച കാർട്ടൂൺ സമാഹാരത്തിന് അവാർഡ്. ഇനി അതിനെക്കുറിച്ചുള്ള ചർച്ച തുടങ്ങും. അപ്പോഴും വ്യക്തിപരമായ കാര്യങ്ങൾ പരാമർശിക്കാതിരിക്കാൻ അവർക്ക് കഴിയില്ല.

‘ക്യാൻസറിന്റെ പിടിയിലും തളരാതെ’ കാർട്ടൂൺരൂപങ്ങളെ ഓർമ്മിപ്പിക്കുന്ന തന്റെ ഫോട്ടോയ്ക്ക് ഒപ്പമുള്ള കഥകളുടെ ടോൺ ഊഹിക്കാനാവും.

## പത്ത്

**ക**ത്തുന്ന പകൽ. ഡീന തന്റെ മുറിയിൽ അങ്ങോട്ടുമിങ്ങോട്ടും നടന്നു. അവൾക്ക് എന്തൊക്കെയോ വേണം. ഒന്നും വ്യക്തമല്ല. പറയണമെന്നുണ്ട്. കേൾക്കണമെന്നുണ്ട്. എഴുതണമെന്നുണ്ട്.

കോടിക്കണക്കിന് ആളുകളുള്ള ലോകത്തു തന്നെ കേൾക്കാൻ ആരുമില്ല. തനിക്ക് കേൾക്കാനും ആരുമില്ല. എഴുതാൻ... ചിന്ത ആ വഴിക്ക് സഞ്ചരിച്ചു തുടങ്ങുമ്പോഴൊക്കെ അവൾ രാജകുമാരിയായി സ്വയം കണ്ടെത്തും. ലോകത്തെ ഏറ്റവും വിരൂപയെന്ന് സ്വയം വിശേഷിപ്പിക്കുന്ന അവൾ, ലോകസുന്ദരിയായി കണ്ട രാജകുമാരിയിൽ സമഭാവങ്ങൾ നോക്കുന്നു. പകൽക്കിനാവുകളിൽ അവൾ ദൈവത്തിന്റെ മാത്രം സ്വന്തമാകുന്നു - നഷ്ടപ്പെട്ട രാജകുമാരി ആകുന്നു.

വ്യത്യസ്തയായിരുന്നു. സമപ്രായക്കാരോട് - വിശേഷിച്ച് ആൺകുട്ടികളോട് - ഇടപെടുന്നതിൽ നിന്ന് എന്തോ മാറ്റിനിർത്തി. ഭയം, സങ്കോചം, ലജ്ജ എന്നൊക്കെ വിശേഷിപ്പിക്കപ്പെട്ടു.

താൻ ദൈവത്തിന്റെ സ്വന്തമാണെന്ന് പഴയ സ്കൂളിനടുത്തുള്ള വൃദ്ധ പറയാനുള്ളത് ശരിയാണെന്നു തോന്നി. ശരിയാണ്, ഇല്ലെങ്കിൽ മാസങ്ങൾക്ക് മുമ്പ് ആത്മഹത്യയെക്കുറിച്ച് ചിന്തിച്ച തനിക്ക് ഇങ്ങനെയൊരു പിടിവള്ളി....ഓർത്തപ്പോൾ പിന്നിട്ട വർഷങ്ങൾക്ക് അർത്ഥം കിട്ടിയതായി തോന്നി. ആദ്യമായി താൻ കണ്ടെത്തപ്പെട്ടിരിക്കുന്നു. സ്നേഹിക്കാൻ തെരഞ്ഞെടുക്കപ്പെട്ടിരിക്കുന്നു. സ്നേഹത്തിന്റെ വഴിയിൽ നിന്ന് എപ്പോഴും തള്ളിമാറ്റപ്പെട്ട അവൾക്ക് അത് ലോകത്തെ ഏറ്റവും വലിയ കാര്യം തന്നെയാണ്.

തിരസ്കാരം, അവഗണന, വെറുപ്പ് ശരിയായ വാക്ക് ഏതാണ്? ആണിനായി നോമ്പുനോറ്റ ദമ്പതികൾക്ക് പിറന്ന പെണ്ണ്.

കേൾക്കേണ്ടിവന്നത് തന്റെ കരച്ചിലാണ്. പെണ്ണിന്റെ കരച്ചിൽ. അച്ഛൻ കോപംകൊണ്ട് വിറച്ചു. അമ്മ വിഷാദത്തിലേക്ക് വീണു.

ക്ഷണിക്കപ്പെടാത്ത അതിഥി. സാമാന്യ ആതിഥേയ മര്യാദകൾതന്നെ പാലിക്കപ്പെട്ടില്ല. രണ്ടുവർഷത്തിനുശേഷം പുതിയ ജനനം. ആൺകുട്ടി. അച്ഛൻ ഉല്ലാസവാനായി. അമ്മ അഭിമാനിച്ചു. അനിയന്റെ രംഗപ്രവേശം ഒരിക്കൽക്കൂടി അപ്രസക്തമാക്കിയ പെണ്ണ്.

മൈത്രി അല്ലെങ്കിൽ ശത്രുത. അനിയന്റെ കാര്യത്തിൽ സ്വീകരിച്ചത് ആദ്യത്തേതാണ്. വളർന്നു തുടങ്ങിയ സ്വന്തം അരക്ഷിതബോധം അനിയനോടുള്ള സ്നേഹത്തിൽ പൊതിഞ്ഞു. മാതൃഭാവത്തോടെ അവനെ പരിചരിച്ചു. അങ്ങനെയെങ്കിലും ചുവന്നുകലങ്ങിയ കണ്ണുകളുള്ള അച്ഛന്റെ സ്നേഹം തനിക്കുകൂടി കിട്ടുമെന്ന് മോഹിച്ചു.

'എനിക്കാരുമില്ല.' വികലാംഗർക്കായുള്ള സ്കൂളിലെ ഓരോ കുട്ടിയും അങ്ങനെ പറയുന്നതായി തോന്നി. 'തുണ ദൈവം മാത്രമാണ്.' അനാഥയായ വൃദ്ധയുടെ വാക്കുകൾ തന്റേതുതന്നെയാണോ എന്നു ഭയന്നു. അവഗണിക്കപ്പെട്ട ഹൃദയങ്ങൾ പരസ്പരം തൊടുന്നു. ഇടയ്ക്ക് വൃദ്ധയ്ക്ക് ആവശ്യമായ സാധനങ്ങൾ എത്തിക്കുമ്പോഴൊക്കെ വൃദ്ധ ദൈവത്തിന്റെ സ്വന്തക്കാരി എന്നു വിളിച്ചു.

പഠിക്കുക എന്നത് പറ്റിയ പണിയല്ലെന്ന് ബോദ്ധ്യമായി. ക്ലാസുകളിൽ ഓർമ്മകൾ കൂട്ടിരുന്നു. അവയുമായി നീണ്ട ചർച്ചകളിൽ ഏർപ്പെട്ടു.

സമാന്തരമായി അനാഥയും നിസ്സഹായയുമായ ഒരു കുട്ടി തേങ്ങിക്കൊണ്ടേയിരുന്നു. ആരും ഒന്നും അറിഞ്ഞില്ല.

നോക്കൂ. അല്പംകൂടി ഭേദപ്പെട്ട സാധനമാണ് എന്റെ തലയ്ക്കുള്ളിൽ. പലപ്പോഴും അങ്ങനെ വിളിച്ചുകൂവണമെന്ന് തോന്നി. ഐക്യൂവിന്റെ കാര്യത്തിലായിരുന്നു എല്ലാവർക്കും സംശയം. എല്ലാ വിഷയങ്ങളിലും തോറ്റു. തോല്ക്കുക ഒന്നിലധികംതവണ തോല്ക്കുക. ആളുകൾ എങ്ങനെ അത്ഭുതപ്പെടാതിരിക്കും? പരീക്ഷിക്കാൻ തയ്യാറായില്ല വീണ്ടും തോല്വി.... വേണ്ട....ഇനി വയ്യ.... തോല്ക്കാനാവില്ല. വാക്കുകൾ ഹൃദയത്തിൽ നിന്നാണ് വന്നത്.

കൂടുതലും ഹൃദയംതന്നെ ഇടപെട്ടു. പഠനത്തിനായുള്ള യാത്രകൾ. ഗൃഹാതുരത്വം തോന്നിയില്ല. അകന്നുനിന്ന സഹപാഠികൾ. ഒരിക്കലും കണ്ടിട്ടില്ലാത്ത തൂലികാ സുഹൃത്തുക്കൾ. മുറിയിൽ ഒറ്റയ്ക്കിരുന്ന് കത്തുകളെഴുതി. വരികൾക്കിടയിൽ അനാഥബോധം ഒളിച്ചു.

മകനിൽ സ്വയം നഷ്ടപ്പെട്ട അമ്മ, അച്ഛൻ. അനിയന്റെ പഠനത്തിലെ മുന്നേറ്റം. കടുത്ത ഏകാന്തത പുറത്തുകാട്ടിയില്ല. ചിരിക്കാൻ ഭയമാണ്. അനാകർഷകയായ പെൺകുട്ടിയുടെ ചിരിക്ക് ലോകം പകരം സമ്മാനിക്കാറില്ല. ഉന്മേഷഭാവം നടിക്കാൻ എളുപ്പമാണ്. പക്ഷേ ആർക്കുവേണ്ടി?

രക്താർബ്ബുദം. രോഗനിർണ്ണയം ഉറപ്പായപ്പോൾ അഭിമാനം തോന്നി. ഒടുവിൽ താൻ നേടിയിരിക്കുന്നു. ലോകത്തെ വിളിച്ചറിയിക്കാൻ തോന്നി. മരണം വധുവായി തന്നെ തെരഞ്ഞെടുത്തിരിക്കുന്നു. താൻ കണ്ടെത്തപ്പെട്ടിരിക്കുന്നു.

## പതിനൊന്ന്

**പെ**ട്ടെന്ന് കടന്നുവന്ന ഡ്യൂട്ടിനേഴ്സ് ഇടനാഴിയിലെ ലൈറ്റുകൾ ഓഫാക്കി. ഉറക്കംതൂങ്ങിയ സെക്യൂരിറ്റി ഗാർഡിനെ തട്ടിയുണർത്തി. ധൃതിയിൽ മുന്നോട്ടുനീങ്ങുമ്പോൾ വരാൻപോകുന്ന ആരോടോ ഉള്ള വിധേയത്വം അവരുടെ ചലനങ്ങളിൽ പ്രകടമായി.

അവർ മുറികളിൽനിന്ന് മുറികളിലേക്കു നീങ്ങി. ഓരോ മുറിക്കു മുന്നിലും അനുവാദത്തിനായി വാതിലിൽ മുട്ടി. മറുപടി കിട്ടുംമുമ്പേ അകത്തുകടന്ന് ലൈറ്റുകൾ ഓഫാക്കി. ഫാനിന്റെ വേഗം മിതമാക്കി. അടച്ചുവച്ച ജനാലകൾ തുറന്നിട്ടു. ചടുലമായ ഈ പ്രകടനം കുറഞ്ഞത് മാസത്തിൽ ഒരു ദിവസമെങ്കിലും സംഭവിച്ചു. സെന്റർ തലവനായ മുഹമ്മദ്ഖാൻ വരുന്നതിന്റെ സൂചനയാണതെന്ന് രോഗികൾക്കറിയാം. അതൊക്കെ കാണുമ്പോൾ ആ മുഖങ്ങൾ നിസ്സംഗമാകും. ഖാന്റെ കുശലാന്വേഷണങ്ങളിൽ അവർ കൂടുതൽ നിസ്സംഗരായി.

ഖാനെ ഏറെ ഭയപ്പെടുത്തുന്നതും അതാണ്. നീരസത്തോടെ ഇടപെടുന്നത് ഖാന് ഇഷ്ടമല്ല. ചുറുചുറുക്കോടെ കടന്നുവരുന്ന ഖാൻ പ്രതീ

ക്ഷിക്കുന്നത് തണുപ്പൻ പ്രതികരണമല്ല. എന്നാൽ, ജീവിതത്തിലുടനീളം ഖാനെ കാത്തിരുന്നത് വികാരശൂന്യമായ പ്രതികരണങ്ങളാണ്.

പണമുണ്ടാക്കാനായാണ് താൻ സെന്റർ നടത്തുന്നതെന്ന് സമ്മതിക്കാർ ഖാൻ തയ്യാറാണ്. ഏർപ്പെട്ടിരിക്കുന്ന ബിസിനസുകളിൽ ഒന്നു മാത്രമാണതെന്നു വേണമെങ്കിലും അയാൾ സമ്മതിക്കും. എന്നാൽ, ഒരു ബിസിനസുകാരനെന്ന നിലയിലെ തന്റെ ആത്മാർത്ഥത ചോദ്യം ചെയ്യുന്നത് അയാൾക്കിഷ്ടമല്ല.

ഓരോ തണുപ്പൻ പ്രതികരണവും വികാരശൂന്യമായ ഓരോ മുഖവും തന്റെ ആത്മാർത്ഥതയെ ചോദ്യം ചെയ്യുന്നതായാണ് അയാൾക്കു തോന്നുക. ഭാര്യ, കുട്ടികൾ, സെന്ററിലെ ഡോക്ടർമാർ, മറ്റു ബിസിനസ് സ്ഥാപനങ്ങളിൽ ജോലി നോക്കുന്നവർ, എല്ലാവരോടും തികഞ്ഞ പ്രസന്നതയോടെ ഇടപെടാനാണ് അയാൾ ശ്രമിക്കുക. എന്നാൽ, അതൊക്കെ തിരക്കുള്ള ഒരു പണക്കാരന്റെ കപടവിനയമായേ മറ്റുള്ളവർ വിലയിരുത്തൂ എന്ന് ദിനവും അയാളറിഞ്ഞു.

വിനയം. ഏറ്റവും വലിയ കള്ളത്തരമാണത്... ഞാനെന്നപോലെ കാണാൻ കഴിയുമെങ്കിൽ വിനയത്തിന്റെ ആവശ്യമെന്താണ്? ഡോക്ടർ പവിത്രൻ ചോദിച്ചത് വർഷങ്ങൾക്കുമുമ്പാണ്. സെന്റർ തുടങ്ങുന്നതുമായി ബന്ധപ്പെട്ട എല്ലാറ്റിനുമൊപ്പംനിന്ന ഡോക്ടർ പവിത്രൻ. സെന്റർ തുടങ്ങി ഒരു വർഷം കഴിയുംമുമ്പ് പവിത്രൻ തെറ്റിപ്പിരിഞ്ഞു.

തമാശമട്ടിൽ പറഞ്ഞ കാര്യങ്ങൾ തന്നെ മടങ്ങുമ്പോഴും അയാൾ പറഞ്ഞു. അപ്പോഴത് പരുഷമായി എന്നു മാത്രം. വളരെയടുത്ത എല്ലാവരും പലവിധത്തിൽ അതൊക്കെ പറഞ്ഞു. ഭാര്യയുടെ ആരോപണങ്ങളുടെ ചുരുക്കവും മറ്റൊന്നല്ല. രോഗശയ്യയിൽ വാക്കുകൾകൊണ്ടല്ലെങ്കിലും ഉമ്മ വ്യക്തമാക്കിയതും അതൊക്കെതന്നെ.

നേരത്തെ, വർഷങ്ങൾക്കുമുമ്പ് ഖാൻ ഇങ്ങനെയൊന്നും ചിന്തിച്ചില്ല. മനസ്സ് നിറയെ പദ്ധതികളായിരുന്നു. ചിന്ത അവ നടപ്പാക്കാനുള്ള വഴികളിൽ സഞ്ചരിച്ചു. ഇപ്പോൾ പ്രായത്തിന്റെ നാല്പതുകളിൽ ഏറെ ചിന്തിച്ചത് തന്നെക്കുറിച്ചാണ്. ഉമ്മയെക്കുറിച്ചുള്ള ഓർമ്മകൾ - പ്രേരണ അതാണ്. മരണക്കിടക്കയിൽ ഉമ്മ അനുഭവിച്ച ഏകാന്തത ഇപ്പോൾ അയാൾക്ക് പരിചിതമാണ്. മനസ്സിന്റെ ആഴങ്ങളിൽനിന്ന് ഉമ്മയുടെ ദൈന്യരൂപം ഉയർന്നുവരുമ്പോൾ കേൾക്കുന്ന ചിറകടി ഹൃദയത്തിൽനിന്നാണ്.

ഖാനും ഒന്നുരണ്ടു ഡോക്ടർമാരും അടങ്ങുന്ന സംഘം ലിഫ്റ്റിൽ നിന്നിറങ്ങി ഇടനാഴിയിൽ പ്രവേശിച്ചു. ഖാൻ പതിവിലേറെ ഉല്ലാസവാനാണ്. അയാൾക്കൊപ്പം നടന്നെത്താൻ കൂടെയുള്ളവർ പ്രയാസപ്പെട്ടു.

ആദ്യത്തെ മുറിക്ക് അടുത്തെത്താറായപ്പോൾ എന്തോ ഓർത്ത് ഖാൻ പെട്ടെന്ന് നിന്നു. “നമുക്കാദ്യം ഇബ്രാഹിമിന്റെ റൂമിലൊന്നു നോക്കാം. എന്താ.” ചെറിയ ജാള്യതയോടെയാണ് ഖാൻ അതു പറഞ്ഞത്. തന്റെ കിറുക്കുകളെക്കുറിച്ച് അയാൾ ബോധവാനാണ്. അതു പുറത്തെടുക്കുമ്പോഴൊക്കെ അയാൾ ലജ്ജാലുവായി. ഏഴെട്ട് മുറികൾ അപ്പുറ

മാണ് ഇബ്രാഹിമിന്റെ മുറി. അവിടെ ആദ്യം കയറാമെന്നു പറഞ്ഞതിന്റെ അർത്ഥം പിന്നെ മടങ്ങിവന്ന് ആദ്യത്തെ മുറിയിൽനിന്ന് വീണ്ടും തുടങ്ങാമെന്നാണ്.

ഖാൻ തിടുക്കം കൂട്ടി. ഉമ്മയ്ക്ക് കൂട്ടിരിക്കുന്ന ഇബ്രാഹിം എന്ന യുവാവിൽ ഖാൻ ഒരു മാതൃക കണ്ടു. ഇബ്രാഹിമിന്റെ ഉമ്മയിൽ ഖാൻ തന്റെ ഉമ്മയുടെ ഛായ കണ്ടു. മരിച്ചുപോയ തന്റെ ഉമ്മയെ പരിചരിക്കാൻ ഇനിയൊരവസരം കിട്ടിയാൽ ഖാൻ ഇബ്രാഹിമിനെ അനുകരിക്കും. ഒറ്റയ്ക്കാവുന്ന അപൂർവ്വം ചില നിമിഷങ്ങളിൽ അയാൾ ജാള്യതയോടെ ഓർത്തു.

പെട്ടെന്ന് എല്ലാവരെയും കണ്ട് ഇബ്രാഹിം വായിച്ചിരുന്ന പേപ്പർ മേശപ്പുറത്തുവച്ച് ഭവ്യതയോടെ നിന്നു. ഉമ്മ രാവിലെ നല്ല ഉറക്കത്തിലാണ്.

“താൻ ഒത്തിരി മെലിഞ്ഞുപോയല്ലോ” ഖാൻ സ്നേഹപൂർവ്വം ഇബ്രാഹിമിന്റെ ചുമലിൽ തട്ടി. ഉറക്കച്ചടവുള്ള കണ്ണുകൾ തടവി ചിരിച്ചുകൊണ്ട് ഇബ്രാഹിം ഒന്നിളകി നിന്നു.

മയങ്ങുന്ന ഉമ്മയെ നോക്കി ഖാൻ കുറച്ചുനേരം നിന്നു. ഒപ്പമുള്ളവർ തന്നെ ശ്രദ്ധാപൂർവ്വം വീക്ഷിക്കുന്നത് അയാളറിഞ്ഞു.

എന്തോ ഓർത്തതുപോലെ പെട്ടെന്ന് പുറത്തേക്കു കടക്കുമ്പോൾ ഖാന് ഒരുനിമിഷം തന്റെ പ്രസന്നഭാവം കൈമോശം വന്നു.

## പന്ത്രണ്ട്

**മ**നസ്സിൽ ഒരു ചിന്തയും കടന്നുവരാത്ത നിമിഷങ്ങൾ. ധ്യാനം എന്നതിനെ വിളിക്കാമെങ്കിൽ ഈയിടെയായി താൻ മണിക്കൂറുകൾ ധ്യാനിക്കുന്നുണ്ട്. പ്രസാദ് കൗതുകത്തോടെ ഓർത്തു. ‘ഒരു നിമിഷത്തെ നിശ്ശബ്ദത കണ്ട് വനം ശൂന്യമാണെന്നു ധരിക്കരുത്. വന്യമൃഗങ്ങൾ ഉറങ്ങുകയാവും.’ അയാൾക്കു ചിരിപൊട്ടി. ഈയിടെ അയാൾ മിക്കപ്പോഴും തനിയെ ചിരിക്കുന്നു. കഴിഞ്ഞുപോയ സംഗതികളും തന്റെ ചില അസാധാരണ ചിന്തകളും ഓർത്ത് ചിരിക്കുന്നതിനൊപ്പം അയാൾ ചിരിക്കാൻ കഴിയുന്ന തന്നെക്കുറിച്ച് അത്ഭുതപ്പെട്ടു.

ഒറ്റയ്ക്കുള്ള ചിരി കിറുക്കിന്റെ ലക്ഷണമാണെന്നു തോന്നുമ്പോഴും അയാൾക്ക് ചിരിവരും. ഇനി ഭ്രാന്തനായാൽ ഡോക്ടർമാർ അതിനുകൂടി മരുന്നുതരും. പക്ഷേ, എത്രനാൾ? ലോകമാകെ തനിക്കുമുന്നിൽ അപ്രസക്തമാണ്. ആളുകൾ, ആചാരമര്യാദകൾ, മൂല്യങ്ങൾ, ഡോക്ടർമാർ, ബന്ധുക്കൾ - എല്ലാവരും; എല്ലാം. പുഴയിൽ മുങ്ങി സ്വയം അവസാനിപ്പിക്കാൻ ഓടുന്നവൻ മഴ നനയാതിരിക്കാൻ എന്തിനു കുട നിവർത്തണം?

ചില രോഗികളുടെ ഭാവങ്ങൾ കാണുമ്പോൾ അയാൾക്കു ചിരി പൊട്ടും. പലരും ഇപ്പോഴും കണ്ണാടിക്കുമുന്നിൽ മണിക്കൂറുകൾ കളയുന്നു. സത്യം വിളിച്ചറിയിക്കുന്ന ആഴങ്ങളിൽ പതിച്ച കണ്ണുകൾ മൂടാൻ നിറമുള്ള കണ്ണടവയ്ക്കുന്നു.

സെന്ററിൽ നടക്കുന്ന ഓരോ മരണവും രോഗികളിൽനിന്നു മറച്ചുപിടിക്കുന്നു. എന്നാൽ, രോഗികൾ എല്ലാ മരണവാർത്തകളും മണത്തറിയും. ചിലർ കരയുന്നു. ചിലർ ശോകഭാവം പൂണ്ട് വർണ്ണനകളിൽ മുഴുകുന്നു. സഹതപിക്കുന്നു. കടന്നുപോയവർക്കു മാത്രമുള്ള ഒന്നാണതെന്ന് കരുതുകയാണോ? അതോ പൊന്തിവരുന്ന ഭീതിയടക്കാൻ അവർ നാടകം കളിക്കുകയാണോ? എന്തായാലും, മരണത്തിന്റെ നിമിഷത്തിനുവേണ്ടി ഉടുപ്പുതുന്നുകയല്ല.

ഡോർബെൽ മുഴങ്ങി. വാതിൽ തുറക്കുമ്പോൾ മുന്നിൽ ഡീനയാണ്. കറുത്തു വരണ്ട മുഖമുള്ള പെൺകുട്ടി. ഇടയ്ക്ക് പരിചപ്പെട്ടിരുന്നു. പാർക്കിൽ വച്ചാണെന്നു തോന്നുന്നു. ചിരിക്കാൻ പ്രയാസപ്പെട്ടപ്പോൾ ആ മുഖം കൂടുതൽ വിരൂപമായിത്തോന്നി.

“വായിക്കാനെന്തെങ്കിലും” ശല്യം ചെയ്തതിൽ ക്ഷമ ചോദിക്കുന്ന ചലനങ്ങൾക്കൊപ്പം ഇരുകൈ കൊണ്ടും മുടിചീകി ഒതുക്കി തെറ്റുചെയ്ത കുട്ടിയെപ്പോലെ നിന്ന അവൾ അടുത്ത നിമിഷം പൊട്ടിക്കരഞ്ഞു പോകുമെന്നു തോന്നി. “വരൂ.”

“നാലഞ്ചു നല്ല പുസ്തകങ്ങളേ എന്റെ കൈയിൽ ഉണ്ടാവൂ. ഇവിടെ സെന്ററിനൊപ്പം നല്ലൊരു ലൈബ്രറിയുണ്ട്.” എന്തുകൊണ്ടോ പ്രസാദ് അങ്ങനെയാണ് പറഞ്ഞത്. “അറിയില്ലായിരുന്നു.” ഡീന പറഞ്ഞത് കളവാണെന്ന് അയാൾ ഓർത്തു. “എപ്പോഴും വായിച്ചിരിക്കാറുണ്ടെന്ന് സിങ് പറഞ്ഞു...” “ഞാൻ...” സ്വയം വിശദീകരിക്കാൻ അവൾ ബുദ്ധിമുട്ടി.

“സാരമില്ല” മേശപ്പുറത്തു ചിതറിക്കിടന്ന പുസ്തകങ്ങളിൽ ഏതോ ഒന്ന് തെരയുന്നതിനിടെ നിർവ്വികാരനായി അയാൾ പറഞ്ഞു.

## പതിമൂന്ന്

“സാർ, പാൽ” സിങ് ഭവ്യതയോടെ ഗ്ലാസ് നീട്ടി. ശാന്തകുമാർ ആർത്തിയോടെ അതുവാങ്ങി ഒറ്റവലിക്കു കുടിച്ചു. അടുത്ത നിമിഷം തന്റെ ആക്രാന്തം ശാന്തകുമാറിനെ ലജ്ജിപ്പിച്ചു. ദിനവും പലതവണ അയാളങ്ങനെ ലജ്ജിക്കുന്നു.

ആ ലജ്ജ മാത്രമാണ് ഒരു ശിശുവിൽ നിന്ന് തന്നെ വ്യത്യസ്തനാക്കുന്നതെന്ന് അയാളോർത്തു. ‘അനിയന്ത്രിതമായ രണ്ടറ്റങ്ങളുള്ള ഒരു അപരിഷ്കൃത ജന്തു.’ ശിശുക്കളെ അങ്ങനെ വിശേഷിപ്പിച്ചത് ആരാണ്?

കടുത്ത ഭക്ഷണങ്ങൾ ഒഴിവാക്കാനാണ് ഡോക്ടർമാരുടെ നിർദ്ദേശം, ഭേദപ്പെടാനായല്ല. സങ്കീർണ്ണതകൾ ഒഴിവാക്കാൻ. എന്നാൽ, വിശപ്പ്

താങ്ങാൻ കഴിയുന്നില്ല. എപ്പോഴും വിശപ്പാണ്. വിശപ്പിന്റെ ആദ്യസൂചന കിട്ടുമ്പോഴേ കുട്ടികൾ കരയാൻ തുടങ്ങുംപോലെ അയാൾ ക്യാന്റീനിലേക്കു വിളിക്കാൻ ഫോണെടുക്കും.

ഭയപ്പെടുത്തുന്നത് രണ്ടാമത്തെ സംഗതിയാണ്.

എപ്പോഴാണെന്നു പറയാനാവില്ല. എപ്പോഴുമാകാം. ചിലപ്പോൾ ഡോക്ടർമാർ നില്ക്കുമ്പോൾ അയാൾ ടോയ്‌ലെറ്റിലേക്ക് ഓടും. ഔപചാരികതയുടെ കാര്യമല്ല. ഡോക്ടർമാർക്കെന്നല്ല, ലോകത്ത് എല്ലാവർക്കും മനസ്സിലാകും.

എന്നാൽ സങ്കോചം എപ്പോഴും അയാളെ തളർത്തി. നിയന്ത്രണം അസാദ്ധ്യമാണ്. വസ്ത്രം വൃത്തികേടാകുന്നതിലും ഭേദമാണ്. ചിലപ്പോൾ അങ്ങനെയും സംഭവിച്ചു. മുഷിഞ്ഞ വസ്ത്രം എടുക്കാനെത്തുന്ന ആയയെ കാണുമ്പോൾ കുറ്റബോധം തോന്നി. ചിലപ്പോൾ ഭക്ഷണം കഴിച്ചയുടനെയാവും. മരുന്നു കഴിച്ച ഉടനെയാണ് കൂടുതലും.

ആരോ വലിച്ചെറിഞ്ഞ അനാഥ ശിശുവിനെപ്പോലെ പലപ്പോഴും ശാന്തകുമാർ ആരും കാണാതെ കരഞ്ഞു. എന്നാൽ, ഇവിടെ പൊതുവേ അയാൾ സന്തോഷവാനാണ്. തന്റെ പൂർവ്വാശ്രമത്തെ അപേക്ഷിച്ച് ഏറെ ശാന്തനും ഉന്മേഷവാനുമാണ്.

സത്യത്തിൽ ഇതാണ് വാനപ്രസ്ഥം. വെറുതെയിരിക്കുമ്പോൾ അയാൾ ഓർത്തു ചിരിക്കും. സ്വയം കളിയാക്കേണ്ടിയിരുന്നത് പണ്ടാണ്. പൂർവ്വാശ്രമത്തിലെ തന്റെ രീതികളെ. 'ശാന്തകുമാർ ഐ എ എസ്' സ്വയം പരിചയപ്പെടുത്തുമ്പോൾ അക്ഷരങ്ങൾക്കായിരുന്നു ഊന്നൽ - ഐ എ എസ്.

സിവിൽ സർവ്വീസ്. പ്രൈമറിക്ലാസിലെ സ്വപ്നം. സാക്ഷാൽക്കാരം അന്യനാട്ടിൽ ജോലിയിൽ പ്രവേശിച്ചശേഷമാണ്. പുതിയ സ്വപ്നം ഒപ്പം വീണുകിട്ടി: രേഖ. സിനിമാനടിയുടെ ഛായയുള്ള പത്രക്കാരി. അബ്കാരി ബിസിനസുകാരന്റെ മകൾ. ഹോബിയായി കണ്ട കരിയർ. ഇഷ്ടവിഷയം സ്ത്രീസ്വാതന്ത്ര്യം. ഏതോ പത്രസമ്മേളനത്തിൽവച്ചാണ് ആദ്യകാഴ്ച.

ആവശ്യത്തിലേറെ സമ്പന്നത. നാറുന്ന അബ്കാരി കഥകൾ. ചേർച്ചയെക്കുറിച്ച് സംശയം പറഞ്ഞത് അച്ഛനാണ്. പത്രജോലിയും സ്ത്രീസ്വാതന്ത്ര്യപ്രസംഗങ്ങളും അമ്മയെ ചിന്തിപ്പിച്ചു. 'സൗന്ദര്യം കണ്ട് പെണ്ണു കെട്ടുന്നത് നല്ല ചായം പൂശിയതുകൊണ്ടുമാത്രം ഒരു വീടുവാങ്ങുന്നതുപോലെയാണ്.' ഐ എ എസുകാരൻ ബുദ്ധി ഉപദേശിച്ചു. തീരുമാനം വന്നത് കരളിൽ നിന്നാണ്.

കുട്ടിത്തം ആരെയും വിട്ടുമാറുന്നില്ല. മുതിർന്ന ശരീരത്തിനുള്ളിൽ മനസ്സ് ബാലിശമായ കളികളിലേർപ്പെടുന്നു. പിടിവാശി നടപ്പാക്കുന്നു. രോഗാരംഭത്തിനു മുമ്പുള്ള അനുഭവങ്ങൾ ചികയുമ്പോൾ ശാന്തകുമാർ സ്വയം ആശ്വസിപ്പിക്കുന്നു. തീരുമാനങ്ങൾ എടുക്കേണ്ടിവരുമ്പോൾ, തെരഞ്ഞെടുപ്പു വേണ്ടിവരുമ്പോൾ കുട്ടിയാണ് മുൻകൈ എടുക്കുക. ഹൃദയ

ത്തിനും കരളിനും പ്രായമാകുന്നതേയില്ല. തലച്ചോറ് എപ്പോഴും മാറ്റി നിർത്തപ്പെടുന്നു.

രേഖയുടെ സൗന്ദര്യം ഇപ്പോഴയാളിൽ ഉണർത്തുക വെറുപ്പാണ്. കാരണം, അവളുടെ രീതികൾ അയാൾക്ക് ഉൾക്കൊള്ളാനാകുന്നില്ല. പണ്ട് - വീട്ടുജോലികൾ പങ്കിടാൻ ഇഷ്ടമായിരുന്നു... ജോലിത്തിരക്കുകൾ തന്നെ മാറ്റിവച്ചു. തന്ത്രപൂർവ്വം അടിച്ചേല്പിക്കുകയാണെന്നു തോന്നിയപ്പോൾ - നിയന്ത്രണങ്ങളെ സ്നേഹത്തിന്റെ ഭാഗമായി കാണാൻ ശ്രമിച്ചതാണ്. നിയന്ത്രണങ്ങൾ ഏർപ്പെടുത്താനുള്ള പ്രകടനമായി സ്നേഹം മാറിയപ്പോൾ ബോധപൂർവ്വം കുടഞ്ഞെറിഞ്ഞു.

നാട്ടിൻപുറത്തുകാരനായ ശാന്തകുമാർ സംശയിച്ചു പരുങ്ങി നിന്നിടത്തൊക്കെ ഒടുവിൽ ഐ എ എസുകാരൻ വ്യക്തത കണ്ടെത്തി.

ഫോൺ എന്ന സാങ്കേതികതയോട് പൊരുത്തപ്പെടാൻ എന്തുകൊണ്ടോ അമ്മയ്ക്കു കഴിഞ്ഞില്ല. അതുകൊണ്ടാവണം മുടങ്ങാതെ എഴുതി. അച്ഛൻ ഇടയ്ക്കു വിളിച്ചു. ഉള്ളടക്കം ഒന്നാണ്. “സമയം കിട്ടിയാൽ ഒന്നുവരിക.” ആദ്യമൊക്കെ പരാതിയുടെ ഭാഗമായി തോന്നി. പിന്നീടതിന് അപേക്ഷയുടെ ഭാവം കിട്ടിയോ? അമ്മയുടെ കത്തുകൾ ചെറുതായി ചെറുതായി വന്നു. അക്ഷരങ്ങൾ അവ്യക്തമായി.

നാളുകൾക്കുശേഷം ക്ഷമാപണവും കുറ്റബോധവും അച്ഛന്റെ സ്വരത്തിൽ സ്ഥാനം പിടിച്ചത് മനസ്സിലാക്കാനായില്ല. ഇഷ്ടമില്ലാത്ത കാര്യത്തിന് വീണ്ടും വീണ്ടും നിർബ്ബന്ധിക്കേണ്ടിവരുന്നതിലുള്ള ജാള്യതയാവാം.

“ജോലിത്തിരക്കുകാരണം....” വിശദീകരണം ഒന്നായിരുന്നു. സമയം പോരെന്നു തോന്നിയത് വീട്ടുകാര്യങ്ങൾക്കാണ്. തന്നെക്കുറിച്ച് ആലോചിച്ചു തുടങ്ങിയപ്പോൾ സമയം തികഞ്ഞുതുടങ്ങി. “നിന്റെ അമ്മയ്ക്ക് അസുഖം കൂടുതലാണ്. കഴിഞ്ഞാൽ വരിക.” അച്ഛൻ വിളിച്ചപ്പോൾ നാട്ടിലെത്തിയത് അതുകൊണ്ടാവാം. കിടക്കയിൽ അമ്മ ആകെ മാറിപ്പോയിരുന്നു. മറ്റാരുടെയോ മുന്നിലാണ് നില്ക്കുന്നതെന്നു തോന്നി. നീരുവന്നുവീർത്ത മുഖം. മരണം കൈയടക്കിത്തുടങ്ങിയ കണ്ണുകൾ...

പരാതിപറയുമെന്നോ പിണക്കം ഭാവിക്കുമെന്നോ കരുതി. ഒന്നുമുണ്ടായില്ല. ആ കണ്ണുകൾ തന്റെ മനസ്സിന്റെ ആഴങ്ങളിലേക്കു നോക്കി. അമ്മയ്ക്ക് എല്ലാം കാണാനാവും. മനസ്സിലാകും. സ്വന്തം അച്ഛനമ്മമാരെ ഉപേക്ഷിച്ച് ജോലിസ്ഥലത്ത് ഭർത്താവിനൊപ്പം പുതിയ ലോകം തേടിയ അമ്മയ്ക്ക് തന്നെ ഉൾക്കൊള്ളാനാവും.

വീടിന്റെ ഇരുണ്ട ഇടനാഴികളിൽ ശ്വാസം കിട്ടാതെ അലഞ്ഞ അമ്മയെയും ആറേഴുവർഷം ഒറ്റയ്ക്കു കഴിഞ്ഞ അച്ഛനെയുംകുറിച്ച് അമ്മ പല കഥകൾ പറഞ്ഞിരുന്നു - പണ്ട്.

ഹോസ്റ്റലിൽ താമസമാക്കിയശേഷം വീട്ടിലെത്തിയ ഇടവേളകളിലാണ് ഓർമ്മകൾക്കൊപ്പം കരയുന്ന അമ്മയെ കണ്ടുതുടങ്ങിയത്. രോഗികളായ സ്വന്തം അച്ഛനമ്മമാരെ അവഗണിച്ചതിലുള്ള കുറ്റബോധം വർഷങ്ങൾ

ക്കൊപ്പം കൂടി. പിന്നെപ്പിന്നെ അപൂർവ്വമായേ അമ്മ കഥകളിലേക്കു മടങ്ങിയുള്ളൂ. കഥകൾ ചെറുതായി ചെറുതായി വന്നു. എന്നാൽ, ഉള്ളടക്കം അമ്മയെ കടുത്ത അരക്ഷിതബോധത്തിലേക്കു തള്ളിയിടുന്നതായി തോന്നി.

ഒക്കെയും പറയുമ്പോൾ, പണ്ട് അരികെ കിടത്തി ഗുണപാഠകഥകൾ പറയുമ്പോൾ തിളങ്ങാറുള്ളതുപോലെ അമ്മയുടെ കണ്ണുകൾ തിളങ്ങി. ആ തിളക്കത്തിൽ തനിക്കായി ഒരു സന്ദേശം ഒളിച്ചുവച്ചതായി തോന്നി. അതോ, അതൊരു അപേക്ഷയായിരുന്നോ? കാലത്തിന്റെ വരകൾ വീണ ഉൽക്കണ്ഠാകുലമായ ആ മുഖം ഒരു മറുപടി പ്രതീക്ഷിച്ചു - ഒരുറപ്പ്. നിസ്സഹായവും അരക്ഷിതവുമായ വൃദ്ധമനസ്സുകൾകൊതിക്കുന്ന ഉറപ്പ്, ഒടുവിൽ -

വർഷങ്ങൾക്കുശേഷം അമ്മയുടെ കണ്ണുകളെ നേരിടാനാവാതെ പരുങ്ങുന്ന തന്നിൽ സ്വന്തം ഭീതി സത്യമായെന്ന് അമ്മ തിരിച്ചറിഞ്ഞു.

വർഷങ്ങൾക്കിപ്പുറം സെന്ററിലെ ഏകാന്തതയിൽ താനെന്താണ് കണ്ടെത്തുന്നത്?

## പതിനാല്

**പാ**തിരാത്രിയിലും സമത ഉറങ്ങിയില്ല. കിടക്കയിൽ മറ്റേതോ ലോകത്തായ അവർ പെട്ടെന്നു തിരിച്ചെത്തിയപോലെ കാതോർത്തു. കാല്പെരുമാറ്റങ്ങൾ അവസാനിച്ചിരിക്കുന്നു. കേൾക്കുന്നത് വൃദ്ധനായ സെക്യൂരിറ്റിക്കാരന്റെ കൂർക്കംവലിയാണ്.

വാതിൽപൂട്ടിയത് ഒന്നുകൂടി ഉറപ്പാക്കി ഡ്രസിങ് ടേബിളിലെ ലൈറ്റ് ഓണാക്കുമ്പോൾ സമത ആർച്ച്ലൈറ്റിനു മുന്നിലെ നിമിഷങ്ങൾ ഓർത്തു.

നൈറ്റിയും മറ്റും ഊരിക്കളഞ്ഞ് അവർ കണ്ണാടിക്കുമുന്നിൽ നിന്ന് തന്റെ ശരീരത്തെ വിലയിരുത്തി. ഒരിക്കൽക്കൂടി ശോഷിച്ച ശരീരത്തിൽ അവിടവിടെ കാലത്തിന്റെ ചില വരകൾ. അവിടെയൊക്കെ റംഗിൾ ക്രീം പുരട്ടുന്നതിനിടെ നെഞ്ചിടിപ്പോടെ അവർ വലത്തെ മുലയുടെ ഭാഗത്തേക്കു നോക്കി. തീരെ ശോഷിച്ച് ആണുങ്ങളുടെ മാറിടംപോലെ ആ ഭാഗം തരിശായി കിടന്നു.

നാലഞ്ചു വർഷം മുമ്പ് മഹാനഗരത്തിൽ വച്ച് രഹസ്യമായി അതെടുത്തു കളയാനുള്ള സർജറി ചെയ്യാൻ പെട്ടപാട് ലാഘവത്തോടെ കാണാൻ ഇനിയും കഴിഞ്ഞിട്ടില്ല.

ആറേഴുവർഷം മുമ്പ് കണ്ണാടിക്കു മുന്നിൽ സ്വയം രസിക്കുമ്പോഴാണ് വിരൽത്തുമ്പിൽ മുലയിലെ നന്നെ ചെറിയ മുഴകൾ തടഞ്ഞത് രഹസ്യമായി കൊണ്ടുനടന്നു. മാംസാഹാരം കുറയ്ക്കാൻ തുടങ്ങി. പൂർണ്ണമായി ഒഴിവാക്കാൻ ഇപ്പോൾ തന്നെയും കഴിഞ്ഞിട്ടില്ല. നേരിയ

വേദന തുടങ്ങിയപ്പോഴാണ് സുഹൃത്തായ ഡോ. സൂസൻ ജോർജിനോട് കാര്യം അവതരിപ്പിച്ചത്.

സർജറി ഭയന്നില്ല. മുഖത്തും ശരീരത്തിലുമായി സർജറികൾ എത്രയെങ്കിലും പരീക്ഷിച്ചിരുന്നു. അപ്പന്റിസൈറ്റിസിന്റെയും ചെവിവേദനയുടെയും പ്രശ്നങ്ങൾ മാറ്റാൻ മൂന്നു നാലു സർജറി നടത്തി.

ആശുപത്രി സന്ദർശനങ്ങളും രോഗിയായുള്ള കിടപ്പും മുറയ്ക്കുണ്ടായി. പലതവണ ന്യൂമോണിയ പിടിച്ച് മാസങ്ങൾ നഷ്ടമായി. പനിയും സൈനസൈറ്റിസും നേരിടാൻ ഷൂട്ടിങ് ഷെഡ്യൂളുകൾ വെട്ടിച്ചുരുക്കി. ചില ഓഫറുകൾ നിരസിച്ചു. ഒന്നും രഹസ്യമായിരുന്നില്ല.

രഹസ്യമാക്കേണ്ടി വന്നപ്പോഴാണ് തീരെ പ്രൈവസിയില്ലാത്ത സ്വന്തം അവസ്ഥയെക്കുറിച്ച് ആദ്യമായി ചിന്തിച്ചത്. കണ്ണുകൾ വെട്ടിച്ച് സംഗതി ഒപ്പിച്ചതിന്റെ ക്രഡിറ്റ് നാലാമത്തെ ഭർത്താവിനാണ്. അതിലയാൾ മാന്യത കാട്ടി. ഇപ്പോഴും കാട്ടുന്നു.

ആദ്യചിത്രങ്ങളിൽ എന്തിനും തയ്യാറായി. മുലകൾ വിശദമായി കാട്ടിയ ചിത്രത്തിന് അവാർഡു കിട്ടിയപ്പോൾ ഏറെ ചർച്ച നടന്നത് മുലകളെക്കുറിച്ചാണ്. ചർച്ച ചൂടുപിടിച്ചപ്പോൾ അവ തന്റെ മുലകളല്ലെന്ന് പറഞ്ഞൊഴിഞ്ഞു. വർഷങ്ങൾക്കുശേഷം കണ്ണാടിക്കു മുന്നിൽ സ്വയം വിലയിരുത്തുമ്പോൾ ആശിച്ചുപോകുന്നത് അവ തന്റേതാണെന്ന് വിളിച്ചുപറയാനാണ്.

കിടക്കയിൽ വീണിട്ടും ഉറക്കം വന്നില്ല. കഥാപാത്രങ്ങൾ ഓരോന്നായി മനസ്സിൽ തിക്കിത്തിരക്കിവന്നു. ഓർക്കാപ്പുറത്ത് ചില മുഖങ്ങൾ തലനീട്ടി. എട്ടുവർഷത്തിനിടയിൽ നാലു ഭർത്താക്കന്മാർ. കാമശാസ്ത്രത്തിൽ വാത്സ്യായനന്റെതന്നെ സംശയങ്ങൾക്കു മറുപടി പറയാൻ ആത്മവിശ്വാസമുള്ള ഡോക്ടർ ഭർത്താവിന് താല്പര്യം അതിൽമാത്രമായിരുന്നു. രണ്ടാമന് സമത എന്ന ഗ്ലാമർ താരത്തിന്റെ ഭർത്താവെന്നു ഞെളിയാനായിരുന്നു കമ്പം. മൂന്നാമൻ സ്വന്തം പൗരുഷം അംഗീകരിച്ചു കിട്ടാൻ പഠിച്ച പണി പതിനെട്ടും നോക്കി. സ്ത്രൈണത ആ മുഖത്തു മാത്രമായിരുന്നില്ല. പ്രായക്കുറവുള്ള നാലാമന് കോടിക്കണക്കിനുള്ള ബാങ്ക് ബാലൻസിനെക്കുറിച്ചായിരുന്നു ഉൽക്കണ്ഠ. ഒക്കെയും എന്തിലെങ്കിലും ഇൻവെസ്റ്റ് ചെയ്യാനുള്ള പദ്ധതികളുമായി അയാൾ ഓടി നടന്നു.

എന്നും എല്ലാവരിൽനിന്നും കൂടുതൽ പ്രതീക്ഷിച്ചു. അല്ലെങ്കിൽ കിട്ടിയതൊന്നും പ്രതീക്ഷിച്ച സംഗതികളേയല്ല.

പതിവായിത്തീർന്ന അസാധാരണമായ ബ്ലീഡിങ്. ഡി ആന്റ് സി പരിശോധനകൾക്കുശേഷം ഗർഭാശയ ക്യാൻസർ കൂടി ഉറപ്പായപ്പോൾ വിവരം പറയാൻ യുവാവായ ഡോക്ടർ ബുദ്ധിമുട്ടി. "ഹോർമോണിന്റെ കുറവാണ് പ്രശ്നം. ഈസ്ട്രോജന്റെ." കണ്ണുകളിലേക്കു നോക്കാതെയാണ് പറഞ്ഞത്. റിപ്പോർട്ട് വ്യക്തമായിരുന്നു – എൻഡോമെട്രിയൽ ക്യാൻസർ. ഗർഭാശയം നീക്കം ചെയ്യണമെന്ന നിർദ്ദേശം മുന്നോട്ടുവച്ചപ്പോൾ ഡോക്ടർ വീണ്ടും പരുങ്ങി.

വേണ്ടെന്നു താൻ ഉറപ്പിച്ചു പറയുമ്പോൾ വാക്കുകളിൽ വികാരത്തിന്റെ ഭാരം ഒഴിവാക്കാൻ ബോധപൂർവ്വം ശ്രദ്ധിച്ചു. പിന്നീട് നേരിടേണ്ടിവന്നേക്കാവുന്ന ബുദ്ധിമുട്ടുകളെക്കുറിച്ച് വാചാലനായപ്പോൾ ഡോക്ടർ വീണ്ടും സങ്കോചം കാട്ടി. സ്വന്തം പ്രൊഫഷന്റെ പരിമിതികൾ ആളുകളെ ചിലപ്പോഴൊക്കെ ലജ്ജിപ്പിക്കുന്നു.

ഗർഭപാത്രം അതേപടി നിലനിർത്താനാണ് തീരുമാനമെന്ന് പറഞ്ഞപ്പോൾ പ്രശസ്തനായ സീനിയർ ഡോക്ടർ മനസ്സിലാവാതെ നോക്കി. തന്റെ മനസ്സ് അവർക്കെന്നല്ല, ആർക്കും ഊഹിച്ചെടുക്കാനാവാത്ത ഇടങ്ങളിലാണ് സഞ്ചരിച്ചത്.

തനിക്കു തന്നെയും വ്യക്തമായിരുന്നില്ല. എന്തിനാണ് വേണ്ടെന്നു വച്ചത്? ഇനിയും അമ്മയായിട്ടില്ലാത്ത ഒരു സ്ത്രീക്ക് സ്വന്തം അവയവങ്ങളോടുള്ള ഒരുതരം പൊസെസീവ്നെസ്. ഗർഭപാത്രം ഇല്ലാത്ത സ്ത്രീത്വം ഉൾക്കൊള്ളാനാവാത്ത അസംതൃപ്തയായ ഒരു സ്ത്രീയുടെ-

അവസാന നാളിലേക്കുള്ള യാത്ര തുടങ്ങിയത് നേരത്തെ അറിഞ്ഞു. ഡോക്ടർമാർ പറഞ്ഞപ്പോൾ അല്പം കൂടി വ്യക്തമായി. വേണമെങ്കിൽ കുറച്ചുകാലംകൂടി ഒന്നുമറിയാത്ത മട്ടിൽ പ്രൊഫഷണൽ ജീവിതം തുടരാമെന്ന് ഡോക്ടർമാർ തന്നെ പറഞ്ഞു.

പക്ഷേ എത്രകാലം? - എന്തുകൊണ്ടോ അങ്ങനെ ചിന്തിച്ചു. ഇവിടെയെത്തി രോഗിയായി കഴിഞ്ഞുകൂടാൻ തീരുമാനിച്ചത് ഒരർത്ഥത്തിൽ ഒറ്റപ്പെടൽ ഭയന്നാണ്. തൊഴിൽപരമായ ഒറ്റപ്പെടൽ - ഭേദം ഇവിടത്തെ ഏകാന്തതയാണ്.

പ്രശസ്തി, പ്രത്യേക പരിഗണന, ശാപം അതു തന്നെയാണ്. അതിനൊപ്പം നീന്താൻ ദിവസം ചെല്ലുന്തോറും കഴിയാതെ വരുന്നു. എന്നാൽ, ഫോൺ വിളികളുടെ എണ്ണം കുറഞ്ഞുവരുന്നതോർത്ത് ഉൽക്കണ്ഠപ്പെടാതിരിക്കാനാവില്ല.

എത്രതന്നെ ശ്രമിച്ചിട്ടും മുഖത്ത് തെളിഞ്ഞുതെളിഞ്ഞുവരുന്ന രോഗത്തിന്റെ നിഴലുകൾ കണ്ടില്ലെന്നു നടിക്കാൻ കഴിയുന്നില്ല. ഓരോ നിമിഷവും സ്വയം വിലയിരുത്തിക്കൊണ്ടിരിക്കുകയാണ്. ഒഴിഞ്ഞു പോകുന്ന തിരക്ക്. കൈവിട്ടുപോകുന്ന ആകർഷണീയത. ലോകം അതിലും വാർത്ത കാണുന്നു. സ്വകാര്യത ഒരിക്കലും പ്രതീക്ഷിക്കാനാവില്ല. പ്രശസ്തർ പൊതുമുതലാണ്.

സ്വകാര്യത. കുറെക്കൂടി സ്വകാര്യമായ എന്തോ ഒന്നാണെന്നാണ് പ്രതീക്ഷിച്ചത്. ഭർത്താക്കന്മാരോടൊത്ത് കിടക്ക പങ്കിടുമ്പോഴും അവരൊത്ത് യാത്രകളിലേർപ്പെടുമ്പോഴും സെറ്റുകളിൽനിന്ന് സെറ്റുകളിലേക്ക് പറന്നപ്പോഴും മനസ്സ് കടലോരങ്ങളിൽ, നാട്ടിൻപുറങ്ങളിൽ പാറിനടന്നു. സിനിമാമുഖവും ജിംനാസ്റ്റിക് ശരീരവടിവുമുള്ള നടന്മാരോടൊത്ത് പ്രേമരംഗങ്ങൾ ചെയ്തപ്പോഴും ആരാധകർക്കിടയിലൂടെ തിക്കിത്തിരക്കി നടന്നപ്പോഴും മനസ്സ് പുഴകളിൽ, ആകാശച്ചരിവുകളിൽ രമിച്ചു - നിലാവിൽ, പച്ചപ്പിൽ, നനവിൽ ഉരുമ്മിയിറങ്ങി.

ആരോരുമറിയാത്ത ഒരു നാട്ടിൻപുറത്ത് ആരോരുമറിയാത്ത ഒരു കൂലിപ്പണിക്കാരന്റെ ആരോരുമറിയാത്ത ഒരു പെണ്ണ് - പകൽക്കിനാവുകളിൽ അതായിരുന്നു.

## പതിനഞ്ച്

**അ**ലസമായി പാർക്കിലേക്കു നടന്ന ഡീനയുടെ മുഖം കുറച്ചകലെയിരുന്ന പ്രസാദിനെക്കണ്ട് വിടർന്നു. അയാൾ ഏതോ ഗാഢചിന്തയിലാണ്. “ഹലോ” ഡീനയുടെ ശബ്ദംകേട്ട് പ്രസാദ് ഞെട്ടിനോക്കി. “വരൂ” അയാൾ സിമന്റ് ബഞ്ചിന്റെ അറ്റം ചേർന്നു. ഡീന കുറച്ചൊരു സ്വാതന്ത്ര്യമെടുത്ത്, ഇരിക്കുമ്പോൾ എന്തെങ്കിലും പറയാൻ അയാൾ ബുദ്ധിമുട്ടി.

സുഖമാണോ, പിന്നെ എന്തൊക്കെയുണ്ട് വിശേഷങ്ങൾ തുടങ്ങിയ അന്വേഷണങ്ങൾ സെന്ററിലെ രോഗികൾക്കിടയിൽ പ്രചാരത്തിലില്ല. അല്ലെങ്കിൽ അവയ്ക്കൊന്നും പ്രസക്തിയില്ലെന്ന് അവർ ചിന്തിച്ചു. സൗഹൃദം വ്യക്തമാക്കുന്നതോ ആശംസ അറിയിക്കുന്നതോ ആയ വാക്കുകളൊക്കെ അവരുടെ മനസ്സിന് വെളിയിൽ നിന്നു. അതൊക്കെ ആലോചിക്കുമ്പോൾ പ്രസാദിന് വിചിത്രമായി തോന്നുന്ന ഒരു സംഗതിയുണ്ട്. ഉപചാരവാക്കുകളും ശീലങ്ങളും രോഗിയാവുന്നതിനു മുമ്പും തന്നിൽനിന്ന് അകന്നു നിന്നു. എന്നിട്ടും, എന്തിനെന്നില്ലാതെ കുറച്ചൊക്കെ ഉന്മേഷം പ്രകടമാക്കുന്ന മുഖമാണ് തന്നെ സഹായിച്ചു പോന്നത്.

ഒരുപക്ഷേ, ഡീന ആയതുകൊണ്ടാവാം ബഞ്ചിൽ ഒരുമിച്ചിരിക്കാൻ അയാൾ തയ്യാറായതുതന്നെ. സത്യത്തിൽ സ്ത്രീ-പുരുഷന്മാരെ അടുപ്പിക്കുന്ന ശരീരശാസ്ത്രപരമായ എന്തെങ്കിലും ഉണ്ടെങ്കിൽ അതിനെത്തന്നെ അയാൾ വെറുത്തു. കണ്ടമാത്രയിലെ പ്രേമത്തിനു പിന്നിൽ തലച്ചോറിലെ രാസമാറ്റം മാത്രമാണെന്ന് വർഷങ്ങൾ മുമ്പെ അയാൾ സ്വയം ഓർമ്മപ്പെടുത്തി. പ്രേമം അർത്ഥമില്ലാത്ത ഒരേർപ്പാടാണെന്ന് അയാൾക്കു തോന്നിത്തുടങ്ങിയത് കൗമാരത്തിലാണ്.

എന്നാൽ ഡീനയുമായുള്ള ഇടപാടുകളിൽ പ്രേമത്തിന്റെ പനിയെക്കുറിച്ച് ചിന്തിക്കാൻ ഇടയാവില്ലെന്ന് ഉറപ്പുള്ളതുകൊണ്ടാണ് അവളോട് സംസാരിക്കാൻ തയ്യാറാവുന്നത്.

“ഈയിടെ ലൈബ്രറിയിൽ കാണാറേയില്ല?” ചെറുചിരിയോടെ എന്നാൽ വളരെ പണിപ്പെട്ട് അവൾ പറഞ്ഞൊപ്പിച്ചു. “ഇപ്പോ അതും മടുത്തു തുടങ്ങി.” തന്റെ മറുപടി അയാളെത്തന്നെ അത്ഭുതപ്പെടുത്തി. കാരണം, സ്വന്തം മനസ്സ് തുറക്കാൻ അയാൾക്ക് ഇഷ്ടമല്ല.

കുറച്ചുനേരം പിന്നിട്ടപ്പോൾ അവരെ ഒരുതരം അസ്വസ്ഥത പിടികൂടി. ഒന്നും പറയാനില്ലാതിരിക്കുകയും പറായാതിരിക്കുന്നത് ശരിയ

ല്ലെന്നുതോന്നുകയും ചെയ്യുമ്പോഴുള്ള അസ്വസ്ഥത. അത് ഏറെ നീട്ടിക്കൊണ്ടുപോകാൻ അവർ ഇഷ്ടപ്പെട്ടില്ല. അങ്ങനെ ഇരുവരും സ്വകാര്യ ചിന്തകളുടെ വഴിയെ നീങ്ങി. പാർക്കിലെ കാഴ്ചകൾ മാറിമാറി വന്നപ്പോൾ അതൊരു എളുപ്പം പിടിച്ച പണിയായി.

പാർക്കിലെ വിളക്കുകൾ തെളിഞ്ഞു. പലരും സ്വന്തം മുറികളിലേക്കോ വായനശാലയിലേക്കോ നടന്നു. ചിലർ സ്വകാര്യചിന്തകൾക്കൊപ്പം പാർക്കിൽ വെറുതെ നടന്നു. കടലിൽ നിന്ന് തണുത്ത കാറ്റ് വീശിത്തുടങ്ങി.

ഒരു നല്ല വൈകുന്നേരം. പ്രസാദ് ഓർത്തു. എന്തുകൊണ്ടോ ചില വൈകുന്നേരങ്ങളെ നല്ലതെന്നും ചിലതിനെ ചീത്തയെന്നും അയാൾ വിശേഷിപ്പിച്ചു.

അങ്ങനെ സാധാരണമട്ടിൽ, നല്ലൊരു സായാഹ്നം എന്നതിനെ വിളിക്കാൻ കഴിഞ്ഞേനെ. എന്നാൽ, അസാധാരണമായ ഒന്ന് സംഭവിച്ചു. അയാളെ സംബന്ധിച്ചിടത്തോളം അത് അപ്രതീക്ഷിതവും ഞെട്ടിക്കുന്നതുമായി.

"ഞാനൊരു ഉമ്മവച്ചോട്ടെ." ഡീനയാണതു പറഞ്ഞതെന്നും ചോദ്യം തന്നോടാണെന്നും അയാൾ മനസ്സിലാക്കുംമുൻപ് ചുണ്ടുകൾ അയാളുടെ കവിളിൽ അമർന്നു. അവൾ വേഗം നടന്നുമറയുന്നത് അയാൾ കാണുന്നത് അടുത്ത നിമിഷമാണ്.

ഏതോ ക്രീമിന്റെ മണവും ചൂടുള്ള ഈർപ്പവും അവശേഷിപ്പിച്ച ആ ഞെട്ടൽ മാറുമ്പോൾ അതിനവളെ പ്രേരിപ്പിച്ച സംഗതിയെക്കുറിച്ചാണ് പ്രസാദ് ചിന്തിച്ചത്.

## പതിനാറ്

**ബേ**ക്കർ. പോയ രണ്ടാഴ്ച നോവലിന്റെ കാര്യത്തിൽ ഒന്നും നടന്നില്ല. യാന്ത്രികമായിട്ടാണെങ്കിലും കാർട്ടൂൺ മുടങ്ങാതെ കൊടുത്തു. പരിചിതമല്ലാത്ത ഒരുതരം ആശയക്കുഴപ്പം.

എന്തുകൊണ്ടോ എത്ര ശ്രമിച്ചിട്ടും അവസാന അദ്ധ്യായം മനസ്സിൽ രൂപപ്പെട്ടില്ല. ഒരുതരം നിശ്ചലത. നേരത്തെ ഒരേകദേശ ധാരണ കിട്ടിയതാണ്. ഇപ്പോൾ ആകെക്കൂടി ഒരു ശൂന്യത.

ഒന്നു പുറത്തുപോയാലോ? അടുത്തുള്ള ബീച്ചിനെക്കുറിച്ച് കേട്ടിട്ടേയുള്ളൂ. അത്തരം യാത്രകൾ ശീലമില്ല എങ്കിലും... അധികം ആലോചിക്കാതെ രാജ്കുമാറിനെ വിളിച്ച് സംഗതി പറഞ്ഞു. തൊട്ടടുത്ത നഗരത്തിൽ കുറച്ചു തിരക്കിലായിരുന്നെങ്കിലും മറുപടിയിൽ താല്പര്യം പ്രകടമായി. താൻ പുറംലോകം കാണുന്നതിലാണ് ആശ്വാസമെന്നു തോന്നി. ഡോക്ടർ കൃഷ്ണദാസിന്റെ മറുപടിക്കായി കാത്തിരിക്കേണ്ടിവന്നില്ല.

സുഖവാസകേന്ദ്രങ്ങൾ, ഉല്ലാസയാത്രകൾ എല്ലാറ്റിനോടും ഒരുതരം

വെറുപ്പാണ്. അല്ലെങ്കിൽ ഒരുതരം ഭയം. ബോധപൂർവ്വം മറവുചെയ്ത ഓർമ്മകൾ തലനീട്ടുന്ന നിമിഷങ്ങൾ.

നിലാവുള്ള രാത്രികളിൽ പുറത്തേക്കു പോകാനോ ആകാശത്തേക്ക് വെറുതെ കണ്ണോടിക്കാനോ തന്നെ കഴിയാതായി.

വർഷങ്ങൾക്ക് മുമ്പ് അങ്ങനെയല്ല.

– റൊമാന്റിക് ഭാവങ്ങൾ, പഴകിയ മാംസത്തിന്റെ മണമുള്ള ബാറിലെ അരണ്ടവെളിച്ചത്തിൽ അലിയിച്ചുകളയാൻ പഠിക്കുംമുമ്പ്.

ഇപ്പോൾ വളരെ വൈകി വീണ്ടുമൊരു വെളിപാട്. വേണ്ടിയിരുന്നില്ല. രാജ്കുമാറിനൊപ്പം പുറത്തിറങ്ങുമ്പോൾ ബേക്കർ സ്വയം കുറ്റപ്പെടുത്തി.

തണുത്ത രാത്രികളിലെ ബൈക്ക് യാത്രകൾ ഓർമ്മിപ്പിക്കുന്ന ചീറിയടിക്കുന്ന കാറ്റ്. മണൽപ്പരപ്പിന്റെ വിശാലതയിൽ ചിതറിയ ആൾക്കൂട്ടങ്ങൾ. ഒറ്റപ്പെട്ട ചില അസ്വസ്ഥമുഖങ്ങൾ. സ്വഭാവികത തോന്നാത്ത ഉല്ലാസഭാവം പേറുന്ന വിദേശികൾ. അപൂർവ്വം ചില കണ്ണുകളിലെ തിളക്കം. കടൽഭിത്തിപോലുള്ള ചെറിയ മലകൾ.

ഓർമ്മകൾ പുറകോട്ടു കൊണ്ടുപോയില്ല. അവയുമായുള്ള ബന്ധങ്ങൾ മുറിഞ്ഞുപോയതുപോലെ. എന്താണ് സംഭവിക്കുന്നത്?

താൻ, ചലിക്കുന്ന നിസ്സാരമായ എന്തോ ഒന്നാണെന്ന് അയാൾക്കു തോന്നി. ഒരുപക്ഷേ, ഏതെങ്കിലുമൊരു നിമിഷത്തിൽ ഒരപ്പൂപ്പൻതാടി പോലെ താൻ പറന്നുപോകുമെന്ന് ബേക്കർ ഭയന്നു.

ഇന്നോളം തോന്നിയിട്ടില്ലാത്ത ഒരുതരം നിശ്ചലത. തനിക്കെന്താണ് സംഭവിച്ചത്?

രാജ്കുമാർ ഒന്നും സംസാരിച്ചില്ല. ഇത്തരം നിമിഷങ്ങളിൽ വാക്കുകൾക്ക് വലിയ അർത്ഥമില്ലെന്ന് അയാൾ ധരിക്കുന്നുണ്ടാവാം. വിശേഷിച്ച് ബേക്കറിനെപ്പോലൊരാളുടെ മുന്നിൽ.

മണിക്കൂറുകൾക്കുശേഷം മടങ്ങുമ്പോൾ ബേക്കർ തന്റേതുമാത്രമായ ഏതോ ലോകത്ത് സഞ്ചരിച്ചുതുടങ്ങി. ഇടയ്ക്ക് അയാളുടെ കണ്ണുകൾ പുതിയ പുതിയ കാഴ്ചകളിലേക്കു തെന്നിമാറി. എന്തോ കേൾക്കാൻ അയാൾ ആഗ്രഹിച്ചു. തനിക്കു നേരെ ഒരുവിളി, ഒരുവാക്ക് എവിടെനിന്നെങ്കിലും കടന്നു വന്നെങ്കിൽ–

ആ ആഗ്രഹത്തിനു പോലും രാജ്കുമാറിനൊപ്പം നടന്ന അയാളെ ലോകത്തേക്ക് ഉണർത്താനായില്ല. എന്നാൽ ഇടയ്ക്കയാൾ എന്തിനെന്നില്ലാതെ പതിയെ തിരിഞ്ഞുനോക്കി. പലതവണ.

തിരിച്ചെത്തുമ്പോൾ വല്ലാതെ തളർന്ന ബേക്കർ കിടക്കയിലേക്കു വീണു.

ഞെട്ടി ഉണരുമ്പോൾ അർദ്ധരാത്രി പിന്നിട്ടിട്ടില്ല. വീണ്ടും ഉറങ്ങാൻ തോന്നിയില്ല. കുറെനേരം എന്തിനെന്നില്ലാതെ കിടക്കുമ്പോൾ ചിട്ടപ്പെടുത്താനാവാതിരുന്ന നോവൽ ഭാഗങ്ങൾ പെട്ടെന്ന് മനസ്സിൽ ഒഴുകാൻ തുടങ്ങി. നേരെ കമ്പ്യൂട്ടറിനടുത്തേക്കു നടന്നു.

ജനാലച്ചില്ലിലൂടെ പുറത്തേക്കുനോക്കി. നിലാവ്.

മനസ്സ് കമ്പ്യൂട്ടറിലേയ്ക്ക് പകരുമ്പോൾ കിതപ്പടക്കാൻ കഴിഞ്ഞില്ല. ഉറക്കംവിടാത്ത കണ്ണുകൾ ഇടയ്ക്ക് നനഞ്ഞു. തന്റെ വിരലുകൾ കടത്തി എന്തിനെന്നില്ലാതെ സ്വന്തം മുടിയിഴകൾ വലിച്ചുപിടിക്കുകയും കൈയിൽ തല താങ്ങിയിരിക്കുകയും ചെയ്ത ഇടവേളകൾ നീണ്ടില്ല.

കടുത്ത ശ്വാസതടസ്സമുള്ള ഒരാൾ ഏതോ അപൂർവ്വയന്ത്രം ഏറെ പ്രയാസപ്പെട്ട് പ്രവർത്തിപ്പിക്കുകയാണെന്നു തോന്നുംവിധം ചലനങ്ങൾ പരിതാപകരമായി.

ആസന്നമായ വേർപാടിനു മുമ്പ് ദൈവത്തോട് കരാറിൽ ഏർപ്പെട്ട ആ പണി എങ്ങനെയും പൂർത്തിയാക്കാൻ അയാൾ നിരന്തരം സ്വയം പ്രേരിപ്പിച്ചു. രണ്ടുലോകങ്ങളെ തമ്മിൽ ബന്ധിപ്പിക്കാനുള്ള ആ യത്നത്തിനിടെ താൻ അവസാനിച്ചുപോകുമെന്നയാൾ ഭയന്നു.

## പതിനേഴ്

**വെ**ളുത്തു തുടുത്ത കവിളുകളുള്ള വിഷാദരോഗിയായ വൃദ്ധയുടെ മുഖം മനസ്സിൽ തെളിഞ്ഞപ്പോൾ ഡോ.തോമസ് ഇരുകൈകളുംകൊണ്ട് തന്റെ മുഖം പൊത്തിപ്പിടിച്ച് ചെറുതായി ഞരങ്ങി. വൃദ്ധയുടെ മുഖം മനസ്സിൽ നിന്നു മായ്ക്കാൻ കൈപ്പത്തികൾക്കായില്ല. ആ മുഖമെന്നല്ല, ഒരു മുഖവും.

ഇപ്പോൾ പാലിയേറ്റീവ് സെന്ററിലെ രോഗി മാത്രമായ ഡോ.തോമസിന്റെ ദിവസങ്ങൾ ദുസ്സഹമായത് ഇങ്ങനെയാണ്. മറവിയുടെ ഇരുട്ടിൽ ബലംപ്രയോഗിച്ച് താഴ്ത്തിയ കാര്യങ്ങൾ കൂടി ഓർക്കാപ്പുറത്ത് ഓർമ്മയിൽ പൊന്തി.

ന്യൂറോ-സൈക്കിയാട്രിസ്റ്റായ ഡോ.തോമസിന്റെ ആദ്യരോഗിയാണ് വൃദ്ധ. വിദേശത്ത് വിദഗ്ദ്ധ പരിശീലനത്തിനെത്തിയ ആദ്യ ദിവസങ്ങൾ. വൃദ്ധയുടെ തുടരെയുള്ള തെറിവിളി സഹിക്കാതെ അവരുടെ മുഖത്ത് ആഞ്ഞടിച്ചു. ഒരു യുവ ഡോക്ടറുടെ പൊട്ടിത്തെറി. അവർ നിർത്താതെ കരയാൻ തുടങ്ങി.

മൂന്നുമാസത്തെ ചികിത്സ കഴിഞ്ഞ് വീട്ടിലേക്കു മടങ്ങുമ്പോൾ വൃദ്ധ സ്നേഹപൂർവ്വം ഒരു സമ്മാനപ്പൊതി നീട്ടി. മുഖമടച്ചുള്ള അടിയുടെ കാര്യം അവർ പാടെ മറന്നുപോയി. പരിശീലനം അവസാനിച്ച് മടങ്ങുമ്പോൾ അവർ പേരക്കുട്ടിക്കൊപ്പം കാണാനെത്തി. നാട്ടിലെത്തിയശേഷം അവരുടെ ആശംസാകാർഡുകൾ ഇടയ്ക്കു കിട്ടി. ഒടുവിൽ, നാലഞ്ചു വർഷങ്ങൾ കഴിഞ്ഞ്, കിട്ടിയത് അവരുടെ മരണ അറിയിപ്പാണ്.

രാജ്യത്തെ പ്രമുഖ ന്യൂറോ-സൈക്കിയാട്രിസ്റ്റുകളിൽ ഒരാൾ- പലരും വിശേഷിപ്പിച്ചതോർക്കുമ്പോൾ ഡോ.തോമസിന് ഇപ്പോൾ ആത്മനിന്ദയാണ് തോന്നുക. എയർകണ്ടീഷൻ കൺസൽട്ടിങ് മുറിയിലിരുന്ന് ഞൊടിയിൽ രോഗനിർണ്ണയം നടത്തി മരുന്നുകളുടെ നീണ്ട പട്ടിക തയ്യാ

റാക്കിനല്കുന്ന തന്റെ ഞാനെന്ന ഭാവം ഓർമ്മയിലെത്തുമ്പോൾ കണ്ണുകൾ ഇറുകെയടച്ച് അയാൾ ലക്ഷ്യമില്ലാതെ നടക്കാൻ തുടങ്ങും. അപൂർവ്വം ചിലപ്പോൾ ഉറക്കെ കൂകിവിളിക്കാനാണ് തോന്നുക. ഒന്നുരണ്ടുതവണ അറിയാതെ ശബ്ദം പുറത്തുകേട്ടു. അപ്പോഴേക്കും മനോരോഗ വിദഗ്ദ്ധൻ സ്വയം തടഞ്ഞു. എങ്കിലും മനോനിയന്ത്രണം തന്റെ പിടിയിൽനിന്ന് വഴുതിപ്പോകുമെന്നയാൾ ഭയപ്പെട്ടു.

അകാരണമായി മനസ്സ് ഉത്തേജിതമാകാതിരിക്കാനുള്ള സങ്കേതങ്ങളിൽ ചിലപ്പോൾ ഏർപ്പെട്ടു. ഭ്രാന്തമായ കൂകിവിളിക്കുപകരം ഒരു മൂളിപ്പാട്ട് ഫിറ്റ് ചെയ്യാൻ അയാൾ ശ്രമിച്ചു.

എന്നാൽ കുറ്റബോധം മനസ്സിൽ ഇരച്ചുകയറുമ്പോൾ ഡോക്ടറുടെ അഭ്യാസങ്ങൾ ചെലവായില്ല. പതിവു മരുന്നുകൾ അകത്താക്കി കിടക്കയിലേക്ക് വീഴുമ്പോൾ, ഉറക്കം കഴിഞ്ഞ് വെറുതെ കിടക്കുമ്പോൾ അറിയാതെ കൂകിവിളിച്ചു. സെന്ററിന്റെ ഭാഗമായ ലൈബ്രറിയിലോ പാർക്കിലോ വച്ച് അങ്ങനെ സംഭവിക്കാതിരിക്കാൻ ഡോ. തോമസ് ദിനവും പലതവണ കുരിശുവരച്ചു.

ഒക്കെയും പരാജയപ്പെടുന്ന ദിവസം - ഡോ.തോമസ് നടുങ്ങുക അതോർത്താണ്. ഭ്രാന്തനായി മാറുന്ന മനോരോഗ വിദഗ്ദ്ധൻ. അതിലും ഭേദം ആത്മഹത്യയാണ് - ഇടയ്ക്ക് അയാൾ അങ്ങനെയും ചിന്തിച്ചു.

കൺസൽട്ടിങ് മുറിയിലേക്കു കടന്നുവരുന്ന രോഗിയുടെ മട്ടും ഭാവവും കാണുമ്പോഴേ രോഗനിർണ്ണയം കഴിഞ്ഞിരിക്കും. രോഗിക്ക് ഒപ്പമെത്തുന്നവരുടെ വിവരണങ്ങൾ കേൾക്കുക ഉറപ്പിക്കാൻ മാത്രമാണ്. ഇൻട്യൂഷനിലൂടെ നിമിഷാർദ്ധംകൊണ്ട് രോഗനിർണ്ണയം നടത്താനുള്ള സിദ്ധി. അതോ ചെപ്പടിവിദ്യയോ?

ഇരുപത്തിയേഴു വർഷത്തെ പ്രാക്ടീസിനിടയ്ക്ക് പിഴച്ചെന്നു തോന്നിയത് വിരലിൽ എണ്ണാവുന്ന കേസുകളാണ്. ഒന്നുരണ്ട് മഞ്ഞക്കാമില രോഗികൾ, ബ്രെയിൻട്യൂമർ ബാധിച്ച ചിലർ. അസാധാരണ കരൾരോഗം പിടിച്ച ഒന്നോരണ്ടോ പേർ.

ഒരാളിന്റെ കാര്യത്തിൽ ഗുരുതരമായ അബദ്ധം പറ്റി. കടുത്ത വിഷാദരോഗമെന്നു കരുതി ശാരീരിക പരീക്ഷകൾക്കു മുമ്പുതന്നെ ഷോക്ക് കൊടുത്തു. തിടുക്കം തന്റേതു മാത്രമായിരുന്നില്ല. വിദേശരാജ്യങ്ങളിൽ - വികസിത രാജ്യങ്ങളിൽ ഷോക്ക്ട്രീറ്റ്മെന്റിന് രോഗിയുടെ പോലും സമ്മതം തേടാറുണ്ടെന്ന് അറിയാഞ്ഞിട്ടല്ല.

ഒടുവിൽ മരണം മഞ്ഞക്കാമില കൊണ്ടുതന്നെയാണെന്ന് വിശ്വസിക്കാൻ ശ്രമിച്ചു. "കാമില നേരത്തെ അറിഞ്ഞിരുന്നെങ്കിലും മരണം ഉറപ്പായിരുന്നു." സഹഡോക്ടറോടു പറഞ്ഞു. പുറമെ ലക്ഷണങ്ങൾ ഒന്നും കണ്ടില്ല. മദ്യം അകത്തുചെന്നപോലെ പരസ്പരബന്ധമില്ലാത്ത സംസാരം. വസ്ത്രങ്ങൾ ധരിക്കാൻ കൂട്ടാക്കിയില്ല. ബന്ധുക്കളുടെ വിശദീകരണങ്ങൾ നിഗമനം ശരിവയ്ക്കുന്നതായി തോന്നി.

തന്റെ തെറ്റ്, മരണകാരണമതല്ലെന്ന് ഇപ്പോഴും മനസ്സാക്ഷിക്കുമുന്നിൽ തെളിയിക്കാൻ പാടുപെടുന്നു. നാല്പത്തിരണ്ടുവർഷം കാര്യക്ഷമമായി ജീവിച്ചുപോന്ന ആ മനുഷ്യനെ അവസാനനിമിഷം മനോരോഗിയാക്കിയതിലെ ക്രൂരത ഇപ്പോഴും ബാക്കി.

തന്റെ സ്വന്തം കാര്യത്തിലോ? സ്വന്തം കാര്യത്തിൽ രോഗ നിർണ്ണയം സ്വയം നടത്താനായില്ല. സാധാരണ പെയിൻകില്ലറുകൾ കൊണ്ട് നേരിടാൻ ശ്രമിച്ച തലവേദന രൂക്ഷമായപ്പോൾ കാര്യമാക്കിയില്ല. കണ്ണിനു മുന്നിൽ ചുവന്ന പൂക്കൾ പ്രത്യക്ഷപ്പെട്ടു തുടങ്ങിയപ്പോൾ സുഹൃത്തായ നേത്രരോഗവിദഗ്ദ്ധനെയാണ് ആദ്യം കണ്ടത്. കാഴ്ചക്കുറവും ഛർദ്ദിയും ഓർമ്മക്കുറവും ഉണ്ടായത് പിന്നീടാണ് - വിശദമായ സ്കാനിങ്ങിനു ശേഷം മസ്തിഷ്കക്യാൻസർ ആണെന്ന് ഡോ.വർഗ്ഗീസ് പരുങ്ങലോടെ പ്രഖ്യാപിച്ച ശേഷം.

ശസ്ത്രക്രിയ, റേഡിയേഷൻ, കീമോതെറാപ്പി - ചികിത്സയെക്കുറിച്ച്, അതിന്റെ പരിണാമങ്ങളെക്കുറിച്ച് ബോധ്യമുണ്ടായിരുന്നു. അതൊന്നും ചെയ്യാതിരുന്നാലുള്ള സ്വാഭാവികപരിണാമവും വ്യക്തമായിരുന്നു.

വലിയ ആലോചന കൂടാതെ തന്നെ എന്തുകൊണ്ടോ സ്വാഭാവിക പരിണാമമാണ് തെരഞ്ഞെടുത്തത്. ഒരു വൃദ്ധസദനത്തിലെന്നപോലെ പാലിയേറ്റീവ് സെന്ററിൽ സ്വാഭാവിക മരണത്തിനായി കാത്തുകിടക്കാൻ തീരുമാനിച്ചതിൽ ഡോക്ടർസുഹൃത്തുക്കൾ അത്ഭുതം പ്രകടിപ്പിച്ചു.

കുറച്ചുനാളുകൾക്കുമുമ്പ് മറ്റാരുടെയെങ്കിലും കഥയായി ഇതു കേട്ടിരുന്നെങ്കിൽ താനും അത്ഭുതപ്പെട്ടേനെ - ഡോ. തോമസ് ഓർത്തു. ഇപ്പോൾ, ഡോക്ടർമാരുടെ വൃത്തികെട്ട ഒരുതരം പൊങ്ങച്ചത്തിന്റെ ഭാഗമായാണ് അത്തരം അത്ഭുതപ്രകടനങ്ങളെ അയാൾക്ക് കാണാൻ കഴിയുക. പാവങ്ങൾ - ഡോക്ടർമാരോട് അയാൾ സഹതപിച്ചു.

പലപ്പോഴും തെളിഞ്ഞുവന്ന വേറൊരു മുഖം അച്ഛന്റേതാണ്. ഇമവെട്ടാതെ തുറിച്ചുനോക്കിക്കിടക്കുന്ന അച്ഛൻ. മരണക്കിടക്കയിൽ കണ്ട മുഖം. താണുപോയ കണ്ണുകൾ മച്ചിലേക്കാണ് നോക്കിയത്. രോമം നിറഞ്ഞ മുഖത്ത് ഭാവവ്യത്യാസമില്ല. വാക്കുകളിൽ മാത്രം അപേക്ഷ. "കഴിയുമെങ്കിൽ നീ കൂടെ എനിക്കൊപ്പം ഒന്ന് കിടക്ക്." കിടക്കയുടെ ഒരറ്റം ചേർന്നു കിടന്നാണ് ക്ഷണിച്ചത്. "എനിക്ക് വല്ലാത്ത ഭയം തോന്നുന്നു." അച്ഛന്റെ വാക്കുകൾ മുറിഞ്ഞു. അവസാന വാക്കുകൾ.

മുതിർന്ന ശേഷം അച്ഛനൊപ്പം ഒരിക്കലും കിടന്നിട്ടില്ല. കിടക്കാതിരുന്നത് അതുകൊണ്ടാണോ? കിടക്ക വിടാൻ കഴിയാതായിട്ട് ദിവസങ്ങളായി. എല്ലാം നോക്കാൻ ഒരു ഹോം നഴ്സിനെ തരപ്പെടുത്തി കൊടുത്തിരുന്നു.

ഇപ്പോൾ വർഷങ്ങൾക്കിപ്പുറം ഇവിടെ ഒറ്റയ്ക്കു കിടക്കുമ്പോൾ ഒരുതരം ശൂന്യതയാണ് തോന്നുക. അകലെ, നഗരത്തിൽ പ്രാക്ടീസ് തുട

ങ്ങിയ മകനെത്തിയാലും ഒപ്പം കിടക്കാൻ അപേക്ഷിക്കില്ല. നിസ്സഹായത തോന്നാത്തതുകൊണ്ടല്ല. അവനതിനു കഴിയില്ലെന്നറിയാം.

മാസങ്ങൾക്കുശേഷം മരണമറിഞ്ഞ് എത്തുമ്പോഴും അച്ഛൻ അതേ കിടപ്പാണ്. മച്ചിലേക്ക് തുറിച്ച കണ്ണുകൾ ആരോ തിരുമ്മി അടച്ചു. കൈപ്പത്തികൾ ഉറങ്ങാറുള്ളതുപോലെ നെഞ്ചിൽ അമർത്തിവച്ചിരുന്നു.

കിടക്കയുടെ അതേഭാഗത്തുതന്നെയാണ് കിടന്നത്. ഒരുവശം ചേർന്ന്. ഒന്നുകൂടി നോക്കി. വലതുവശത്ത് ഒരാൾക്ക് കൂടി കിടക്കാനാവും.

## പതിനെട്ട്

**ഡീ**ന, ഇവിടെ അവൾ തനിച്ചാണെന്നു പറഞ്ഞുകൂട. ഇടയ്ക്ക് തുറന്നിട്ട ജനാലയിലൂടെ കടന്നുവരുന്ന കാറ്റിനൊപ്പം രാജകുമാരി ഉണ്ടാവും.

ചിലപ്പോൾ നഷ്ടപ്പെട്ട രാജകുമാരിക്കൊപ്പം അവൾ ആരും കാണാതെ നൃത്തം ചെയ്തു.

നോക്കൂ, എന്റെയും കാൽമുട്ടിനു താഴെ ശോഷിച്ചിട്ടാണ്. മൂക്ക് നീണ്ടിട്ടാണ്.... കണ്ണാടിക്കു മുന്നിൽ നില്ക്കുമ്പോൾ രാജകുമാരി അവളെ ആശ്വസിപ്പിച്ചു. ആർത്തിയോടെ ഭക്ഷണത്തിൽപ്പെട്ടു പോകുമ്പോൾ ആ കണ്ണുകൾ അവളെ ഉൾക്കൊണ്ടു.

അവളെ ഉറക്കുന്നതിൽ പലപ്പോഴും മരുന്നുകൾ പരാജയപ്പെട്ടു. രാത്രി ഏറെ ചെന്നിട്ടും അവൾ ഉണർന്നിരുന്നു. മനസ്സുനിറയെ ഇന്നലെകൾ. തന്റെ, മറ്റുള്ളവരുടെ വാക്കുകൾ, മുഖങ്ങൾ, ചലനങ്ങൾ ഒക്കെയും മനസ്സിൽ പുനഃസൃഷ്ടിക്കപ്പെട്ടു. ആ നിമിഷങ്ങളിലൊക്കെ കുറച്ചുകൂടി സാഹചര്യത്തിനൊത്ത് ഇണങ്ങാത്തതിൽ അവൾ സ്വയം കുറ്റപ്പെടുത്തി. മനസ്സും ശരീരവും വല്ലാത്ത ഉറക്കച്ചടവിലാണ്. ജനാല തുറന്നപ്പോൾ തണുത്ത കാറ്റ് തള്ളിക്കയറി. മഴ അവസാനിച്ചിട്ടില്ല. ദൂരെ, ഉറക്കം ഞെട്ടുന്ന രാത്രികളിൽ മാത്രം കേൾക്കാറുള്ള ചില പക്ഷികളുടെ തേങ്ങൽ.

മുറിയിൽ എന്തിനെന്നില്ലാതെ നടക്കുമ്പോൾ കിടക്കയിൽ കാലു തട്ടി. നിലത്തുവീണില്ല. ലൈറ്റ് ഓണാക്കുമ്പോൾ നിവർത്തിവച്ച പുസ്തകം കണ്ണിൽപ്പെട്ടു. പ്രസാദ് തന്നതാണ്. കൗമാരപ്രായത്തിലുള്ള ആൺകുട്ടികളുടെ ചലനങ്ങളും ഭാവങ്ങളുമുള്ള പ്രസാദ് നാല്പതുകളിലാണെന്ന് കരുതാൻ ബുദ്ധിമുട്ടാണ്.

വായിച്ചു നിർത്തിയത് ഓർമ്മ വന്നില്ല. കണ്ണോടിക്കുന്നതിനൊപ്പം വെറുതെ പേന കൈയിലെടുത്തു.

ഉണരുമ്പോൾ ഇളംവെയിൽ ജനാലയിലൂടെ അകത്തുവീഴുന്നു. സോഫയിൽ ചരിഞ്ഞു കിടന്നതുകൊണ്ടാവും ശരീരമാകെ വേദനിച്ചു. പുസ്തകവും പേനയും നിലത്താണ്. സമയം? പുറത്ത് ജീവിതം ആരം

ഭിച്ചിരിക്കുന്നു. ഇടനാഴിയിൽ ആരൊക്കെയോ നടക്കുന്നുണ്ട്. ഉറക്കം കഴുകിക്കളയുമ്പോഴാണ് ശ്രദ്ധിച്ചത്. കൈവെള്ളയിൽ പേനകൊണ്ട് കോറിയിട്ടിരിക്കുന്നു: 'പ്രസാദ്' എപ്പോഴാണത്?

കിഷോർ. കൈവെള്ളയിലും പുസ്തകങ്ങളിലും രഹസ്യമായി കോറിയിട്ട പേര്. വെള്ളിനക്ഷത്രങ്ങളെപ്പോലെ സംസാരിക്കുമ്പോൾ കണ്ണുകളും ചുമലും ബോധപൂർവ്വം ചലിപ്പിക്കുന്ന കിഷോർ ഇപ്പോൾ എവിടെയാണ്?

വിരൂപയായ പെൺകുട്ടിയുടെ ആവശ്യത്തിലേറെ സുന്ദരനായ ബോയ്ഫ്രണ്ട്. വിശേഷണം അതായിരുന്നു. 'അതിന്' മുഖവും സൗന്ദര്യവുമൊന്നും പ്രശ്നമല്ലല്ലോ. പുതുമ നഷ്ടമാകാത്തതെന്ന ഉറപ്പും. ആരാണ് പറഞ്ഞുനടന്നത്? ബുദ്ധിമാനായിരുന്നു. നടക്കില്ലെന്നു പെട്ടെന്നു മനസ്സിലാക്കി.

തന്റെ സ്വപ്നം. അതിനെ എപ്പോഴും സ്വയം ശപിച്ചു. അവഗണിക്കുന്നവരെ ശപിക്കുന്നതിൽനിന്ന് സ്വയം വിലക്കാനാവുന്നത് ഇപ്പോഴാണ്. ലോകത്തെ ഒന്നാം നമ്പർ വിരൂപർവരെ എല്ലാ കാര്യത്തിലും സൗന്ദര്യമുള്ള വസ്തുക്കൾക്കായി ശാഠ്യം പിടിക്കുന്നു. താൻ ആ കൂട്ടത്തിൽപ്പെടുമ്പോൾ മറ്റുള്ളവരെ എന്തിന് പ്രതിക്കൂട്ടിൽ കാണണം?

കൈവെള്ളയിലെ, ഭംഗി തീരെയില്ലാത്ത നീല അക്ഷരങ്ങൾ, സോപ്പുകൊണ്ട് മായ്ച്ച് കളയുമ്പോൾ മനസ്സുകൊണ്ട് അവൾ ആരോടോ ക്ഷമാപണം നടത്തി. വാഷ്ബേസിനിലെ കണ്ണാടിയിൽ ഉറ്റുനോക്കുന്ന തന്നെ ഡീന കുറച്ചുനേരം നോക്കിനിന്നു.

അസാധാരണമായ വേറൊരു സംഗതി നടന്നത് വൈകുന്നേരമാണ്. നാലുമണിയായിക്കാണും. ഡീന തുറന്നുവച്ച വാതിലിനു മുന്നിൽ പ്രസാദ് പ്രത്യക്ഷപ്പെട്ടു. അത് അയാൾക്കുതന്നെയും അവിശ്വസനീയമായി തോന്നി. സെന്ററിൽ എത്തുന്നതിനു മുമ്പുള്ള വർഷങ്ങളിൽപ്പോലും ഒരിക്കലും അയാൾ ബന്ധങ്ങളിൽ മുൻകൈ എടുത്തിട്ടില്ല. അങ്ങോട്ടുകയറി ആരെയെങ്കിലും പരിചയപ്പെടാനോ നാലഞ്ചു തവണ തുടർച്ചയായി കണ്ടതിന്റെ പേരിൽ പരിചയം ഭാവിക്കാനോ അയാൾ ശ്രമിച്ചിട്ടില്ല.

എന്നാൽ, ഡീന പരിചയപ്പെടാൻ തുനിഞ്ഞപ്പോൾ, എന്തുകൊണ്ടോ അയാളത് നിരുത്സാഹപ്പെടുത്തിയില്ല. അതേസമയം ഇപ്പോൾ അയാളെത്തിയത് ഡീന ആവശ്യപ്പെട്ടിട്ടല്ല. മുൻകൂട്ടി തീരുമാനിച്ചിട്ടല്ല.

ഉച്ചയുറക്കത്തിനിടയിലാണ് തോന്നിയത്. വൈകുന്നേരം ഒന്നു നടക്കാനിറങ്ങണം. മരുന്നുകൾ അകത്താക്കിയുള്ള ഉറക്കം കഴിഞ്ഞ് കുളിച്ചു വേഷം മാറി പുറത്തേക്കിറങ്ങുമ്പോൾ ഡീനയെ കൂട്ടിയാലോ എന്നു തോന്നി. നേരെ ഡീനയുടെ മുറിയിലേക്കു നടന്നു. അത്രമാത്രം.

കണ്ടമാത്രയിൽ ഡീന അയാളെ അകത്തേക്കു ക്ഷണിച്ചു. ജീൻസും ടി ഷർട്ടും ധരിച്ച അവളുടെ കണ്ണുകളിൽ നേരിയ തിളക്കം കണ്ടെത്താൻ പ്രസാദിനു കഴിഞ്ഞു. അവളുടെ വൈരൂപ്യത്തെ മറയ്ക്കാൻ ആ തിളക്കത്തിന് കരുത്തില്ലാത്തതുകൊണ്ടാവാം പ്രസാദിന്റെ കണ്ണുകൾ

വിശദാംശങ്ങളിലേക്കു കടന്നില്ല. "ബീച്ചിലേക്കൊന്നു പോകാമെന്നു കരുതി. ഡീന വരുന്നെങ്കിൽ" മുഖവുരകൾ വശമില്ല. അത്യാവശ്യത്തിനുമാത്രം ഉപയോഗിച്ച വാക്കുകളിൽ പരുങ്ങൽ എപ്പോഴും ഒളിച്ചുകിടന്നു.

"കുറെനാളായി വിചാരിക്കുന്നു" വികാരങ്ങൾ മറച്ചുപിടിക്കുക ചിലപ്പോൾ അവളുടെ സ്വഭാവമല്ല. "ഒരു സെക്കന്റ്" ക്ഷമാപണത്തോടെ അവൾ മുഖം കഴുകുമ്പോൾ അയാൾ സോഫയിൽ കിടന്ന പത്രം കൈയിലെടുത്തു. ഓർത്തത് അവളുടെ മുഖം കഴുകലിനെക്കുറിച്ചാണ്. വൈകുന്നേരങ്ങളിൽ പാർക്കിലെ പൈപ്പിനു മുന്നിൽ അവൾ മുഖം കഴുകുന്നത് പലപ്പോഴും കണ്ടു. കാന്റീനിലെ വാഷ്ബേസിനിൽ അവൾ മുഖം കഴുകുമ്പോൾ കാത്തുനില്ക്കേണ്ടി വന്നിട്ടുണ്ട്. ഇടയ്ക്ക് അവളുടെ മുറിക്കു മുന്നിലൂടെ പോകുമ്പോൾ അവൾ മുഖം കഴുകി നില്ക്കുകയായിരുന്നോ?

പകൽവെളിച്ചമുള്ളപ്പോഴും അവളുടെ മുറിയിൽ എല്ലാ ലൈറ്റുകളും കത്തിക്കിടന്നു. സന്ധ്യകഴിഞ്ഞാൽ അപൂർവ്വമായേ അവൾ പാർക്കിൽ കാണൂ. അങ്ങനെ കാണുമ്പോൾ വിളക്കു കാലിനു ചുവട്ടിലെ സിമന്റ് ബഞ്ചിലാവും.

ബീച്ചിലേക്കു നടക്കുമ്പോൾ ഒരു നഴ്സിങ് അസിസ്റ്റന്റ് അവർക്കൊപ്പം കൂടി - മീര. അതിവിടെ നിയമമാണ്. രോഗികൾ മാത്രം പുറത്തുപോകുന്നതു തടഞ്ഞു. ഏതെങ്കിലും രോഗികൾ പുറത്തുപോകുന്നത് സാധാരണഗതിയിൽ ബീച്ചിലേക്കാണ്. കാര്യമായ ആരോഗ്യപ്രശ്നങ്ങൾ ഇല്ലാത്തപ്പോഴേ അനുവാദം കിട്ടൂ. ഗേറ്റ് കടക്കുന്നതിനുമുമ്പ് കാവല്ക്കാരനു മുന്നിലെ പുസ്തകത്തിൽ പോകുന്ന വിവരം രേഖപ്പെടുത്തി ഒപ്പുവയ്ക്കണം. കാര്യങ്ങൾ കർശനമാകാൻ കാരണമുണ്ട്. ഇടയ്ക്ക് രോഗിയായ പെൺകുട്ടിയെ ആ ബീച്ചിൽ കൊല്ലപ്പെട്ട നിലയിൽ കണ്ടെത്തി.

കൂറ്റൻമതിലുള്ള സെന്ററിന്റെ പിൻഭാഗത്തെ ഗേറ്റുതുറന്നപ്പോൾ കടൽക്കാറ്റു പൊതിഞ്ഞു. വിശാലമായ പുൽമേട് അവസാനിക്കുന്നത് ഇരുമ്പ് വേലിക്കെട്ടിലാണ്. അവിടെനിന്നു നോക്കുമ്പോൾ കടൽ വളരെ താഴത്താണ്. ടൂറിസ്റ്റ് കേന്ദ്രംകൂടിയായ അവിടെ വേലി പ്രത്യക്ഷപ്പെട്ടത് അടുത്തിടെയാണ്. കുന്നിൻമുകളിൽ നിന്ന് ഒന്നുരണ്ടു വിദേശികൾ വീണു മരിച്ചതിനുശേഷം. വേലി മുറിയുക താഴേക്കുള്ള വഴികളിലാണ്.

"സൂക്ഷിച്ച്.... പതുക്കെ" കൂടെയുള്ള മീര ഇടയ്ക്ക് ഡീനയെ ഓർമ്മപ്പെടുത്തി.

ആ സവാരി പകർന്ന ആശ്വാസം മീരയും മറച്ചുപിടിച്ചില്ല.

മണ്ണുമാറ്റിയുണ്ടാക്കിയ പടികൾ. നീണ്ട മരത്തുണ്ടുകൾ കെട്ടിയുണ്ടാക്കിയ കൈവരിയിൽ പിടിച്ച് താഴേക്കിറങ്ങുമ്പോൾ അവർ മൂന്നു കുട്ടികളായി. ആദ്യമായി കടൽ കാണാനെത്തിയ കുട്ടികൾ. ചീറിയടിക്കുന്ന കാറ്റിന്റെ മുഴക്കം കൂടി. ആരും ഒന്നും സംസാരിച്ചില്ല. വ്യത്യസ്തമായ ഏതോ ഇടങ്ങളിലേക്ക് അവരുടെ മനസ്സുകൾ പാഞ്ഞുചിതറി. അവ്യക്തമായ ഓർമ്മകൾ പകുതി മുറിഞ്ഞ സ്വപ്നങ്ങൾ. ചിന്തകളുടെ ദിശ കണ്ടെത്താൻ അവർ പ്രയാസപ്പെട്ടു.

നനുത്ത മണലിൽനിന്ന് ഡീന ഒരു നിമിഷം പിന്നിട്ട ഇടങ്ങൾ നോക്കി. മുന്നിൽ വലിയൊരു കുന്നുമാത്രം - ആകാശത്തെ തൊടുന്ന മൺഭിത്തി. അതിനപ്പുറം കോൺക്രീറ്റ് കാട് മറഞ്ഞിരിപ്പുണ്ടെന്നു വിശ്വസിക്കാനാവില്ല.

മീര അടുത്തുകണ്ട ചെറിയ പാറക്കെട്ടിൽ ഇരിപ്പായി. പ്രസാദ് തിരമാലകളിലേക്കു നോക്കിനിന്നു. ആ നില്പു കണ്ടാൽ കടലിൽനിന്ന് അഗാധമായ എന്തോ വായിച്ചെടുക്കുകയാണെന്നു തോന്നും. ഡീന ജീൻസ് കൈകൾകൊണ്ട് മുകളിലേക്ക് ഉയർത്തിപ്പിടിച്ച് കാലുകൾ നനച്ചുരസിച്ചു. നനഞ്ഞ മണലിൽ കാൽവിരലുകൾകൊണ്ട് ചിക്കിച്ചിക്കി നടന്നു. ഇടയ്ക്ക് കാൽവിരലുകൾകൊണ്ട് തന്റെ പേര് മണലിൽ കോറിയിട്ട് തിരകൾ അതുമായ്ക്കുന്നത് ആവേശത്തോടെ നോക്കി.

പ്രസാദ് തന്നെ ശ്രദ്ധിക്കുന്നതുകണ്ട് ഡീന അയാൾക്കുനേരെ നോക്കിച്ചിരിച്ചു. പിന്നെ കൈവിരലുകളാൽ മണലിൽ അറബിയിൽ എന്തോ എഴുതി. “ഇതെന്താണെന്നു പറയാമോ?” ഒരു കൊച്ചുകുട്ടിയെപ്പോലെ അവൾ ചോദിച്ചു. “പ്രസാദ്” മറുപടിക്ക് കാത്തുനില്ക്കാതെ ശബ്ദം താഴ്ത്തി അവൾ തന്നെ പറഞ്ഞു. പറയുമ്പോൾ ഇരുകൈകളുംകൊണ്ടവൾ ചെവിപൊത്തി. അവളുടെ കണ്ണുകൾ തിളങ്ങി. അവിശ്വസനീയമായ എന്തോ കേൾക്കുന്നതുപോലെയാണ് പ്രസാദ് പ്രതികരിച്ചത്. ചിരിക്കാൻ അയാൾ വളരെ ബുദ്ധിമുട്ടി. “ഇടയ്ക്ക് കുവൈറ്റിൽ ഉണ്ടായിരുന്നു - ഒരു വർഷം” അവൾ പറഞ്ഞു.

‘‘പതിനാറിലെ ആ കറുത്ത പെണ്ണില്ലേ അതിന് ലോകത്തെ ഏതാണ്ട് എല്ലാ ഭാഷകളുമറിയാം.’’ സിങ് ഇടയ്ക്ക് പറഞ്ഞിരുന്നു. പ്രസാദ് ഓർത്തു.

“എനിക്ക് വീടും കുടീമൊന്നുമില്ല...താമസോം തീറ്റേം ഒക്കെ കാന്റീനീന്ന് തന്നെ...” സിങ് സ്വന്തം കാര്യം ആവർത്തിക്കുമ്പോൾ പ്രസാദിന് സഹതാപം തോന്നാറില്ല. ആര് ആരോടാണ് സഹതപിക്കേണ്ടത്? വീട് ഇല്ലാത്തതും വീട് ഉപേക്ഷിക്കേണ്ടിവരുന്നതും തമ്മിൽ കാര്യമായ വ്യത്യാസം കാണാൻ പ്രസാദിനു കഴിഞ്ഞില്ല. സെന്ററിലെ രോഗികളെല്ലാം ഒരർത്ഥത്തിൽ അനാഥരാണെന്ന് അയാൾ വിശ്വസിച്ചു. അങ്ങനെ ചിന്തിക്കുമ്പോഴൊക്കെ അയാൾ സ്വയം ആശ്വസിച്ചു. ആരാണ് അങ്ങനെയല്ലാത്തത്?

മണലിൽനിന്ന് കൈ പിൻവലിച്ച് ഡീന കൈവെള്ളയിലേക്കു നോക്കി. നീലനിറത്തിലെ അക്ഷരങ്ങൾ ഇനിയും മാഞ്ഞിട്ടില്ല. അവൾക്കു വേണമെങ്കിൽ വായിക്കാം.

ഡീന ചുറ്റും നോക്കി. പിന്നെ ചിരിച്ചു.

അവൾ പ്രസാദ് ഇരിക്കുന്ന ഭാഗത്തേക്കു നോക്കി. പ്രസാദ് മണൽപ്പരപ്പിൽ എന്തോ ഓർത്ത് ഇരിക്കുകയാണ്. അതിൽനിന്നയാളെ ഉണർത്താൻ അവൾക്കു തോന്നിയില്ല.

ഡീന, മെല്ലെ പാറക്കൂട്ടങ്ങൾക്കു മുകളിലേക്കു കയറുമ്പോൾ മീര

തന്റെ ലോകത്തുനിന്ന് തിരിച്ചെത്തി. “നോക്കൂ, ഇവിടെനിന്ന് അസ്തമയം കാണാൻ രസമാണ്.” അവൾ മീരയെ ക്ഷണിച്ചു. മീര അങ്ങോട്ടു നടന്നുതുടങ്ങിയപ്പോൾ അവൾ പാറക്കെട്ടിൽ ഇരിപ്പായി. കിതപ്പടക്കാൻ പണിപ്പെടുമ്പോൾ അവൾക്കു പെട്ടെന്ന് തളർച്ചതോന്നി. മൂക്കിൽ എന്തോ പെട്ടെന്ന് തടഞ്ഞ പോലെ. നോക്കുമ്പോൾ ചോരയാണ്.

തെല്ലു പരിഭ്രമത്തോടെ എത്തിയ മീര കൈയിലുള്ള കിറ്റിൽനിന്ന് ഏതോ മരുന്നെടുത്ത് പഞ്ഞിയിൽ മുക്കി പതിയെ പുരട്ടി. അത് സ്നേഹപൂർവ്വമുള്ള ഒരു തലോടലായി ഡീനയ്ക്കു തോന്നി. ആദ്യമായാണ് ഇങ്ങനെയൊരു ചുറ്റുപാടിൽ ഒരാൾ ഇത്രയ്ക്കടുത്തിരുന്ന് അവളുടെ മുഖത്ത് തൊടുന്നതെന്നോർത്തപ്പോൾ അവൾക്കു ചിരിക്കാനാണ് തോന്നിയത്.

തനിക്കരികിലെ മീര തന്റെ അമ്മയാണെന്നും അകലെ മണലിൽ സ്വയം നഷ്ടപ്പെട്ടിരിക്കുന്ന പ്രസാദ് തന്റെ അച്ഛനാണെന്നും അവൾ സങ്കല്പിച്ചു.

“എന്തേ...എന്താ സംഗതി...പറയ് ഞാൻ കൂടി ചിരിക്കട്ടെ” മീര ചോദിച്ചപ്പോഴാണ് താൻ ഉറക്കെ ചിരിക്കുകയാണെന്ന് ഡീന അറിഞ്ഞത്. “ഏയ് ഞാനൊരു തമാശ ഓർക്കുകയായിരുന്നു.”

സത്യത്തിൽ തന്റെ അച്ഛനോ അമ്മയോ ഏതെങ്കിലുമൊരു ബീച്ചിൽ ഇങ്ങനെ ഇരിക്കുന്നതായി സങ്കല്പിക്കാൻ തന്നെ അവൾക്കു കഴിയില്ല. പുഴയോ കടലോ പുൽമേടുകളോ ഒന്നും അത്തരം മനസ്സുകളിൽ സ്ഥാനം പിടിക്കില്ലെന്ന് അവൾ വിശ്വസിച്ചു. സൂര്യൻ അസ്തമിക്കാൻ തുടങ്ങുകയാണ്. അവൾ നോക്കി.

## പത്തൊമ്പത്

“**നീ** വീട്ടില് പോ ഇബ്രാഹി” ഉമ്മയുടെ കുഴഞ്ഞ വാക്കുകൾ കേട്ട് ഇബ്രാഹിം ഞെട്ടിനോക്കി. ഉമ്മ ഉറക്കത്തിലാണെന്നു പറഞ്ഞുകൂട. മരുന്നുകൾ കൊണ്ടുള്ള ഒരുതരം മയക്കം.

വായിച്ചിരുന്ന പത്രം മേശയിലേക്കിട്ട് നെടുവീർപ്പോടെ ഇബ്രാഹിം കസേരയിൽ കുറച്ചു നിവർന്നു. വായനയും ഉറക്കച്ചടവും ചുവപ്പിച്ച കണ്ണുകളിൽ ചെറിയ നനവ് പടർന്നു. കിടക്കയിലെ ഉമ്മയുടെ രൂപം തീരെ ചെറുതായി ഇബ്രാഹിമിന് തോന്നി. ഉമ്മയുടെ വണ്ണിച്ച ശരീരം അസ്ഥിമാത്രമായി. മുഖം വല്ലാതെ മാറിപ്പോയി. കവിളെല്ലുകൾ ഉന്തിനിന്നു.

ശ്വാസം കഴിക്കാൻ ഉമ്മ നന്നെ ബുദ്ധിമുട്ടി. ചുണ്ടുകൾ വല്ലാതെ ചലനം കൊള്ളുകയും ശബ്ദം ഉണ്ടാക്കുകയും ചെയ്തു. ഉറക്കത്തിനിടെ ഇടയ്ക്ക് ഞെട്ടലോടെ ഉമ്മ കിടക്കയുടെ പിൻഭാഗത്ത് കണ്ണട ഉണ്ടെന്ന് ഉറപ്പാക്കി. കിടക്കുംമുമ്പ് ഉമ്മ ആദ്യം ചെയ്യുക കണ്ണട ഊരി കിടക്കയിൽ സുരക്ഷിതമായി വയ്ക്കുകയാണ്. കാറ്ററാക്ടിന്റെ സർജറി കഴിഞ്ഞ് അഞ്ചു വർഷമായി. ഇബ്രാഹിം നേരത്തെ ലീവിനു വന്നത് അതിനാണ്.

"ഇപ്പൊ ആളുകളെ പെട്ടെന്നു തിരിയില്ല. നിഴലുകൾപോലെ - അത്രേ കാണൂ." ഉമ്മ ആവശ്യപ്പെട്ടില്ല. എങ്കിലും ഡോക്ടറെ കാണിക്കാൻ ഉടൻ എത്തുമെന്ന് എഴുതി. "അതിന് നീയെന്തിനാ ഇപ്പൊ തെരക്കിട്ടു വരുന്നെ?... പണം വെറുതെ..." അയിഷ നീരസം കാട്ടി.

"ഫോൺ നീ ഉമ്മയ്ക്കു കൊട്" അവൾക്ക് തീരെ ഇഷ്ടപ്പെട്ടില്ല. ഉമ്മയെത്താൻ സമയമെടുത്തു.

ഉമ്മയുടെ ഏകമകളായ അയിഷയുടെ ഭർത്താവും അക്കാലത്ത് ഷാർജയിലാണ് - റഫീക്. മൂന്നുനാലു വർഷം കൂടുമ്പോഴേ റഫീക് നാട്ടിലേക്കു തിരിക്കു. യാത്രചെയ്ത് പണം കളയാൻ അയാൾ ഇഷ്ടപ്പെട്ടില്ല. കൂടിയാൽ ഒരു മാസത്തെ ലീവ്. സമയവും റഫീക്കിന് വിലപ്പെട്ടതായിരുന്നു.

നാട്ടിലെ ഏക്കർ കണക്കിനുള്ള പറമ്പും കൃഷിയും നോക്കിനടത്താൻ തന്റെ അനിയനെ ഏല്പിച്ച് റഫീക് ഗൾഫിൽ തങ്ങിയത് പണം സമ്പാദിക്കാൻ മാത്രമാണ്.

നാല്പത്തിരണ്ടാം വയസ്സിൽ ഹൃദയാഘാതം വന്ന് ഷാർജയിൽ മരണമടയുമ്പോൾ ഏറെ ബാങ്കുകളിലായി റഫീക് കോടികൾ ബാക്കിയാക്കി. ഒറ്റയ്ക്കു താമസിച്ച അയാളുടെ മുറിയിലെ ഡീപ് ഫ്രീസറിൽ നാലഞ്ചു കിലോ ആട്ടിറച്ചിയും വിലപിടിപ്പുള്ള ഏറെ മദ്യവും ബാക്കി കിടന്നു.

റഫീക്കിന്റെ മരണത്തോടെ ഗൾഫിലെത്തിയ അനിയനാണ് ഡീപ്ഫ്രീസറിലെ കണക്കുകൾ പറഞ്ഞത്. ലോകത്തു കിട്ടാവുന്നതിൽവച്ച് ഏറ്റവും മുന്തിയ വിസ്കിയുടെ കാര്യം പറഞ്ഞപ്പോൾ അയാൾ ശബ്ദം താഴ്ത്തി. അയാളതൊക്കെ ഉപയോഗിച്ചു കാണണം. ഒന്നും പാഴാക്കിക്കളയാൻ റഫീക്കിനെപ്പോലെ അയാളും ഇഷ്ടപ്പെട്ടില്ല.

റഫീക്കിന്റെ വിധവ - അയിഷയെ വിവാഹം കഴിക്കാൻ അയാൾ താല്പര്യം കാട്ടിയത് ഒരു വർഷം മുമ്പാണ്.

"നീയെന്തിനാ മോനെ എനിക്ക് കൂട്ടിരിക്കുന്നെ?" ചോദ്യവുമായി ഉമ്മ തന്റെ കണ്ണട തപ്പിയെടുത്ത് കിടക്കയിൽ എഴുന്നേറ്റിരുന്നു. തികച്ചും അസാധാരണമായ ഒരു മനോനിലയിൽ ഉമ്മ വീണുപോയതായി ഇബ്രാഹിമിന് തോന്നി. ഇപ്പോൾ ഉമ്മയുടെ ദിവസങ്ങൾ നീണ്ട ഉറക്കങ്ങളാണ്. ഉണരുന്ന അപൂർവ്വം ഇടവേളകളിൽ അവരെ മനസ്സിലാക്കാൻ ഇബ്രാഹിം ബുദ്ധിമുട്ടി. "നീ നിരീക്കണമാതിരിയൊന്നുമല്ല...ഇപ്പോ ഒത്തിരി ഭേദം തോന്നുന്നുണ്ട്." കേട്ടപ്പോൾ ഇബ്രാഹിമിന് കുറ്റബോധം തോന്നി. കടുത്തവേദന മരുന്നുകൾ മറച്ചുപിടിക്കുകയാണെന്ന് ഉമ്മയോട് തുറന്നുപറയണമെന്ന് അയാൾക്കു തോന്നി.

"ഉമ്മേടെ കാര്യം നോക്കാൻ തന്നെ രണ്ടാളുവേണം... ഇപ്പോ നിർബ്ബന്ധോം വാശീം കൂടീട്ടുണ്ട്." അയിഷയുടെ കത്തിൽ മടുപ്പ് വ്യക്തമായിരുന്നു. ഉടനെ ലീവെടുത്ത് നാട്ടിലേക്ക് തിരിച്ചത് അതുകൊണ്ടാണ്.

ബാപ്പയുടെ മരണശേഷം വീടിനു മുന്നിലെ ജനാലയിലൂടെ പുറ

ത്തേക്ക് നോക്കി നില്ക്കുകയും ഇടനാഴിയിലൂടെ വെറുതെ നടക്കുകയും ചെയ്യുന്ന ഉമ്മ. മനസ്സിലെ ചിത്രം അതായിരുന്നു. മുന്നറിയിപ്പില്ലാത്ത വരവായതുകൊണ്ടാവും ഉമ്മറത്ത് ആരും ഉണ്ടായിരുന്നില്ല. അകത്തു കടക്കുമ്പോൾ അടുക്കളയിൽനിന്ന് ഏതോ സ്ത്രീയുടെ സംസാരം പൊടിപൊടിക്കുകയാണ്. ഒക്കെ മൂളിക്കേൾക്കും മട്ടിൽ അയിഷ പണിയിൽ ശ്രദ്ധിക്കയാവും എന്നോർത്തു. അതവരുടെ രീതിയാണ്. പണിയിലാവുമ്പോൾ ഇടമുറിയാതെ സംസാരിക്കാൻ ആരെങ്കിലും വേണം. പുറംപണിക്കാരോ വിരുന്നുകാരോ മുടങ്ങാതെ ഉണ്ടാവും. പറയാൻ പുതിയ വിഷയങ്ങളും.

ഒച്ചയുണ്ടാക്കാതെ ഏതോ പഴയ കുസൃതിയുടെ ബാക്കിപോലെ ഉമ്മയുടെ മുറിയിലേക്കു കടന്ന ഇബ്രാഹിം ഞെട്ടി. ഉമ്മ ഒരുപാടു മാറിപ്പോയി. തന്റെ ഉമ്മ ആ കിടക്കയിൽ എക്കാലത്തേക്കും എല്ലാവരാലും ഉപേക്ഷിക്കപ്പെട്ടതായി അയാൾക്കു തോന്നി.

ശബ്ദമുണ്ടാക്കാനാവാതെ പതിയെ കിടക്കയിൽ ഇരിക്കാൻ തുടങ്ങുമ്പോൾ ഉമ്മ അറിഞ്ഞു. "നീ വന്നോ, ഇബ്രാഹി..." ഉമ്മയുടെ കണ്ണുകൾ ആഴങ്ങളിൽനിന്ന് നോക്കി. മുന്നറിയിപ്പില്ലാതെ പെട്ടെന്നു കണ്ടിട്ടും വിശ്വാസം വരാതെ നോക്കുകയാണെന്നു തോന്നിയില്ല. ഒരുപക്ഷേ, തന്റെ വരവ് ഉമ്മ എപ്പോഴും പ്രതീക്ഷിച്ചിരിക്കാം.

"ഉമ്മ കിടന്നോളൂ" വർഷങ്ങൾ മുമ്പെങ്ങോ നഷ്ടപ്പെട്ട പ്രസരിപ്പിന്റെ നേരിയ അവശേഷിപ്പുകളാൽ എഴുന്നേറ്റിരിക്കുമ്പോൾ ഉമ്മ കിതച്ചു.

"അയിഷാബി അറിഞ്ഞില്ലേ, ഇബ്രാഹി? നോക്ക് ഇതാരാ വന്നിരിക്കുന്നതെന്ന് നോക്ക്." വർഷങ്ങൾ മുമ്പ് മുഴങ്ങിക്കേട്ട ശബ്ദം. "ഞാൻ നേരെയിങ്ങുപോന്നു. അവളറിഞ്ഞില്ല." ആഴങ്ങളിൽ ആ കണ്ണുകൾ തിളങ്ങിയോ?

"നീയെന്തിനാ ഇപ്പൊ വന്നെ... ഉമ്മാടെ ഒരു പുന്നാരമോൻ, ഇവിടെ വേറെ ആരും ഇല്ലാത്ത മാതിരി." അയിഷ പതിവുപോലെ പറയുമെന്നു കരുതി. "നീ വല്ലാതെ ക്ഷീണിച്ചുപോയല്ലോ" പ്രതീക്ഷിച്ച വരവുപോലെ അത്രയേ പറഞ്ഞുള്ളു. മറുപടിക്കു കാത്തുനില്ക്കാതെ അടുക്കളയിലേക്കുപോയി.

ചായയുമായി എത്തുമ്പോഴാണ് ശ്രദ്ധിച്ചത്. ശരിക്കും ക്ഷീണിച്ചത് അയിഷയാണ്. റഫീക്കിന്റെ മരണം അവളെ....വല്ലാതെ ഉലച്ചു. "റിയാസ് എവിടെ?"

"ഇന്ന് സ്കൂൾ ഉള്ള ദിവസമല്ലെ?"

റഫീക്കിന്റെ അനിയൻ വിവാഹാഭ്യർത്ഥന നടത്തിയപ്പോൾ എതിർത്തത് അയിഷ മാത്രമാണ്. റിയാസിന്റെ കാര്യങ്ങൾ നോക്കി കഴിയാൻ അവൾ ആഗ്രഹിച്ചു. "ഞാനടുക്കളയിലേക്കു ചെല്ലട്ടെ, ഇക്കമ്മ ഒറ്റയ്ക്കേ ഉള്ളൂ...ഊണിന് നിനക്ക് വിശേഷിച്ചെന്താ വേണ്ടെ?" അയിഷ ധൃതിയിൽ നടന്നു.

"അങ്ങാടീ പോയിട്ട് വരുന്നപോലാ അവന്...തോന്നുമ്പോ

തോന്നുമ്പോ അവനിങ്ങുപോരും. കിട്ടുന്നത് യാത്രച്ചെലവിനേ തികയൂ. ആ ഒറ്റയ്ക്കല്ലെ..." കുളി കഴിഞ്ഞു വരുമ്പോൾ കേട്ടു. വിശദീകരണം ഇക്കാവമ്മയോടാണ്... "എന്തായാലും സ്നേഹോള്ളോനാ... വന്നില്ലെ. ഉമ്മയെ നിരീച്ച്" ഇക്കാവമ്മ രസം കൂട്ടി.

സ്നേഹത്തിന്റെ കാര്യത്തിൽ ആർക്കും സംശയം ഉണ്ടായില്ല. എന്നാൽ, ഉൾക്കൊള്ളാൻ എല്ലാവർക്കും പ്രയാസം നേരിട്ടു. ''ഇബ്രാഹിമിന്റെ പണിയാവും." അസാധാരണമായി എന്തുകണ്ടാലും വീട്ടിൽ എല്ലാവരും പറഞ്ഞു - പണ്ട്.

''എല്ലാത്തിനും ഓന് പ്രത്യേക നീതീം നേമോം ഒക്കെയുണ്ട്. പക്ഷേങ്കി അതൊക്കെ ദുനിയാവി ഓന്റെ മാത്രാവും" വാപ്പ വരുന്നവരോടൊക്കെ പറഞ്ഞു.

"ഇതാ കണ്ടോളീ... പെരുന്നാളിനുപോലും ഇറച്ചി കഴിക്കാത്ത വിദ്വാൻ എളയവനാ- ഇബ്രാഹി" ഉമ്മ വിരുന്നുകാരെ പരിചയപ്പെടുത്തും. "ചുമ്മാതല്ല, ഇങ്ങനെ ഇരിക്കുന്നെ - എലുമ്പൻ" അയിഷ ശ്രുതിയിടും. "മലക്കറീ" ഓടാൻ തയ്യാറെടുത്താണ് സലൈമാന്റെ വിളി.

"ഏതു ലോകത്തിലാ ഉമ്മയും മോനും." തുറന്ന വാതിലിനു മുന്നിൽ കടക്കാൻ അനുവാദം ചോദിക്കും മട്ടിൽ ഒരുനിമിഷം സിസ്റ്റർ മീര തിരക്കി. എപ്പോഴോ ഉണർന്ന ഉമ്മ മച്ചിലേക്കു നോക്കി കിടക്കുന്നത് ഇബ്രാഹിമിന്റെ ശ്രദ്ധയിൽപ്പെട്ടത് അപ്പോഴാണ്.

മീരയെ കണ്ടതും അനുസരണയുള്ള കുട്ടിയെപ്പോലെ ഉമ്മ എഴുന്നേല്ക്കാൻ ശ്രമിച്ചു. ''മെല്ലെ" ഉമ്മയെ സഹായിക്കുമ്പോൾ മീര ഇബ്രാഹിമിനെ നോക്കി എന്തിനെന്നില്ലാതെ ചിരിച്ചു. "ഉമ്മ ഇപ്പം വന്നതിലും നന്നായിട്ടുണ്ട്, കേട്ടോ." മീര ഒരു കള്ളം പറഞ്ഞു. "ക്ഷീണോം വേദനേം ഇത്തിരി കൊറവുണ്ട്." ഉപചാരവാക്കുകൾ ഇഷ്ടപ്പെടുന്ന ഉമ്മ പറഞ്ഞു. അതു കളവാണെന്ന് ഇബ്രാഹിമിനു തോന്നിയില്ല. ഉമ്മ തല്ക്കാലം വേദന അറിയുന്നില്ലെന്നത് വാസ്തവമാണ്. വേദന സംഹാരികൾ വേദനയറിയാനുള്ള തന്റെ കഴിവിനെ മരവിപ്പിച്ചിരിക്കുകയാണെന്ന് ഉമ്മയ്ക്ക് അറിയില്ലെന്നോർത്തപ്പോൾ ഇബ്രാഹിമിന് കുറ്റബോധം തോന്നി - വീണ്ടും. ഇപ്പോഴത്തെ അവസ്ഥയിൽ ഉമ്മയെ എത്തിക്കാനാവുന്ന ഏറ്റവും നല്ല സ്ഥലത്തുതന്നെയാണ് എത്തിച്ചിരിക്കുന്നത്. അടുത്ത നിമിഷം അയാൾ സ്വയം സമാധാനിച്ചു.

ഇങ്ങോട്ടു കൊണ്ടുവരാൻ വിചാരിച്ചതല്ല. വീട്ടിലെ ഉമ്മയുടെ മുറിയിൽ തന്നെ പരിചരിക്കാമെന്നു കരുതി. ഡോ.ഫ്രെഡിയെ കണ്ട് മരുന്നുകൾ വാങ്ങിയതുമാണ്. ഫ്രെഡി വീണ്ടും വ്യക്തമാക്കി. "നോക്ക്.... ഇനി നമുക്കൊന്നും ചെയ്യാനില്ല....കഴിയുന്നത്ര നല്ല സാഹചര്യം ഒരുക്കിക്കൊടുക്കുക അത്ര മാത്രം."

വാർദ്ധക്യസഹജമെന്ന മട്ടിൽ പരിചരിക്കാനായിരുന്നു ശ്രമം. രോഗവിവരം പുറത്തായാൽ സഹതാപ വർത്തമാനങ്ങൾകൊണ്ട് ഉമ്മയ്ക്കു ശ്വാസംമുട്ടും. അയിഷയോടു തന്നെ വ്യക്തമായി പറഞ്ഞില്ല. സൂചന

കൾ, അതവൾക്കു മനസ്സിലായില്ലെന്നു തോന്നി.

ഓർമ്മത്തെറ്റുകളും കടുത്ത ആശയക്കുഴപ്പവും മുന്നിട്ടുനിന്ന ഉമ്മയുടെ ചലനങ്ങൾ എന്തുകൊണ്ടോ അവൾക്ക് ഉൾക്കൊള്ളാനായില്ല. "അവിടെ കളഞ്ഞിട്ട് പോ" ഭക്ഷണം കഴിച്ചതു മറന്ന് വീണ്ടും പാത്രവുമായി അടുക്കളയിൽ എത്തിയ ഉമ്മയോട് അവൾ ചീറുന്നത് കണ്ടത് ഒരിക്കലല്ല.

എന്നും ആർത്തി കൂടാതെ അന്തസ്സായി ഭക്ഷണം കഴിച്ച ഉമ്മയുടെ ചിത്രത്തിനുപകരം അഭയാർത്ഥിയെ ഓർമ്മിപ്പിക്കുന്ന ദൈന്യചിത്രങ്ങൾ വയ്ക്കാൻ കഴിഞ്ഞില്ല. സെന്ററിനെക്കുറിച്ച് ചിന്തിക്കാൻ പ്രേരിപ്പിച്ച പ്രധാനസംഗതി അതാണ്.

## ഇരുപത്

**ഫോ**ൺ റിങ് ചെയ്യാൻ തുടങ്ങിട്ട് കുറെനേരമായി. സമത അനങ്ങിയില്ല. ഈയിടെ സമത അങ്ങനെയാണ്. കുറെ നേരം റിങ് ചെയ്യട്ടെ എന്നാണ് ഭാവം. ഒന്നാമത്, സമത എന്ന താരസുന്ദരിക്ക് എപ്പോഴും ഫോൺ വരാറുണ്ടെന്ന് ലോകം അറിയണം. ഫോൺ വിളികളോട് സമത എന്ന താരസുന്ദരിക്ക് വലിയ താല്പര്യമില്ലെന്ന് ലോകം കരുതണം.

കോടികൾ ബാങ്ക് ബാലൻസുള്ള, ദിവസങ്ങൾ എണ്ണപ്പെട്ടു കഴിഞ്ഞ സമത എന്ന സ്വപ്നസുന്ദരി എന്തിന് അങ്ങനെ ചിന്തിക്കുന്നു? ഉത്തരം വളരെ ലളിതമാണ്. പകലും രാത്രിയും നിശ്ശബ്ദമാകാതിരുന്ന സമതയുടെ ഫോൺ ഇപ്പോൾ അപൂർവ്വമായേ ശബ്ദിക്കാറുള്ളു. അതേ സമയം ഓരോ ഫോൺ വരുന്നതും അവർ കാത്തു കാത്തിരിക്കുകയാണ്. ലോകം അവഗണിച്ച ഒറ്റപ്പെട്ടുപോയ ഒരു മുൻ താരസുന്ദരി എന്നറിയപ്പെടാൻ അവർ ആഗ്രഹിച്ചില്ല.

സന്ദർശകരെ, വിശേഷിച്ച് പത്രക്കാരെയും വീഡിയോ - പ്രസ് ഫോട്ടോഗ്രാഫർമാരെയും തന്റെ മുറിയിലേക്ക് കടത്തിവിടരുതെന്ന് ഒന്നുരണ്ടാഴ്ച മുമ്പ് ബന്ധപ്പെട്ടവരെ സമത രേഖാമൂലം അറിയിച്ചു. നുഴഞ്ഞുകയറാൻ ശ്രമിക്കുന്നവർക്കെതിരെ - വിശേഷിച്ച് വീഡിയോ ഫോട്ടോഗ്രാഫർമാർക്കെതിരെ ജാഗ്രത പാലിക്കാൻ സെക്യൂരിറ്റിക്കു പ്രത്യേക നിർദ്ദേശം നല്കി.

അഭ്യുദയകാംക്ഷികളും ആരാധകരും സഹപ്രവർത്തകരും സുഹൃത്തുക്കളുമായ സന്ദർശകരുടെ എണ്ണം ദിനം തോറും സമതയെ ഭയപ്പെടുത്തും വിധം കുറഞ്ഞുവരികയാണ്. താൻ കാണാൻ അനുവദിക്കുന്നില്ല. അതുകൊണ്ട് ആളുകൾ വരുന്നില്ല എന്ന് സമതയ്ക്ക് ലോകത്തെ ധരിപ്പിക്കേണ്ടതുണ്ട്. രണ്ടാമത്, ഗ്ലാമർ മാതൃകയായ തന്റെ ശരീരത്തിൽ വീണ നിഴലുകളുടെ വിവരങ്ങൾ മാധ്യമങ്ങളിൽ തെളിയാൻ അവർ ഇഷ്ടപ്പെട്ടില്ല.

മാറ്റങ്ങൾ വേറെയും ഉണ്ടായി. എ സി പ്രവർത്തിപ്പിക്കാൻ മിക്കപ്പോഴും അവർ കൂട്ടാക്കിയില്ല. അടച്ചുവച്ചിരുന്ന വാതിലും ജനാലകളും മിക്കപ്പോഴും അവർ തുറന്നില്ല.

കൂടുതൽ സമയവും ഈസിചെയറിൽ കിടന്ന് എന്തെങ്കിലും വായിച്ചു. അല്ലാത്തപ്പോൾ നോട്ടം വിദൂരതയിലേക്കു നീണ്ടുപോയി. പകലുകളിൽ കിടക്ക ഉപയോഗിക്കാതിരിക്കാൻ ബോധപൂർവ്വം ശ്രമിച്ചു. ഉറക്കം പിടികൂടുന്ന ഇടവേളകൾ നടന്നുതീർത്തു.

ഇപ്പോഴും ഡ്രസിങ് ടേബിളിനു മുന്നിൽ അവർ മണിക്കൂറുകൾ ചെലവിട്ടു. ഇപ്പോഴും സുഗന്ധദ്രവ്യങ്ങളുടെ മണം പുറത്തേക്കൊഴുകി. കടന്നുപോകുന്നവർ ഒന്നു പാളി നോക്കുക മാത്രം ചെയ്തു - ഇപ്പോൾ.

സമതയുടെ അടുത്തെത്തുമ്പോൾ സിങ് ഇപ്പോൾ പഴയതുപോലെ പരുങ്ങാറില്ല. ചെറു ചിരിയോടെ ഇപ്പോൾ സമത സിങ്ങിനെ നോക്കാറില്ല. സിങ് വാതോരാതെ വാർത്തകൾ വിളമ്പി. അതൊക്കെ യാന്ത്രികമായി മൂളിക്കേൾക്കുമ്പോൾ സമതയുടെ മനസ്സ് വേറെ ലോകങ്ങളിൽ സഞ്ചരിച്ചു. സിങ്ങിന് പ്രിയപ്പെട്ട സംഗതികൾ അയാൾക്ക് സമ്മാനമായി നല്കാൻ ഇപ്പോൾ സമത കൂടുതൽ സമയം കണ്ടെത്തി.

മാത്രമല്ല, അടുത്തിടെയായി സിങ്ങിനോട് ഇടപെടുന്ന നിമിഷങ്ങളിൽ സമതയെ സങ്കോചം പിടികൂടി. ഡോക്ടർമാർ നഴ്സുമാർ സന്ദർശകർ എല്ലാവരും കടന്നുവരുമ്പോൾ ലജ്ജയും ഭയവും സമതയെ തളർത്താൻ തുടങ്ങി. ഒന്നാമത് തന്റെ ശരീര ദുർഗന്ധം സുഗന്ധദ്രവ്യങ്ങളെ അതിജീവിച്ചതായി സമത അറിഞ്ഞു. രണ്ടാമത് എല്ലാവരും തന്റെ മുഖത്തേക്കു നോക്കാൻ പ്രയാസപ്പെടുന്നതായി അവർ കണ്ടു. എന്നാൽ അതിനെക്കാളൊക്കെ സമതയെ ഉൽക്കണ്ഠപ്പെടുത്തിയ സംഗതി ബ്ലീഡിങ് ആണ്. ഓർക്കാപ്പുറത്ത് രക്തം പോകാൻ തുടങ്ങുമ്പോൾ തന്നെ അവർ അറിയുന്നു. ആ ജാഗ്രത എപ്പോഴും ഉണ്ടായില്ലെങ്കിൽ?

## ഇരുപത്തിയൊന്ന്

**"ചേച്ചീ"** പാർക്കിലെ ഒഴിഞ്ഞ കോണിൽ സ്വയം നഷ്ടപ്പെട്ടിരുന്ന ഡീന വിളികേട്ട് ഞെട്ടി നോക്കി. പ്രിയയാണ്. സെന്ററിലെ ഏറ്റവും പ്രായം കുറഞ്ഞ രോഗി.

ഡീന അവളെ ആകെയൊന്ന് വിലയിരുത്തി, പിന്നെ അവളുടെ മുഖം പരിശോധിച്ചു. ഭേദപ്പെടുത്താനാവില്ലെന്ന് ഡോക്ടർമാർ വിധിയെഴുതിയ അപൂർവ്വ രക്താർബ്ബുദത്തിന്റെ ഭാഗമോ ഫലമോ ആയ തന്റെ വൈരൂപ്യത്തെക്കുറിച്ചാണ് ഡീന ചിന്തിക്കുന്നതെന്നു മനസ്സിലാക്കാൻ പ്രിയക്കു കഴിഞ്ഞെങ്കിൽ ആ നിമിഷം അവൾ അവിടം വിട്ടേനെ. "ചേച്ചി അറിഞ്ഞോ ഇന്നു രാവിലെ എന്റെ അച്ഛനും അമ്മേം വന്നിരുന്നു." ഏതെങ്കിലും വാർത്തയിൽ നിന്നാണ് പ്രിയ എപ്പോഴും തുടങ്ങുക.

"ആണോ" സിങ് പറഞ്ഞ് അറിഞ്ഞെങ്കിലും കുട്ടിയുടെ ഉത്സാഹം കെടാതിരിക്കാൻ ഡീന ശ്രദ്ധിച്ചു.

"ആ കുട്ടിയില്ലേ പ്രിയ അതിന്റച്ഛൻ ഒരു തടിയനാണ്" സിങ് വിശദമായി പറഞ്ഞു. "ഒപ്പമുള്ളത് ആ കുട്ടിയുടെ അമ്മയല്ല...അതിന്റെയമ്മ മരിച്ചിട്ട് മൂന്നു വർഷം കഴിഞ്ഞാണ് രോഗത്തിന്റെ തുടക്കം. തടിയൻ വേറെ കല്യാണം കഴിച്ചു. പുതിയ ഭാര്യക്കും ഇതേ പ്രായത്തിലൊരു കുട്ടി- ആൺകുട്ടി... ഭർത്താവു മരിച്ച സ്ത്രീ" നിർവ്വികാരതയോടെയാണ് സിങ് റിപ്പോർട്ട് ചെയ്യുക. എന്നാലും ഇടയ്ക്ക് "അതല്ല രസം" എന്ന് ആവർത്തിക്കും. കേൾക്കുന്നയാളിന്റെ ശ്രദ്ധയാകർഷിക്കും മട്ടിൽ. അതല്ല രസം രണ്ടാമത് വിവാഹം കഴിച്ചില്ലെങ്കിൽ കുട്ടിയുടെ രോഗം ഇത്ര കൂടില്ലായിരുന്നു, ഡോക്ടർ പറഞ്ഞു.

ഒരിക്കൽ പ്രിയയുടെ അച്ഛനെ ഡീന കണ്ടിരുന്നു. ഉയരം കുറഞ്ഞ് ഏറെ തടിച്ച നാല്പതുകാരൻ. അയാൾ എന്നും രണ്ടുമൂന്നു മണിക്കൂർ വ്യായാമം ചെയ്യും. എന്താ ഒരു തടി. സിങ് പറഞ്ഞത് ശരിയാണെന്ന് തോന്നി. വളരെ പ്രയാസപ്പെട്ടാണ് അയാൾ മുന്നോട്ട് നീങ്ങുക. തല ഒരു വശം ചരിച്ച് നിലത്തുനോക്കി കൈയിലെ ബാഗ് ചലിപ്പിച്ച്- ശരീരത്തേക്കാൾ ഭാരം മനസ്സിൽ ചുമക്കുന്ന മട്ട്.

പുറംലോകവുമായി എന്തെങ്കിലും ബന്ധം സ്ഥാപിച്ചിരുന്നത് അയാളുടെ സ്വർണ്ണമാല മാത്രമാണ്. അതിനു പാകത്തിന് ഷർട്ടിന്റെ മുകളിലെ രണ്ടു ബട്ടണുകൾ അയാൾ ഒഴിവാക്കി. "അന്നു പറഞ്ഞ കഥ ചേച്ചി ഒന്നുകൂടി പറയാമോ? പ്ലീസ്..." കുറെനേരം ഡീന അവളെ നോക്കിയിരുന്നു. പിന്നെ മുഖവുരയില്ലാതെ കഥ പറയാൻ തുടങ്ങി.

"ഒരു രാജാവിന് കുറെ മക്കളുണ്ടായിരുന്നു. ഒരാളൊഴികെ മറ്റെല്ലാവരും സുന്ദരന്മാർ. ആ ഒരാൾ അങ്ങേയറ്റം വിരൂപനാണ്. അതുകൊണ്ടു തന്നെ രാജാവ് ആ മകനെ അങ്ങേയറ്റം വെറുത്തു. കാണുമ്പോഴൊക്കെ രാജാവ് അവനെ അവജ്ഞയോടെ തുറിച്ചുനോക്കി. സുന്ദരന്മാരായ വിഡ്ഢികളേക്കാൾ വിരൂപനായ ബുദ്ധിമാനാണ് നല്ലതെന്നു വിളിച്ചു പറയാൻ അപ്പോഴൊക്കെ അവന് തോന്നി."

പ്രിയയുടെ കണ്ണുകൾ തിളങ്ങി. ദൂരേക്കു നോക്കി വാക്കുകൾ പെറുക്കിയെടുത്ത ഡീനയുടെ കണ്ണുകളിലും അതേ തിളക്കമാണ്. ഒരർത്ഥത്തിൽ, പ്രിയ കേൾക്കുകയല്ല. ഡീന പറയുകയുമല്ല. അവർ രണ്ടാളും ഒരുമിച്ച് ദിവാസ്വപ്നം കാണുകയാണ്.

"അങ്ങനെയിരിക്കെ, ഒരു നാൾ ശത്രുക്കൾ ആ രാജ്യം ആക്രമിച്ചു. ഭയങ്കരമായ യുദ്ധം. ശത്രുരാജ്യത്തിന്റെ സൈന്യമുന്നേറ്റം കണ്ട് സുന്ദരന്മാരായ രാജകുമാരന്മാർ വിരണ്ടു പിന്മാറി. വിരൂപനായ രാജകുമാരൻ മാത്രം പിടിച്ചുനിന്നു. അയാൾ കൊടുങ്കാറ്റായി ശത്രു സൈന്യത്തെ നേരിട്ടു.

"പൊരുതുന്നവൻ അടർക്കളത്തിൽ ത്യജിക്കുന്നത് സ്വന്തം ജീവൻ മാത്രമാണ്. ഭയന്നോടുന്നവൻ രാജ്യത്തിന് നാശം വിതയ്ക്കുകയാണ്.

വിരൂപരാജകുമാരൻ തന്റെ സൈന്യത്തിന് ആവേശം പകർന്നു." ഒന്നു നിർത്തി ഡീന പ്രിയയുടെ മുഖത്തേക്കുനോക്കി. അപ്പോൾ വർഷങ്ങൾക്ക് മുമ്പ് താൻ കണ്ണാടിക്കുമുന്നിൽ നില്ക്കുകയാണെന്ന് അവൾക്ക് തോന്നി. പാറിപ്പറന്ന മുടിയിഴകളും അനാകർഷകമായ വരണ്ട മുഖവുമുള്ള കറുത്തുമെലിഞ്ഞ പെൺകുട്ടി. ആഴങ്ങളിൽ നിന്ന് ഉറ്റു നോക്കുന്ന കണ്ണുകളുടെ നേരിയ തിളക്കത്തിന് എന്തിനെന്നറിയാത്ത ഉൽക്കണ്ഠയുടെ നിഴലുകൾ മറയ്ക്കാനാവുന്നില്ല.

"വിരൂപരാജകുമാരന്റെ പ്രേരണയാൽ സൈന്യം അയാൾക്കൊപ്പം മുന്നേറി. വിജയം അവരുടേതായി. യുദ്ധദിനത്തിൽ വേണ്ടത് കൊഴുത്ത കഴുതകളെയല്ല, മെലിഞ്ഞ കുതിരകളെയാണ്.... ആയിരം കഴുതകളേക്കാൾ ഭേദമാണ് ഒരു ശോഷിച്ച കുതിര. ആരോ വിളിച്ചുപറഞ്ഞു രാജാവ് ആദ്യമായി തന്റെ ആ മകനെ മാറോടണച്ചു. തന്റെ കിരീടാവകാശിയായി പ്രഖ്യാപിച്ചു."

കഥയവസാനിക്കുമ്പോൾ പ്രിയ ചെറു ചിരിയോടെ ദൂരേക്ക് നോക്കി. ഡീനക്ക് ലാഘവം തോന്നി. കുറെക്കഴിഞ്ഞപ്പോൾ ഡീനക്ക് മനസ്സിൽ അവളുടെ അച്ഛനും സുന്ദരനായ അനിയനും കടന്നുവന്നു. പിന്നെ ചില ഓർമകൾ. തന്റെ വീട്ടിലെത്തിയ ചെക്കനെക്കുറിച്ചാണ് പ്രിയ ഓർത്തത്. അവനെ അനിയനെന്നു വിളിക്കണമെന്ന് അച്ഛൻ ഇടയ്ക്ക് അവളെ ഓർമ്മപ്പെടുത്തി. അപ്പോഴൊക്കെ അവൾക്ക് കരയാൻ തോന്നി. ഇപ്പോൾ അവൻ വീട്ടിൽ എന്തുചെയ്യുന്നുണ്ടാവും?

താൻ അച്ഛനോടൊപ്പം ഇരിക്കുന്നതായും അച്ഛൻ തന്റെ മുടിയിഴകളിലൂടെ വിരലോടിക്കുന്നതായും പ്രിയക്കുതോന്നി.

പ്രിയയുടെ മുടിയിഴകളിലൂടെ വിരലോടിക്കുമ്പോൾ ഡീന ആ കുട്ടിയോട് ചേർന്നിരുന്നു. അവർക്കിടയിൽ വാക്കുകൾ കടന്നുകയറിയില്ല.

## ഇരുപത്തിരണ്ട്

**സെ**ന്ററിലെ രോഗികളുടെ മുറികൾ അകത്തുനിന്ന് പൂട്ടാനാവാത്തവിധമാണ്. മരണം ഏതുനിമിഷമാണ് എത്തുന്നതെന്ന് ആർക്കറിയാം? വാതിൽ ഭദ്രമായി പൂട്ടി മരിച്ചുകിടന്നാൽ ഉണ്ടാകാവുന്ന തലവേദന ഓർത്ത് ബിൽഡിങ് പ്ലാൻ ചെയ്യുമ്പോഴേ മുഹമ്മദ് ഖാൻ ആ മുൻകരുതലും ഡിസൈനറുടെ ശ്രദ്ധയിൽപ്പെടുത്തി. അടയ്ക്കുമ്പോൾ ഒരു പിടിത്തം എന്ന നിലയ്ക്കുള്ള സംവിധാനമാകുന്നതുകൊണ്ട് വാതിലുകൾ അടയ്ക്കുമ്പോൾ ഒച്ച തീരെ കേൾക്കില്ല.

വാതിലിനപ്പുറം വിറങ്ങലിച്ച ശരീരങ്ങൾ കണ്ട് ഡ്യൂട്ടിയിലുള്ളവർ റിപ്പോർട്ട് ചെയ്യുമ്പോഴൊക്കെ ഖാൻ സ്വയം അഭിനന്ദിച്ചു. അടഞ്ഞ വാതിൽ പൊളിക്കുന്നതുവരെയുള്ള ഉൽക്കണ്ഠയുടെ നിമിഷങ്ങൾ എന്നെന്നേക്കുമായി ഒഴിവാക്കപ്പെട്ടിരിക്കുന്നു.

നേരിയ കാറ്റുപോലെ ആർക്കും മുറിയിൽ പ്രവേശിക്കാം. എന്നാൽ ദുരുദ്ദേശശ്യത്തോടെ കടന്നുകയറാനുള്ള പഴുത് അടയ്ക്കാൻ ഓരോ കോണിലും പകലും രാത്രിയും കാവല്ക്കാരുടെ കണ്ണുകൾ റോന്തുചുറ്റുന്നു. ആ കണ്ണുകളെ വെട്ടിച്ച് കടക്കുക മരണം മാത്രമാണ്.

വാതിലുകളുടെ കാര്യത്തിൽ സ്വയം പ്രശംസിക്കാൻ ഖാന് ഒരു സംഭവം കൂടി കിട്ടി. പതിവുപോലെ രാത്രി ഏറെ ചെന്നിട്ടും ബേക്കർ കമ്പ്യൂട്ടർ പ്രവർത്തിപ്പിച്ചിരിക്കുന്നത് ഡ്യൂട്ടി നഴ്സ് കണ്ടിരുന്നു. അത വരെ അത്ഭുതപ്പെടുത്തി. പകലുകളിൽ തന്നെ ഉണർന്നിരിക്കാൻ പാകമല്ലാത്ത ശരീരാവസ്ഥയിലാണ് ബേക്കർ. എന്നിട്ടും മണിക്കൂറുകൾ കർമ്മനിരതനാകുന്ന ബേക്കർ ഒരു ഗവേഷണ വിഷയം ആകേണ്ടതാണ്. അവർ ഓർത്തു.

സെന്റർ ഗവേഷണത്തെ പ്രോത്സാഹിപ്പിക്കുന്നില്ല. രോഗികൾ ഗവേഷണ ഉരുക്കളാകാൻ ഇഷ്ടപ്പെടാത്തവരുമാണ്. ക്യാൻസർ സെന്ററിലും മെഡിക്കൽ കോളേജിലും ചെന്നുപെടുന്നവരിൽ ഗവേഷണം കാര്യമായി നടക്കുന്നുണ്ട്. അങ്ങനെ ഉപയോഗിക്കപ്പെടുന്നത് ദരിദ്രരെയോ സ്വന്തം രോഗം എന്താണെന്നു നിശ്ചയമില്ലാത്തവരെയോ ആണ്.

മെഡിക്കൽ കോളേജിലാണ് കൂടുതൽ. ചികിത്സിച്ചിട്ട് കാര്യമില്ലെന്നു കണ്ടാലും ചിലരെ ക്യാൻസർ സെന്ററിലേക്കു വിടില്ല. ആദ്യ പരിശോധനയിൽ തന്നെ ക്യാൻസർ ആണെന്നു കണ്ടെത്തുന്ന ഡോക്ടർമാർ ഓരോരുത്തരുടെയും സാമ്പത്തിക - വിദ്യാഭ്യാസ നിലവാരം കണക്കിലെടുത്താണ് സത്യത്തിൽ രോഗസൂചന നല്കുക. പഠനവിഷയമാക്കേണ്ടവരുടെ ബന്ധുക്കൾക്ക് കിട്ടുക അവ്യക്ത സൂചനയാണ്. “ഇനി വലിയ പ്രതീക്ഷ വേണ്ട.” എന്നാൽ ആശുപത്രി വിടാൻ ഡോക്ടർമാർ ബോധപൂർവ്വം പറയില്ല; സൂചിപ്പിക്കുകപോലുമില്ല- ആദ്യഘട്ടത്തിൽ.

രോഗത്തിനെതിരെ പോരാടേണ്ടത് തങ്ങളുടെ കടമയാണെന്ന മട്ടിൽ അറിയാവുന്ന ടെസ്റ്റുകളൊക്കെ നടത്തുന്നു. ബയോപ്സി, എൻഡോസ്കോപ്പി, സാദ്ധ്യമായ സ്കാനിങ്ങുകൾ തുടങ്ങി തങ്ങൾക്കു വേണ്ടതെല്ലാം. ആ പരീക്ഷണഘട്ടം കഴിഞ്ഞ് മുന്നറിയിപ്പ് വിദഗ്ദ്ധമായി ആവർത്തിക്കുന്നു. “രക്ഷയില്ല” ഇത്തരം വിരട്ടലുകൾ ഒരുതരം മുൻകൂർ ജാമ്യമാണ്. മരണശേഷം പടയൊരുക്കം നടത്താൻ സാദ്ധ്യതയുള്ള ബന്ധുക്കളാണെന്നു കണ്ടാൽ മുന്നറിയിപ്പ് കൂടുതൽ വ്യക്തമാകും. സ്വകാര്യമായി പ്രധാന ഡോക്ടറുടെ വീട്ടിൽ കാത്തിരുന്ന് പണവുമായി സന്ധിക്കുന്ന രോഗികളുടെ ബന്ധുക്കളോട് ഡോക്ടർമാർ ചിലപ്പോൾ മനസ്സ് തുറന്നെന്നിരിക്കും. “ഇനി ഒന്നും ചെയ്തിട്ടു കാര്യമില്ല. ആ മനുഷ്യനെ ഒറ്റയ്ക്ക് വിടുക.”

വെളുപ്പിന് മൂന്നു മൂന്നരമണിയോടെ - ഞെട്ടിയുണർന്ന നഴ്സ് കാണുന്നത് ബേക്കറിന്റെ മുറിയിലെ വെളിച്ചമാണ്. എന്തുകൊണ്ടോ അവർക്കത് ഒരു പന്തികേടായിത്തോന്നി. കമ്പ്യൂട്ടർ പ്രവർത്തിക്കുന്നതിന്റെയോ ബേക്കർ ഉണർന്നിരിക്കുന്നതിന്റെ സൂചനകൾ ഒന്നുമില്ല.

ബേക്കർ ഉറങ്ങുകയാവുമെന്നു കരുതാൻ എന്തുകൊണ്ടോ അവർക്കു കഴിഞ്ഞില്ല.

കുറെനേരം എന്തുചെയ്യണമെന്നറിയാതെ നിന്നു. പിന്നെ എന്തും വരട്ടെയെന്നോർത്ത് അവർ വാതിലിൽ പതിയെ മുട്ടി. പ്രതികരണമുണ്ടായില്ല. താൻ ബേക്കറിനെ ശല്യപ്പെടുത്തുകയാണോ എന്ന ഭയത്തോടെ വീണ്ടും മുട്ടി. ഉത്തരമോ ചോദ്യമോ ഇല്ല. ഒടുവിൽ, ധൈര്യം സംഭരിച്ച് വാതിൽ മെല്ലെ തുറക്കുമ്പോഴുള്ള കാഴ്ചയിൽ അവർ ഞെട്ടിവിളിക്കാതിരുന്നത് മറ്റുള്ളവരെ ഉണർത്തരുതെന്നു കരുതിയല്ല. അവർക്കതിന് കഴിയാത്തതുകൊണ്ടാണ്.

കമ്പ്യൂട്ടറിനു മുന്നിൽ വശം ചരിഞ്ഞുകിടക്കുന്ന ബേക്കറിന്റെ വായിൽനിന്ന് ചോര ഒലിച്ചിറങ്ങി. അവർ ഡ്യൂട്ടി റൂമിലേക്കു നടന്നു. പിന്നെ കുറെ കാലടികൾ ബേക്കറിന്റെ മുറിയിലേക്കും അവിടെനിന്ന് ഐ സി യൂണിറ്റിലേക്കും നീങ്ങി.

"എന്തായാലും മൂന്നുമണിക്കുശേഷമാണ് സംഭവം. ഏതാണ്ട് ആ സമയത്ത് ബേക്കർ എന്നെ വിളിച്ച് നോവൽ പൂർത്തിയായ വിവരം പറഞ്ഞിരുന്നു." വാർത്ത കേട്ടറിഞ്ഞെത്തിയ രാജ്കുമാർ സ്വയം ഓർമ്മപ്പെടുത്തി. ബേക്കറിന്റെ നോവൽ തല്ക്കാലം ഒരു രഹസ്യമായതുകൊണ്ട് ആരോടും അതു പറയാൻ അയാൾ ധൈര്യപ്പെട്ടില്ല.

രക്ഷപ്പെടുത്താനായത്, തക്കസമയത്ത് കണ്ടെത്തപ്പെട്ടതുകൊണ്ടാണ്. ഡോക്ടർമാർ അഭിപ്രായം പാസാക്കി. അതിന്റെ ക്രഡിറ്റ് ഡ്യൂട്ടി നഴ്സിന് കൊടുക്കാനും അവർ മറന്നില്ല. ബേക്കറിനെ സംബന്ധിച്ചിടത്തോളം അത് ഏതെങ്കിലും തരത്തിലുള്ള രക്ഷപ്പെടൽ ആയില്ലെന്നത് വേറെ കാര്യം.

മണിക്കൂറുകൾക്കുശേഷം ബോധം വീണ്ടെടുക്കാനായത് അബോധവുമായി കൂടിക്കുഴഞ്ഞാണ്. ബേക്കർ അവ്യക്തമായ എന്തൊക്കെയോ പറഞ്ഞുകൊണ്ടിരുന്നു. അത്തരം സാഹചര്യങ്ങളിൽ ചെയ്യാറുള്ളതുപോലെ ഐ സി യൂണിറ്റിലെ ഓഡിയോ റെക്കോഡർ അതു രേഖപ്പെടുത്തി. ആ കുഴഞ്ഞ സംസാരം അവസാന വാക്കുകളായാൽ അവ എന്തെന്നറിയാൻ കമ്പ്യൂട്ടർ സഹായത്തോടെയുള്ള റിക്കാർഡ് പ്ലേ ചെയ്യാനാവുമെന്നതുകൊണ്ട് ഡ്യൂട്ടിയിലുണ്ടായിരുന്നവർ ബേക്കറിന്റെ മുഖത്തു തുറിച്ചു നോക്കാനോ വാക്കുകൾ കണ്ടുപിടിക്കാനോ ശ്രദ്ധിച്ചില്ല.

## ഇരുപത്തിമൂന്ന്

സമതയുടെ മുറി വിട്ടിറങ്ങുമ്പോൾ ഡോക്ടർമാർക്ക് ഒന്നും സംസാരിക്കാനായില്ല. സമതയെ നേരിടുമ്പോൾ ഉല്ലാസഭാവം കാട്ടാൻ അവർ ശ്രമിച്ചതാണ്. അത് പരാജയപ്പെട്ടു. സമതയ്ക്കും ഡോക്ടർമാർക്കും അത് ബോദ്ധ്യപ്പെടുകയും ചെയ്തു. സമതയുടെ കാര്യത്തിൽ

ഡോക്ടർമാർ തീർത്തും നിസ്സഹായരായി. പാലിയേറ്റീവ് കെയർ എന്ന സംഗതിക്കു തന്നെയും അർത്ഥം നഷ്ടമായ അവസ്ഥ.

പുതുതായി ക്യാൻസർ കണ്ടെത്തിയ രണ്ടാമത്തെ മുല നീക്കം ചെയ്യുന്നതിൽ അർത്ഥമില്ലെന്ന സമതയുടെ വാദം ഡോക്ടർമാർക്ക് സ്വീകാര്യമായി. കാരണം, സമതയുടെ കരൾ ഉൾപ്പെടെയുള്ള ആന്തരാവയവങ്ങളിലൊക്കെ ക്യാൻസർ പടർന്നു കഴിഞ്ഞു. അതുപോലെ, വിഷാദം ഒഴിവാക്കാനുള്ള മരുന്നുകൾ ഇനി തുടരാനാവില്ല. തുടർച്ചയായ ഉപയോഗം സമതയുടെ ഹൃദയമാംസപേശികളെയും ബാധിച്ചുതുടങ്ങി. ഹൃദയപ്രവർത്തനം പ്രതീക്ഷ തീരെയില്ലാത്ത വിധം മന്ദഗതിയിലാണ്. തിരക്കിട്ട ഷൂട്ടിങ് ഓട്ടങ്ങൾക്കിടയിൽ സ്റ്റിറോയിഡുകൾ പതിവാക്കിയതുകൊണ്ട് അവ പെട്ടെന്ന് കുറച്ചുകൊണ്ടുവരുന്നതിനെക്കുറിച്ച് ആലോചിക്കാൻ വിഷമമാണ്. എങ്കിലും, ചില മരുന്നുകൾ ഒഴിവാക്കാമെന്നും ചിലത് അല്പം കുറയ്ക്കാമെന്നും അവർ തീരുമാനിച്ചു.

ഈ അവസ്ഥയിൽ ഹൃദയചികിത്സയ്ക്കായി കാർഡിയോളജിസ്റ്റിന്റെ ഉപദേശം തേടാൻ ആലോചിക്കുകകൂടി ഉണ്ടായില്ല. കാർഡിയോളജിസ്റ്റിന് ഒന്നും ചെയ്യാനാവില്ല. അഥവാ എന്തെങ്കിലും ചെയ്താൽ സ്ഥിതി കൂടുതൽ വഷളാകും.

“മരുന്നുകളുടെ പരിധിയും അവയുടെ പാർശ്വഫലങ്ങൾ എന്ന കീറാമുട്ടിയും ഇത്തരം ഘട്ടങ്ങളിൽ ഡോക്ടർമാർക്ക് തലവേദനയുണ്ടാക്കും. അതു പുറത്തുപറയാൻ അവർ ഭയപ്പെടുന്നു. അതുകൊണ്ടുതന്നെ ആ വിഷയത്തെക്കുറിച്ച് ഒരു തുറന്ന ചർച്ചയ്ക്ക് അവർ ഒരുങ്ങുമെന്നു തോന്നുന്നില്ല.” സെന്ററിന്റെ ഉദ്ഘാടനദിനത്തിൽ താൻ നടത്തിയ പ്രസ്താവന ഡോ. കൃഷ്ണദാസ് ഒരിക്കൽക്കൂടി ഓർത്തു. “ഈ സാഹചര്യത്തിലാണ് പരമ്പരാഗത ചികിത്സാരീതികൾകൂടി ഉൾപ്പെടുത്തിക്കൊണ്ടുള്ള ഒരു സമന്വയ ചികിത്സയ്ക്ക് ഇവിടെ നമ്മൾ രൂപം കൊടുക്കുന്നത്. അപ്പോഴും പരിമിതികൾ ഏറെയാണ്.” ആ പരിമിതി ഇപ്പോൾ നേരിട്ട് അനുഭവിക്കുകയാണെന്ന് ഡോക്ടർ കൃഷ്ണദാസിനു തോന്നി. തീരെ അച്ചടക്കമില്ലാത്ത ജീവിതം നയിച്ചവരുടെ കാര്യത്തിൽ മാത്രമല്ല, ഈ സ്ഥിതി എന്നോർത്തപ്പോൾ ഡോക്ടർ ലജ്ജിതനായി. “നമുക്ക് ഒന്നും ചെയ്യാനാവാത്ത സ്ഥിതിയിൽ സമത എത്തിയിട്ട് ആഴ്ചകളായെന്നാണ് എന്റെ വിശ്വാസം.” ആരോടെന്നില്ലാതെ അയാൾ പറഞ്ഞൊപ്പിച്ചു. കൂടെയുള്ള ഡോക്ടർമാർ പരസ്പരം നോക്കാൻ ഭയപ്പെട്ടു. സെന്ററിൽ പതിവായി സംഭവിക്കുന്ന സംഗതിയാണത്. പെയിൻ ആന്റ് പാലിയേറ്റീവ് കെയർ എന്ന മുദ്രാവാക്യംതന്നെ അപ്രസക്തമാകുന്ന നിമിഷങ്ങളിൽ - ഓരോ രോഗിയും മരണത്തെ മുഖാമുഖം കാണുമ്പോൾ ഡോക്ടർമാർ ആ സത്യം പരസ്പരം പങ്കുവയ്ക്കാൻ എന്തുകൊണ്ടോ ഇഷ്ടപ്പെടുന്നില്ല.

സത്യം - അത് എത്രതന്നെ ക്രൂരമായാലും അതിനെ തുറിച്ചു നോക്കാൻ ഇഷ്ടപ്പെടുന്ന ഒരാൾ അവരുടെ കൂട്ടത്തിൽ ഉണ്ടെങ്കിൽ അത്

ഡോ. കൃഷ്ണദാസാണ്. അതിന് അദ്ദേഹം വലിയ വിലയും കൊടുക്കുന്നുണ്ട്. കാരണം, പുറമെ കാണുന്ന ഡോക്ടറുടെ ഉന്മേഷഭാവം എപ്പോഴും അസ്വസ്ഥമായ സ്വന്തം മനസ്സിന്റെ ഒരു പ്രതിരോധപ്രകടനം മാത്രമാണ്. അത് ഏറ്റവും നന്നായി അറിയാവുന്ന ആൾ അദ്ദേഹം തന്നെയാണ്.

ഇക്കാര്യത്തിൽ അദ്ദേഹത്തോട് അല്പമെങ്കിലും സാമ്യമുള്ളത് സിസ്റ്റർ മീരയ്ക്കാണ്. സെന്ററിലെ ഓരോ രോഗിയുടെയും സങ്കടങ്ങൾ സിസ്റ്റർ മീര ആദ്യം കണ്ടെത്തുന്നു. അടക്കിപ്പിടിച്ച ഓരോ തേങ്ങലും അവർ ആദ്യം കേൾക്കുന്നു. ഹൃദയത്തോട് അടുത്തുനില്ക്കുന്ന ഒരാൾ എന്ന നിലയ്ക്ക് രോഗികൾ മീരയോട് വളരെ പെട്ടെന്നു മനസ്സുതുറക്കും. അവർ മീരയെക്കുറിച്ച് അറിയുന്നത് എങ്ങനെയാണ്? സത്യത്തിൽ മീരയെ ആരും അവർക്കു പരിചയപ്പെടുത്തുന്നില്ല. അതങ്ങനെ സംഭവിക്കുകയാണ്. ഉപചാരവാക്കുകളോ ഔദ്യോഗികനാട്യങ്ങളോ ഇല്ലാതെ മീര പെട്ടെന്ന് അടുത്തു.

സമത ആശ്വാസം കണ്ടെത്തിയതും ആ സൗഹൃദത്തിലാണ്. ഏറിവന്ന അസ്വസ്ഥതകളെക്കുറിച്ച് സമത മനസ്സുതുറന്നത് മീരയോടു മാത്രമാണ്. രണ്ടാമത്തെ മുലയിലും നിറവ്യത്യാസം കണ്ടയുടൻ സമത മീരയോടു വിവരം പറഞ്ഞു.

മാമോഗ്രാഫിയും സി ടി സ്കാനും ഒക്കെ ചെയ്തതും ഡോക്ടർമാരെ അപ്പപ്പോൾ വിവരങ്ങൾ അറിയിച്ചതും മീരയാണ്. ഡോക്ടർമാരോട് നേരിട്ട് കാര്യങ്ങൾ പറയുന്നതിൽനിന്ന് സമതയെ എന്തോ ഒന്നുവിലക്കി.

അത്തരം മൗനങ്ങളെക്കുറിച്ച് ഓർമ്മിച്ചപ്പോഴൊക്കെ അവർ സ്വന്തം താരശോഭയെ ആരും കേൾക്കാതെ തെറിവിളിച്ചു. ആ കൃത്രിമവെളിച്ചത്തിനപ്പുറം ഒളിച്ചുകിടന്ന സുന്ദരലോകത്തെക്കുറിച്ച് അവൾ നേരത്തെയും സ്വപ്നങ്ങൾ കണ്ടു.

ഒഴിഞ്ഞ നിരത്തിലൂടെ അലസമായി നടക്കുന്നതും ബീച്ചിൽ ഒറ്റയ്ക്കിരിക്കുന്നതും ആൾക്കൂട്ടത്തിൽ ഒരാളായി തുടരുന്നതും പകൽക്കിനാവുകളാക്കി രസിച്ചു.

ചിലപ്പോൾ ഓർമ്മയിലെ സ്കൂൾ ദിനങ്ങളിലൂടെ നടന്നു. കൈവെള്ളയിൽ നിറം പകർന്ന കുങ്കുമക്കായകളുടെ മണം വികാരമായി മാറിയ നിമിഷങ്ങളിൽ സമത കരഞ്ഞുപോയി. അനാഥയും നിസ്സഹായയുമായ ഒരു പെണ്ണിന്റെ തേങ്ങൽ. ആ നിമിഷങ്ങളുടെ സത്യസന്ധതയിൽ ജീവിതം അവസാനിച്ചുകിട്ടാൻ അവർ പ്രാർത്ഥിച്ചു.

## ഇരുപത്തിനാല്

**വെ**ളുപ്പാൻ കാലം. ഡീന ഉറക്കച്ചടവോടെ മുറിയിൽ വെറുതെ നടക്കാൻ തുടങ്ങി. രാത്രി തീരെ ഉറങ്ങിയില്ല. രണ്ടുമണി കഴിഞ്ഞപ്പോഴാ

ണെന്നു തോന്നുന്നു പുറത്ത് കാലൊച്ചകൾ അങ്ങോട്ടുമിങ്ങോട്ടും അകന്നുപോകുന്നതു കേട്ടാണ് ഉണർന്നത്. എപ്പോഴോ അതു നിലച്ചു.

ആൺകുട്ടിയാണ് മരിച്ചത്. പതിനഞ്ചുകാരൻ. അസാധാരണ രക്താർബ്ബുദം. ബോൺമാരോ ട്രാൻസ്പ്ലാന്റേഷൻ അസാദ്ധ്യമായ കേസ്.

ദോസ് ഹൂം ഗോഡ് ലവ് ഡൈ യങ്. കാണുമ്പോഴൊക്കെ ആ കണ്ണുകളിലെ തിളക്കത്തിൽ ഡീന വായിച്ചെടുത്തു. അസൂയ തോന്നിയത് അതുകൊണ്ടു മാത്രമല്ല. ഇടയ്ക്ക് വരുന്ന പ്രായം തോന്നിച്ച അവന്റെ അച്ഛനമ്മമാർ... "ആ കുട്ടിയെ അവർ ദത്തെടുത്തതാണ്." തിരുത്തിയത് സിങ്ങാണ്. ഇനി അവരെന്തുചെയ്യും?

അവർ വേറൊരു കുട്ടിയെ ദത്തെടുക്കും. എന്തിനാണ് അപ്പോഴങ്ങനെ പറഞ്ഞത്?

പുറത്തു വീണ്ടും കാലൊച്ചകൾ കനം വച്ചു. വെളുത്ത് മെലിഞ്ഞ കുട്ടിയുടെ സുന്ദരമായ മുഖം. തിരുമ്മിയടച്ച തിളക്കമുള്ള കണ്ണുകൾ. ചീറിപ്പായുന്ന ആംബുലൻസിൽ പുതപ്പിച്ച ശരീരത്തിനു കാവലിരിക്കുന്ന സ്ത്രീയും പുരുഷനും.

ദൂരെ എവിടെയോ ഒരു വീടിനു മുന്നിലെ ചെറിയ ആൾക്കൂട്ടം. അനാവൃതമാകുന്ന വിളറിയ മുഖം. ഏതോ നിലവിളികൾ. മരണകാരണത്തിലേക്കും ജീവചരിത്രത്തിലേക്കും വിരൽചൂണ്ടുന്ന അടക്കിയ വാക്കുകൾ നാട്ടു വിശേഷങ്ങളിലേക്ക് തെന്നിമാറുന്നു. വിറങ്ങലിച്ച ശരീരം കുളിപ്പിച്ച് വസ്ത്രങ്ങളണിയിച്ച് കോടിമുണ്ടുപുതപ്പിച്ച് പൂവുകളും ഹാരങ്ങളുംകൊണ്ടു നിറയ്ക്കുന്നു. കത്തുന്ന വിളക്ക്. എരിയുന്ന ചന്ദനത്തിരി. വിലകുറഞ്ഞ പനിനീരിന്റെ മണം. വീണ്ടും ചില നിലവിളികൾ. ഒടുവിൽ...

എന്തിനാണ് നടുങ്ങുന്നത്? ഡീന സ്വയം ചോദിച്ചു. പതിനാറിലെ ആ കറുത്ത പെണ്ണില്ലേ, ഡീന അവൾ...കുറച്ചുമാസങ്ങൾക്കപ്പുറം സിങ് പ്രഖ്യാപിക്കും - ഒരു സന്ധ്യക്ക്. എന്താണിത്ര ഉറപ്പ്? എപ്പോഴെങ്കിലും.

എഴുതിയും തിരുത്തിയും ചിലന്തിവല പോലെ വികൃതമായ കടലാസ് ദൈവത്തിന്റെ മുഖമുള്ള ഒരു സ്കൂൾ കുട്ടി കീറിക്കളയുന്നു. അച്ഛനമ്മമാരുടെ നെടുവീർപ്പുകൾ - ആശ്വാസത്തിന്റെ. അനിയൻ...

കൂട്ടുകാരിൽ നിന്ന് എന്നും മറച്ചുപിടിക്കാനാഗ്രഹിച്ച വികൃതച്ഛായ സ്വയം അപ്രത്യക്ഷമായതോർത്ത് സന്തോഷിക്കുന്ന സുന്ദരൻ.

സത്യത്തിൽ അവരൊക്കെ തനിക്കാരാണ്? അച്ഛൻ, അമ്മ, അനിയൻ - പേരുകൾക്ക് പകരം വയ്ക്കാനാവുന്ന ചില വാക്കുകൾ.

നോട്ട് ബുക്കിലെ ചന്തമുള്ള ഒരു പുറമാകാൻ - അർത്ഥവത്തായി വിവർത്തനം ചെയ്യപ്പെടാൻ തീരെ ആശയില്ല. സെന്ററിൽ എത്തിയിട്ട് ആദ്യമായി അവൾ തേങ്ങി. ആർക്കുവേണ്ടി? എന്തിനുവേണ്ടി? അടുത്ത നിമിഷം സ്വയം ചോദിച്ചു. ഉത്തരങ്ങൾ നിർബ്ബന്ധമായതുകൊണ്ട് അവൾ മുഖം കഴുകാൻ തുടങ്ങി.

മുഖം കഴുകാനും കുളിക്കാനും താൻ ഏറെ സമയം കളയുന്നുണ്ടെന്നും ചില ദിവസങ്ങളിൽ പലതവണ അതുണ്ടാകാറുണ്ടെന്നും അവളറിഞ്ഞു. അതവസാനിപ്പിക്കാൻ എന്തുകൊണ്ടോ അവൾക്കു കഴിഞ്ഞില്ല.

ഡോക്ടർ കൃഷ്ണദാസും സംഘവും വന്ന് പതിവുപരിശോധനയും

കുശലവും കഴിഞ്ഞ് മടങ്ങുമ്പോൾ അവൾക്ക് എന്തുകൊണ്ടോ ഉന്മേഷം തോന്നി. കാന്റീൻ ഭക്ഷണത്തിനു മുന്നിലിരിക്കുമ്പോൾ ഞായറാഴ്ചയാണെന്ന് ഓർത്തു. ഗ്രൂപ്പ് കൗൺസിലിങ് ഉള്ള ദിവസമാണ്. ഡോ. ജോർജിന്റെ വേദാന്തം ശ്രദ്ധിക്കാറില്ലെങ്കിലും അവിടെ ഉണ്ടാകുന്ന ചില നാടകങ്ങൾ അവളെ ആകർഷിച്ചു. കഴിഞ്ഞയാഴ്ച പോയില്ല. ഇന്ന് എന്തായാലും പോകണം. അവൾ വേഷം മാറി.

"ഈ സെന്ററിനെ ആത്മവിദ്യാലയമെന്ന്, പലരും പരിഹസിക്കാറുണ്ട്... കാൻസർ ഭേദമാക്കാൻ പൂർണ്ണമായി ശാസ്ത്രത്തിനു കഴിയാത്തിടത്തോളം കാലം ഇത്തരം സ്ഥാപനങ്ങളെ പരിഹസിച്ചിട്ടു കാര്യമില്ല. സത്യം അംഗീകരിക്കുകയാണ് വേണ്ടത്." ഡോക്ടർ ജോർജിന്റെ വാക്കുകൾ കേട്ടുകൊണ്ടാണ് ഡീന എത്തിയത്. ഡോ.ജോർജ് ഏതോ കുസൃതിച്ചോദ്യത്തിന് ഉത്തരം പറയാനുള്ള ശ്രമത്തിലാണ്. ലക്ഷ്യം, കൗൺസലിങ് ആണെങ്കിലും മിക്ക ഗ്രൂപ്പ് സെഷനുകളും വാദപ്രതിവാദങ്ങളുടെ വേദിയാകും. ഡോ.ജോർജിന്റെ സാന്ത്വനം എന്തുകൊണ്ടോ ആരും അതേപടി സ്വീകരിച്ചില്ല.

"മരണം ഉറപ്പായവർക്കുമുന്നിൽ എന്തിനാണ് ഇങ്ങനെയൊരു നാടകം?" ഒരു പരുക്കൻ ശബ്ദം ഡോ.ജോർജിനുനേരെ പാഞ്ഞടുത്തു. ഡോ.ജോർജ് തന്റെ കണ്ണുകൾ ചെറുതായി അടച്ചു. പിന്നെ തുടർന്നു "ഇപ്പോൾ തന്നെ നമുക്കറിയാം നേരത്തെ കണ്ടെത്തപ്പെടുന്ന ഒത്തിരി കേസുകൾ ഭേദപ്പെടുത്താനാവുന്നു." ആരോ ഉറക്കെ ചിരിച്ചു. ഡോക്ടർ തന്റെ കണ്ണുകൾ ചെറുതായി അടച്ചു.

മത്തായി ചാടിയെണീറ്റത് പെട്ടെന്നാണ്. "ഡോക്ടർ എപ്പോഴും ഇത് ആവർത്തിക്കുന്നത് കഷ്ടമാണ്." മത്തായിയുടെ ക്ഷോഭം വാക്കുകളിൽ വിറയലായി. "ക്യാൻസർ ചികിത്സയിൽ എന്താണ് സുഖപ്പെടുത്തുന്നത്? അവയവങ്ങൾ മുറിച്ചുമാറ്റുകയും കരിച്ചുകളയുകയും ചെയ്യുന്നത് ചികിത്സയല്ല" ഡോ.ജോർജ് തന്റെ കണ്ണുകൾ അടച്ചുതുറന്നു. മത്തായി വാക്കുകൾ നിയന്ത്രിക്കാൻ പ്രസായപ്പെട്ടു. "ഹിംസ - നിങ്ങളുടെ ചികിത്സയെ അങ്ങനെയാണ് വിളിക്കേണ്ടത്. കീമോതെറാപ്പിയും റേഡിയേഷനും മറ്റും കൊണ്ട് ആളുകളെ ദയനീയ ബന്ധങ്ങളാക്കി മാറ്റുന്നതിൽ എന്താണ് സൃഷ്ടിപരമായുള്ളത്? മരിക്കാൻ വിടുന്നത് എത്രയോ ഭേദമാണ്." മത്തായിയുടെ വാക്കുകൾ അയാളുടെ തൊണ്ടയിൽ കുരുങ്ങി.

"മരണത്തിനു മുമ്പുള്ള ഇടവേള വേദനയില്ലാതാക്കുന്ന ഒരിടം ഞങ്ങൾ തെരഞ്ഞെടുത്തത് ക്യാൻസർ ഉണ്ടാക്കുന്ന മടുപ്പിക്കുന്ന പരിണാമങ്ങൾ മറ്റുള്ളവരിൽനിന്ന് മറച്ചുപിടിക്കാൻ കൂടിയാണ്." ഡോ. ജോർജിനു പിടിവള്ളി കിട്ടി. "മത്തായിയുടെ വാക്കുകളിലെ വികാരം എനിക്കു മനസ്സിലാകും. ക്യാൻസർ എന്ന മഹാരോഗം..." ഡോ. ജോർജിനെ തടഞ്ഞുകൊണ്ട് മത്തായി ചീറി. "മഹാരോഗം, മണ്ണാങ്കട്ട... ആധുനികം എന്നു പറയുന്ന നിങ്ങളുടെ വൈദ്യത്തിൽ ജലദോഷത്തിനും പനിക്കുപോലും ഫലപ്രദമായ മരുന്നില്ല...പനിയുണ്ടാകുന്നത് എന്തുകൊ

ണ്ടാണെന്നോ മുറിവുകൾ ഉണങ്ങുന്നത് എങ്ങനെയാണെന്നോ വ്യക്തമായി വിശദീകരിക്കാൻ കഴിഞ്ഞിട്ടുണ്ടോ?" ഡോ. ജോർജ് കണ്ണുചിമ്മി. സദസ്സ് മത്തായിയിലാണ്. "രോഗാണുക്കളെക്കുറിച്ചുള്ള തിയറിതന്നെ പല കാര്യങ്ങളിലും ചോദ്യം ചെയ്യപ്പെടുമ്പോൾ നിങ്ങളുടെ വൈദ്യശാസ്ത്രം... വിക്കുകയാണ്...ഡയബറ്റിസിന്റെ കാര്യം തന്നെയെടുത്തുനോക്കൂ...കോടിക്കണക്കിനാളുകളെ അലട്ടുന്ന ആ രോഗത്തെ ചികിത്സിച്ച് ഭേദമാക്കാൻ അടുത്ത നൂറ്റാണ്ടിൽപ്പോലുമാവില്ല...ഇപ്പോഴുള്ള മരുന്നുകളിൽ ചില മാറ്റങ്ങൾ വരുമായിരിക്കാം..." അതുപറഞ്ഞപ്പോൾ ഡോ.ജോർജ് ഒന്നിളകിയിരുന്നു. അദ്ദേഹം അറിയപ്പെടുന്ന ഒരു പഞ്ചസാര രോഗിയാണ്. "എല്ലാം സഹിക്കാം. നമ്മുടെ ഡോക്ടർമാരുടെ ജാടയോ? സത്യത്തിൽ എന്താണവർ ചെയ്യുന്നത്? ആരൊക്കെയോ കഠിനാദ്ധ്വാനം കൊണ്ടുനേടിയ കാര്യങ്ങൾ മനഃപാഠമാക്കുന്നു. രോഗി മുന്നിലെത്തുമ്പോൾ അതു പരീക്ഷിക്കുന്നു. ഭാഗ്യവാനാണെങ്കിൽ രോഗി രക്ഷപ്പെടുന്നു. വെറും അനുകർത്താക്കളായ ഡോക്ടർമാരുടെ ഭാവമോ? ഞാനിതാ എന്റെ കഴിവുകൊണ്ടു മാത്രം ഒരാളെ സുഖപ്പെടുത്തുന്നു. അനേകവർഷത്തെ പ്രാക്ടീസുകൊണ്ട് ഇവർ പുതുതായി ഒന്നും കണ്ടെത്തുന്നില്ല. സമൂഹത്തോട് പ്രതിബദ്ധത ഉണ്ടാകുന്നില്ല... സ്വന്തം ബാങ്ക് ബാലൻസ് കൂട്ടാനാണ് അവർക്കു തിടുക്കം..." ഡോക്ടർമാരെക്കുറിച്ചുള്ള വാക്കുകൾകേട്ട് ഡീന ഉറക്കെ കൈയടിച്ചു. അവളുടെ അച്ഛൻ അറിയപ്പെടുന്ന ഡോക്ടർ ആണല്ലോ? സദസ്സ് മത്തായിയെ മതിപ്പോടെ നോക്കി. ഡോ.ജോർജ് കണ്ണുകൾ അടച്ചുതുറന്ന് കൂടുതൽ വിനയത്തോടെ മത്തായിയെ തടഞ്ഞു. "നോക്കൂ, നമ്മളിവിടെ ഇടയ്ക്ക് കൂടുന്നത് കൊച്ചുകൊച്ചു സംശയങ്ങളും ആശയങ്ങളും പങ്കുവയ്ക്കാനാണ്." മത്തായി രോഷമടക്കി. "അപ്പോൾ നാം പറഞ്ഞുവന്നത്..." മത്തായിയുടെ പ്രകടനം പാടെ അവഗണിച്ച് ഡോ.ജോർജ് തന്റെ വാക്കുകളിൽ മുന്നോട്ടുപോയി. ഇനി അദ്ദേഹം പറയാൻപോകുന്നത് എല്ലാവർക്കുമറിയാം. അവർ അതൊക്കെ പലതവണ കേട്ടിട്ടുണ്ട്. രോഗികളുടെ ഈ സഹനത്തിനു കാരണം പലതാണ്. ഒന്നാമത് പ്രായം ചെന്നയാളാണെങ്കിലും ഡോ.ജോർജ് സുന്ദരനും സൗമ്യനുമാണ്. രണ്ടാമത്, അയാൾ തന്റെ ജോലിയാണ് ചെയ്യുന്നതെന്ന് അവർക്കറിയാം. കൂടാതെ, അവർ അയാളിൽ നന്മയുടെ ഏതോ ഒരംശം കണ്ടു. എല്ലാറ്റിലും ഉപരി, സെന്ററിലെ ഏകാന്തവാസത്തിനിടയ്ക്ക് കൂട്ടം കൂടാൻ കിട്ടുന്ന ഏക അവസരമാണത്. പലരും അതിഷ്ടപ്പെട്ടു. ഗ്രൂപ്പ് കൗൺസിലിങ്ങിൽ വേണമെന്നുള്ളവർ പങ്കെടുത്താൽ മതിയെന്ന സംഗതിയും അങ്ങോട്ടാകർഷിച്ചു.

അപൂർവ്വം ചിലർ ഡോ.ജോർജിന്റെ വേദാന്തത്തിൽ വെളിച്ചം കണ്ടു. ഗീതയും ബൈബിളും ഖുർആനും ഒക്കെ ഉദ്ധരിച്ചുകൊണ്ടുള്ള ജോർജിന്റെ വാക്കുകളിൽ ഇടയ്ക്ക് മനശ്ശാസ്ത്രവും ചിലപ്പോൾ വെസ്റ്റേൺ ഫിലോസഫിയും തലനീട്ടി. മരണത്തെ സ്വാഗതം ചെയ്യാൻ മനസ്സിനെ പാകപ്പെടുത്താനാണ് ആഹ്വാനം ചെയ്യുന്നതെങ്കിലും മരണ

ത്തിനെതിരെ പടവെട്ടാനുള്ള ഉജ്ജ്വല സന്ദേശമാണ് താൻ നല്കുന്ന തെന്ന ഭാവമാണ് ജോർജ് തന്റെ വിനയം കൊണ്ടു മറച്ചുപിടിച്ചത്.

സ്വയം ചെയ്യാനാവാത്തവ മറ്റുള്ളവർക്ക് ഉപദേശിക്കുന്നത് ശരിയല്ലെന്ന് ജോർജിനു നന്നായി അറിയാം. അതുകൊണ്ടാവാം മനശ്ശാസ്ത്രത്തിൽ ബിരുദങ്ങൾ സമ്പാദിച്ച ഡോ.ജോർജ് സത്യത്തിൽ ഇഷ്ടപ്പെട്ടത് സ്നേഹപൂർവ്വം എന്തെങ്കിലുമൊക്കെ സംസാരിച്ചിരിക്കാനാണ്. അതിലൂടെ ചെറുതായെങ്കിലും ആളുകളെ തനിക്കു സ്വാധീനിക്കാനാവുമെന്ന് ജോർജ് വിശ്വസിച്ചു.

കൗൺസലിങ് സെഷനിടയ്ക്ക് തിരക്കു കാട്ടാറില്ലെങ്കിലും ഒരു നൂറു വട്ടം അദ്ദേഹം തന്റെ വാച്ചിലേക്ക് നോക്കും. എന്തൊക്കെ സംഭവിച്ചാലും ഒരു മണിയോടെ കാന്റീനിലെത്തി ഉച്ചഭക്ഷണം അകത്താക്കാൻ പാകത്തിൽ സംഗതികൾ കൊണ്ടെത്തിക്കാൻ അയാൾക്ക് ഒരു പ്രത്യേക കഴിവുതന്നെയുണ്ട്. സമയം തെറ്റിയാൽ രക്തത്തിലെ പഞ്ചസാര കുറഞ്ഞ് താൻ വീണുപോകുമെന്ന ജോർജിന്റെ ഭയത്തിന് അടിസ്ഥാനമുണ്ട്. കാന്റീനിൽ എത്താൻ വൈകുമ്പോഴൊക്കെ തന്റെ സംസാരം വളരെ ദൂരെനിന്ന് കേൾക്കുന്ന ഒന്നായി അയാൾക്കു തോന്നി. കൈകാലുകൾ വിറച്ചു. ശരീരം തണുത്തു. തലവേദനിച്ചു. താൻ താഴേക്ക് താണുപോകുമെന്ന് തോന്നി.

ഹൈപ്പോഗ്ലൈസീമയുടെ പിടിയിലാവുന്ന ആ നിമിഷങ്ങളിൽ അയാൾ കൂടുതൽ വിളറി. കണ്ണുകളിൽ ഇരുട്ടുകയറി.

സെഷൻ എങ്ങനെയും അവസാനിപ്പിച്ച് കാന്റീനിലേക്കു നടക്കുമ്പോൾ തന്റെ വസ്ത്രങ്ങളും ഷൂസും തനിക്കു പാകമല്ലെന്നു തോന്നി. വിയർത്തു കുളിച്ച് തിക്കിത്തിരത്തി ഫാനിനു ചുവട്ടിൽ ആവി പൊന്തുന്ന ചോറ് ആർത്തിയോടെ വിഴുങ്ങുമ്പോൾ ഡോ.ജോർജ് രഹസ്യമായി സ്വയം ഓർമ്മപ്പെടുത്തി: രോഗങ്ങളുടെ മുന്നിൽ മനുഷ്യൻ ഒന്നുമല്ല.

ഉച്ചയുറക്കം പാടില്ലെന്നറിയാമെങ്കിലും തന്റെ മുറിയിലെത്തിയാൽ അയാൾ ഒന്നു കണ്ണടച്ചുപോകും. ഏറിയാൽ അരമണിക്കൂർ. സ്വയം ശപിച്ചുകൊണ്ടാണ് ഉണരുക. വീർത്ത വയർ തടവി ഉച്ചഭക്ഷണം കൂടിപ്പോയതിൽ സ്വയം കുറ്റപ്പെടുത്തും. ഇനിയുമിതുണ്ടാകരുതെന്ന് സ്വയം താക്കീതുചെയ്യും. എന്നാൽ, ഇതൊക്കെ എല്ലാ ദിവസവും ഉണ്ടാവുമെന്നുമാത്രം. മുഖംകഴുകി കണ്ണാടിയിലേയ്ക്കു നോക്കുമ്പോൾ തന്റെ മുഖം ഇരുണ്ടതായും കണ്ണുകൾ കൂടുതൽ കുഴിഞ്ഞുതാണതായും ജോർജിനു തോന്നി. "രോഗങ്ങൾക്കു മുന്നിൽ നമ്മൾ ഒന്നുമല്ല." പിറുപിറുത്തുകൊണ്ട് അയാൾ സവാരിക്ക് ഒരുങ്ങി.

## ഇരുപത്തിയഞ്ച്

**ആ**രും ഉറക്കത്തിലേക്ക് വീഴുന്ന രാത്രിയുടെ ആ യാമത്തിലും ഇബ്രാഹിമിന് ഉറക്കംവന്നില്ല. ഉത്തരം കിട്ടാത്ത ചോദ്യങ്ങൾ മനസ്സിലിട്ട്

അയാൾ തിരിഞ്ഞും മറിഞ്ഞും കിടന്നു. ഒരു രാത്രികൊണ്ട് താൻ അനാഥനായെന്ന തോന്നൽ ഉറപ്പിക്കുന്ന ചിന്തകളേ മനസ്സിലേക്കു കടന്നുള്ളു. കുറച്ചു നാളായി അയാൾക്ക് നല്ല ഉറക്കം കിട്ടിയില്ല - പെട്ടെന്ന് 'കോമ' യിലായ ഉമ്മയെ ഇന്റൻസീവ് കെയർ യൂണിറ്റിലേക്ക് മാറ്റിയതുമുതൽ.

ഉമ്മയെ പതുക്കെപ്പതുക്കെ ഗ്രസിക്കുന്ന മരണത്തെ ഉൾക്കൊള്ളുക ചെറിയ കാര്യമല്ലെന്ന് അയാൾക്കു ബോദ്ധ്യമായി.

ബാപ്പയുടെ മരണം പെട്ടെന്നാണ്. ഒരുദിവസം രാവിലെ ബാപ്പ ഉണർന്നില്ല. ഉൾക്കൊള്ളാൻ ഏറെ ബുദ്ധിമുട്ടി. പൊരുത്തപ്പെട്ടത് മാസങ്ങൾ കഴിഞ്ഞാണ്.

ബാപ്പയില്ലാത്ത ദിവസങ്ങളെക്കുറിച്ച് മുൻകൂട്ടി ആലോചിക്കേണ്ടി വന്നില്ല. ഉമ്മയുടെ മരണം ഡോക്ടർമാർ മുൻകൂട്ടി പറഞ്ഞിരിക്കുന്നു. ദിവസവും അവർ മരണത്തോട് അടുക്കുന്നത് കാണാനാവുന്നു. എങ്കിലും പൊരുത്തപ്പെടൽ പ്രശ്നമാകുന്നു. ഉറങ്ങാൻ തുടങ്ങുമ്പോൾ തലച്ചോറിൽ വെടി ഉതിർക്കുംവിധം ആരോ വാതിലിൽമുട്ടുന്നു. ഞെട്ടി വാതിൽ തുറക്കുമ്പോൾ കണ്ണിലടിക്കുന്നത് ഇടനാഴിയിലെ വെട്ടം മാത്രം. വെളുപ്പാൻകാലത്ത് ഒന്നുമയങ്ങുമ്പോൾ കാസ്പെരുമാറ്റങ്ങൾ കേട്ട് വീണ്ടും ഞെട്ടി. നിമിഷങ്ങൾക്കുമുമ്പ് ശ്വാസം നിലച്ച ആരെയോ കൊണ്ടുപോകുന്ന കാഴ്ച.

കിടക്കയിലേക്ക് ചായുമ്പോൾ സിസ്റ്റർ മേരിയെത്തി. 'കോമ' യിൽനിന്ന് ഉണർന്ന ഉമ്മ നാളെ വീണ്ടും മുറിയിലേക്ക്. കുറച്ചു ദിവസത്തിനകം എണീറ്റിരിക്കാനാവും. വേദനിപ്പിക്കുന്ന ഭാഗം പറഞ്ഞത് ഡോ.കൃഷ്ണദാസാണ്. ഓർമ്മയ്ക്ക് കുറച്ചു കാര്യമായ തകരാറുണ്ടാവും.

ഉമ്മ എല്ലാം മറന്നുപോയി. സ്വന്തം പേരുതന്നെയും അപരിചിത മുഖത്തേക്കെന്നപോലെ ഇബ്രാഹിമിനെ നോക്കി. നിർവ്വികാരതയോടെ. വിവരമറിഞ്ഞെത്തിയ അയിഷ കരയുമ്പോൾ ഉമ്മ ഒന്നും മനസ്സിലാവാതെ തുറിച്ചുനോക്കി.

"ഇബ്രാഹിം, എനിക്കിപ്പോ ഭേദമുണ്ട്. നീ വീട്ടിലേക്കു ചെല്ല്...അയിഷാബി ഒറ്റക്കാവല്ല്." ദിവസങ്ങൾ മുൻപുള്ള ഉത്കണ്ഠ...ഇപ്പോൾ മറവിയിലൂടെ ആശ്വാസം - ഇബ്രാഹിം ഓർത്തു.

താൻ ഇബ്രാഹിം ആണെന്നതിന്റെ രേഖ പെട്ടെന്ന് നഷ്ടമായതായി അയാൾക്കു തോന്നി. "ഇബ്രാഹി" ഉമ്മയുടെ ആ വിളി ഒരോർമ്മപ്പെടുത്തലായിരുന്നു. ഇനിയും അതു കേൾക്കാനാവുമെന്ന് ഇബ്രാഹിമിനോട് പറയാൻ ഡോ.കൃഷ്ണദാസ് ശ്രമിച്ചില്ല. സാന്ത്വനത്തിന്റെ അത്തരം രീതികൾ കൃഷ്ണദാസിന് അന്യമാണ്.

ഉമ്മ മരിച്ചുകഴിഞ്ഞിരിക്കുകയാണെന്ന് ഇബ്രാഹിമിനു തോന്നി; തന്റെ ഭാഗത്തുനിന്നു നോക്കുമ്പോൾ.

എന്തെങ്കിലും ഒച്ചകേട്ടാൽ നോക്കാത്ത ഉമ്മ. ഇബ്രാഹി എന്നു വിളിക്കാനാവാത്ത ഉമ്മ. ഇന്നലെകൾ ഇല്ലാത്ത ഉമ്മ. അവർ ജീവിച്ചിരിക്കുകയാണോ? അത് സങ്കീർണ്ണമായ ഒരു ചോദ്യമായി അയാൾക്കു തോന്നി.

ചില്ലിട്ട ജനാലയിലൂടെ അരിച്ചിറങ്ങുന്ന വെളിച്ചത്തിൽ തന്റെ ഉമ്മ കുറച്ചുകൂടി ചെറുതായതായി ഇബ്രാഹിമിന് തോന്നി. ശരീരവും ബുദ്ധിയും ചെറുതായ ഉമ്മ. ഒരു ചെറിയ കുട്ടിയെപ്പോലെ ദിവസത്തിൽ കൂടുതൽ സമയവും ഉറങ്ങിക്കിടക്കുന്ന അവർ ഇടയ്ക്കെങ്കിലും ഒന്നനങ്ങിയില്ല.

ഉമ്മയുടെ - അതോ തന്റേയോ- ഓരോ മാറ്റത്തിനും ഒപ്പം തന്റെ പ്രാർത്ഥനകളുടെ ഉള്ളടക്കവും മാറുന്നതായി കുറ്റബോധത്തോടെ ഇബ്രാഹിം അറിഞ്ഞു. വർഷങ്ങൾ മുമ്പ് ഉമ്മയെ പിരിയാൻ ഏറെ ബുദ്ധിമുട്ടി - പ്രവാസജീവിതത്തിന്റെ തുടക്കത്തിൽ. തീരെ പ്രതീക്ഷിക്കാതെ രോഗവിവരം അറിയിച്ചുകൊണ്ട് അയിഷ എഴുതുമ്പോൾ ഉമ്മയ്ക്ക് ഒരാപത്തും ഉണ്ടാവരുതേ എന്നായിരുന്നു പ്രാർത്ഥന. രോഗത്തെക്കുറിച്ച് ഡോക്ടർമാരിൽനിന്നൊരു ചിത്രം കിട്ടിയപ്പോൾ ഉമ്മ ഉടനെ മരിക്കരുതേ എന്നായി പ്രാർത്ഥന. ഉമ്മയെ അധികം കഷ്ടപ്പെടുത്തരുതെന്ന് പ്രാർത്ഥിച്ചത് ഇന്റൻസീവ് കെയർയൂണിറ്റിൽ പ്രവേശിപ്പിച്ചപ്പോഴാണ്. ഇപ്പോൾ ഏറ്റവും ഒടുവിൽ, ഈ രാത്രിയിൽ ഒരു തേങ്ങലായി അറിയാതെ ദൈവത്തോടു പറഞ്ഞുപോകുന്നത് ഉമ്മ എത്രയും പെട്ടെന്ന് മരിക്കണേയെന്നാണ്.

ഇപ്പോഴത്തെ ഈ ഉറക്കച്ചടവോടെ, ആശയക്കുഴപ്പത്തോടെ എത്ര വർഷം വേണമെങ്കിലും ഉമ്മയെ പരിചരിക്കാൻ തയ്യാറാണെന്നുപറയാൻ അയാൾ കൊതിച്ചു. അതേസമയം, വിരസതയും ക്ഷീണവും വിഷാദവും വീർപ്പുമുട്ടിക്കുന്ന ഈ നിമിഷം അയാൾക്കതിനു കഴിഞ്ഞില്ല.

## ഇരുപത്തിയാറ്

**ഇ**ങ്ങനെ കാറ്റിൽ പറന്നുനടക്കുന്നതുപോലെ തോന്നാൻ ഇന്ന് പ്രത്യേകിച്ച് എന്താണുണ്ടായത്? ഡീന സ്വയം ചോദിച്ചു. ഏതോ ഉൾവിളിപോലെ പൊടുന്നനെ അവളുടെ മനസ്സിൽ ചില അവ്യക്തരൂപങ്ങൾ പൊന്തി. അവയാകെ ക്യാൻവാസിലേക്കു പകർത്താൻ അവൾ തിരുമാനിക്കുകയല്ല. എന്തുകൊണ്ടോ നിർബ്ബന്ധിതയായി.

തന്റെ മുറിയുടെ കോണിൽ ഇത്ര നാൾ ശ്രദ്ധിക്കാതെവച്ച കാൻവാസിൽ അവൾ മെല്ലെ തലോടി. ചായങ്ങൾ സൂക്ഷിച്ച തന്റെ പെട്ടി തുറന്നു.

സെന്ററിലേക്കു പോരുമ്പോൾ ഒക്കെയും കൂടെക്കൂട്ടാൻ അവൾ ഓർത്തു.

അവൾ തന്റെ മനസ്സ് കാൻവാസിലേക്കു പകർത്താൻ തുടങ്ങി. സ്വയം മറന്നുള്ള ആ ശ്രമത്തിന്റെ ഓരോ പരിണാമവും ദിനവും ഡോക്ടർമാരുടെയും മറ്റും ശ്രദ്ധ പിടിച്ചെടുത്തു. പലർക്കും അർത്ഥവത്തായ ഒന്നും ആ നിറങ്ങളിൽ കണ്ടെത്താനായില്ല. നിറങ്ങളുടെ കടുത്ത ധാരാളിത്തം ചിലരെ ഭയപ്പെടുത്തി.

രക്താർബ്ബുദം ബാധിച്ചവരുടെ തലച്ചോറിൽ മിന്നുന്ന ചില മായക്കാ

ഴ്ചകളുടെ അർത്ഥശൂന്യമായ പകർപ്പാണ് ആ ചിത്രങ്ങളെന്നുവരെ ചില ഡോക്ടർമാർ അഭിപ്രായപ്പെട്ടു. ചിലതരം മസ്തിഷ്ക അർബ്ബുദം പിടിപെട്ട രോഗികൾ ഹലൂസിനേഷൻ പ്രകടമാക്കാറുണ്ടെന്ന് അവരിലാരോ പറഞ്ഞത് യാദൃച്ഛികമായി കേട്ട ഡീനയുടെ ഭാവമാറ്റം ഡോക്ടർമാരെ ഭയപ്പെടുത്തി. കമന്റ് പാസാക്കിയ ജൂനിയർ ഡോക്ടർ പിൻനിരയിലേക്കു പരുങ്ങി.

പൂർത്തിയായെന്നു തോന്നിച്ചത് രണ്ടു ചിത്രങ്ങളാണ്.

'മരണത്തിന്റെ വിശദീകരണങ്ങൾ' അടുത്തടുത്തുവച്ച ആ ചിത്രങ്ങൾക്ക് ഡീന പേരിട്ടു. ഒപ്പം ആകർഷകമായ അക്ഷരങ്ങളിൽ ചെറിയൊരു വിശദീകരണം: ലോകം വളരെ ചെറുതാണ്. ആശയ്ക്കൊത്ത സൗകര്യങ്ങളോ ഇടങ്ങളോ എല്ലാവർക്കും സ്വന്തമാക്കാനാവില്ല. അതുകൊണ്ട് നിലനില്പിനായി എല്ലാവരും എപ്പോഴും മത്സരത്തിലാണ്. പരാജിതർ മരണത്തിന്റെ വഴി കണ്ടെത്തുന്നു. ഇങ്ങനെയും പറയാം:

ഓരോ മരണവും കൈപ്പറ്റാതെപോയ പ്രണയത്തെ ഓർമ്മിപ്പിക്കുന്നു. കാരണം, ഓരോ മരണവും ഒർത്ഥത്തിൽ ഓരോ ആത്മഹത്യയാണ്. അല്ലെങ്കിൽ, കൊല. എന്തെന്നാൽ, ഓരോ ആത്മഹത്യയും സ്നേഹത്തിനുവേണ്ടിയാണ്. ഓരോ മരണവും സ്നേഹത്തിനുവേണ്ടിയാണ്.

## ഇരുപത്തിയേഴ്

**നേ**രം വെളുത്തിട്ടും സിസ്റ്റർ മീര കിടക്ക വിട്ടില്ല. ഡ്യൂട്ടി ഇല്ലാത്ത ദിവസങ്ങളിൽ അതു പതിവാണ്. ഉറക്കവുമായുള്ള ഒരു ബലപരീക്ഷ. ചിലപ്പോൾ അത് ഉച്ചവരെ തുടരും.

മീരയും ഉറക്കവും ജയിക്കാത്ത നിലയാണ് കൂടുതൽ. ഉറങ്ങുകയാണെന്ന മട്ടിൽ മീര കണ്ണടച്ചുകിടന്നു. അയവിറക്കാൻ റൊമാന്റിക്കായ എന്തെങ്കിലും തേടിപ്പിടിക്കാൻ അവൾക്കു പ്രത്യേക കഴിവുണ്ട്. ആ നിമിഷങ്ങളിലാണ് താൻ തന്റെ ഇരുപതുകളിലാണെന്ന് അവൾക്ക് ഓർമ്മ വരിക. അല്ലാത്തപ്പോൾ - വിശേഷിച്ച് നഴ്സിന്റെ വേഷം ധരിച്ചുകഴിഞ്ഞാൽ - പക്വതയോടെയേ അവൾക്ക് ഇടപെടാൻ കഴിയൂ; തന്നോടും മറ്റുള്ളരോടും.

എല്ലാ ഒഴിവുദിവസത്തെയും പോലെ പൂർണ്ണവിശ്രമദിനമായി അതു മാറിയേനെ. എന്നാൽ, അധികം താമസിയാതെ മേട്രന്റെ മുറിയിലേയ്ക്ക് അവൾ വിളിക്കപ്പെട്ടു. ഫോണെടുക്കുമ്പോൾ ഒരു സാധാരണ സന്ദേശമേ അപ്പുറത്തുനിന്ന് മീര പ്രതീക്ഷിച്ചുള്ളു.

മീരയ്ക്കു തലയ്ക്കടിയേറ്റ ഭാവം പകരാൻപോന്ന എന്തെങ്കിലും സന്ദേശത്തിലുള്ളതായി മേട്രനു തോന്നിയില്ല. അവരുടെ ഓർമ്മയിൽ എത്രയെങ്കിലും ദുർമ്മരണങ്ങളും ഒളിച്ചോട്ടങ്ങളുമുണ്ട്. ഇതിൽ ആകെയുള്ള പ്രത്യേകത, കാണാതായ സമത ചലച്ചിത്രനടിയാണെന്നതാണ്. അവർ

സ്വന്തം ഇഷ്ടത്തിനുപോയതാണെന്നതിന് തെളിവുമുണ്ട്.

മാസങ്ങൾ മുമ്പായിരുന്നെങ്കിൽ മീരയും സംഗതി ചിലപ്പോൾ സാധാരണമട്ടിൽ എടുത്തേനെ. ചെറിയകാലത്തിനിടെ അവൾ സമതയോട് ഏറെ അടുത്തു. ആദ്യമൊക്കെ, വെള്ളിത്തിരയിൽ മാത്രം കണ്ട ഗ്ലാമർ താരത്തെ അടുത്തു കാണുമ്പോഴുള്ള ഒരു സാധാരണ ഇരുപതുകാരിയുടെ കൗതുകമായിരുന്നു. പിന്നെ-

എന്തുകൊണ്ടോ സമത അവൾക്കുമുന്നിൽ മനസ്സുതുറന്നു. അപ്പോഴൊക്കെ നിസ്സഹായയും അനാഥയും രോഗിയുമായ ഒരു സ്ത്രീയെ ഉൾക്കൊള്ളാൻ മീര പണിപ്പെട്ടു.

ഒരുപാടു വർഷങ്ങൾ ഒരുതരം ഗൃഹാതുരത്വവുമായി വിദേശത്തു കഴിയുകയും ഒടുവിൽ അവിടെ സ്വയം അവസാനിപ്പിക്കുകയും ചെയ്ത തന്റെ അമ്മയുടെ മുന്നിൽ വീണ്ടും ഇരിക്കുകയാണെന്ന് മീരയ്ക്കു തോന്നിത്തുടങ്ങിയത് പിന്നീടാണ്.

തന്റെ മുറിയിൽ തിരിച്ചെത്തുമ്പോൾ മീരക്ക് സ്വയം നിയന്ത്രിക്കാനായില്ല. ഒരാഴ്ച മുമ്പ് സമത സമ്മാനിച്ച വിലപിടിപ്പുള്ള കാസറ്റ്പ്ലെയറിൽ ഏറെ നേരം അവൾ കണ്ണെടുക്കാതെ നോക്കി.

ധൃതിയിൽ വേഷം മാറുന്നതിനിടെ തേങ്ങൽ കുറച്ച് ഉറക്കെയായി. വല്ലാതെ ഒറ്റപ്പെടുന്നതായി തോന്നുന്ന ചില ഒഴിവുദിവസങ്ങളിൽ ഇത്തരം ഒരു രംഗത്തിന് അവളുടെ കണ്ണാടി സാക്ഷിയാകാറുണ്ട്. എന്നാൽ, ഇത് ആ മട്ടിലുള്ള ഒന്നല്ല. കാരണം, സാധാരണഗതിയിൽ കിടക്കയിലോ കുളിമുറിയിലോ പൊട്ടുന്ന കണ്ണുനീരിന്റെ ചെറിയ അടയാളങ്ങൾ കണ്ണാടിയിൽ പരിശോധിക്കാറേ ഉള്ളൂ.

സമതയുടെ മുറിക്കുമുന്നിലെ ആൾക്കൂട്ടം ചെറുതാണ്. സമത എഴുതിയ കത്ത് കണ്ടെടുക്കാനായതോടെ തലവേദന ഒഴിവായമട്ടിൽ പൊലീസ് സ്ഥലംവിട്ടു. ഞാൻ പോകുന്നു. അന്വേഷിക്കരുത്. കത്തിലത്രയേയുള്ളു.

നേരത്തെ, കോടിക്കണക്കിനുള്ള തന്റെ സ്വത്തുക്കൾ എന്തുചെയ്യണമെന്നതിനെക്കുറിച്ച് അഭിഭാഷകനുമായി ചർച്ചനടത്തി. രേഖകൾ പൂർത്തിയായത് ഒരാഴ്ച മുൻപാണ്. പ്രധാനപ്പെട്ട പലതും ബന്ധുക്കളായി എത്തിയ പലർക്കും നല്കി. നിയമപരമായി വിവാഹമോചനം നടത്താത്ത അവസാന ഭർത്താവ് അവകാശവാദവുമായി എത്തുമെന്ന് പലരും കരുതി. അതുണ്ടായില്ല.

തനിക്ക് ഏറ്റവും പ്രിയപ്പെട്ട സ്റ്റീരിയോ മീരയ്ക്ക് നല്കിയതിനുപിന്നാലെ സുഗന്ധദ്രവ്യങ്ങളുടെയും മറ്റും ശേഖരം പലർക്കായി പങ്കിട്ടു.

നല്ല മനസ്സിന് ഉടമയായ ഒരു ധനിക മരണം അടുത്തെത്തിയതറിഞ്ഞ് കാട്ടുന്ന വിഷാദം കലർന്ന ഒരുതരം ധാരാളിത്തമായാണ് പല ഡോക്ടർമാരും അതിനെ കണ്ടത്. എന്നാൽ, സമത സെന്റർ ഉപേക്ഷിച്ചുപോയതിന്റെ കാരണം വിശദീകരിക്കാൻ അവർക്കായില്ല. ആർക്കുമായില്ല.

തുടർന്നുള്ള ദിവസങ്ങളിൽ മീരയുടെ മനസ്സിൽ അതുമാത്രമായി. അവരിപ്പോൾ എവിടെയാവും? എന്താണ് ആ പലായനത്തിനു പിന്നിലെ പ്രേരണ?

ആഴ്ചകൾക്കുശേഷം മേട്രൻ കത്തുനീട്ടുമ്പോൾ മീരയ്ക്കു അത്ഭുതം തോന്നി. സെന്ററിൽ എത്തിയശേഷം ആദ്യമായെത്തുന്ന കത്ത്. പെട്ടെന്ന് പിടികിട്ടിയില്ല. പിന്നെ ദുർബ്ബലമായ അക്ഷരങ്ങൾക്കു താഴെ കണ്ടു: സ്വന്തം സമത.

"ഞാൻ നടക്കുകയാണ്. സ്ഥലം അറിയില്ല. ആരെയും അറിയില്ല. ലാഘവം തോന്നി. ഒരുപക്ഷേ, സ്വാതന്ത്ര്യം ഇതാവാം. ഒന്നും അറിയാൻ ശ്രമിച്ചില്ല.

കൂടുതൽ ആശ്വാസം, എന്നെ ആർക്കുമറിയില്ലെന്നതാണ്.

മറ്റുള്ളവർ എന്തുകരുതുമെന്ന ചിന്ത തലയിൽനിന്നു പോയിരിക്കുന്നു.

നഗരത്തിലൂടെ നടക്കുമ്പോൾ തോന്നുന്നു - ഇതാണ് എന്റെ നഗരം. ഞാനെത്തിച്ചേരേണ്ട നഗരം.

ഇപ്പോഴെനിക്കു ഭാരം തോന്നുന്നില്ല. വേദനയില്ല. ഒരു പക്ഷിത്തൂവൽപോലെ.

എനിക്കുവേണ്ടത് ഇതുമാത്രമാണ്. ചിന്തകളെ എനിക്കു ഭയമാണ്, അവ എന്നെ തട്ടിയെടുക്കും...

അത് കുറച്ചുമുമ്പാണ്, ഹോട്ടൽ കാവല്ക്കാരൻ എന്നെ തുറിച്ചു നോക്കി. ഉന്മാദം ബാധിച്ച കുറച്ചു ചെറുപ്പക്കാർ ഹോട്ടലിൽനിന്ന് ഇറങ്ങി. അവർക്കു മാത്രമേ അറിയൂ എന്ന മട്ടിൽ ഞാൻ സമയം തിരക്കാനാഞ്ഞു. അതിലൊരാൾ ഒരു നാണയം എനിക്കു നേരെ നീട്ടി. എനിക്ക് ആർത്തുവിളിക്കണമെന്നു തോന്നി. എന്റെ ഐ ഡി ന്റിറ്റി: യാചക.

യാചകർക്കും തെരഞ്ഞെടുക്കാൻ അവകാശമുണ്ട്.

## ഇരുപത്തിയെട്ട്

**സ്വ**യം വിമർശനം. ഡോ. കൃഷ്ണദാസിന്റെ ഒഴിവുസമയവിനോദം അതാണ്. ഈയിടെ അതുകാര്യമായി നടക്കുന്നു. ശ്രദ്ധയോടെ ജോലി അവസാനിപ്പിക്കുമ്പോൾ എന്നും ഒത്തിരി സമയം ബാക്കിയാവും. ഡോക്ടറുടെ പരാതിയും അതാണ്. തിരക്കൊഴിയാതെ പ്രവർത്തിച്ചു കൊണ്ടിരിക്കുക. അതാണ് കൃഷ്ണദാസിന്റെ മോഹം. സെന്ററിൽ അത്തരമൊരു തിരക്ക് ഒരുകാലത്തും ഉണ്ടാവില്ലെന്ന് ഓർക്കുമ്പോൾ കൃഷ്ണദാസ് സ്വയം കുറ്റപ്പെടുത്തും.

സർക്കാരിന്റെ ക്യാൻസർ സെന്ററിലെ ഓങ്കോളജി വിഭാഗത്തിലെ ജോലി ഡോ. കൃഷ്ണദാസ് വലിച്ചെറിഞ്ഞതാണ്. ചികിത്സതേടിയെത്തുന്നവരെ - വിശേഷിച്ച് സമ്പന്നരല്ലാത്തവരെ - ഗവേഷണവസ്തുക്കളായി

കാണാൻ എന്തുകൊണ്ടോ പെട്ടെന്ന് അയാൾക്കു കഴിയാതെയായി. രോഗിയുടെ സ്വാതന്ത്ര്യങ്ങളെക്കുറിച്ച് പഠിക്കുമ്പോഴേ കൃഷ്ണദാസ് ബോധവാനായിരുന്നു. അത് പക്വമാകാൻ വർഷങ്ങൾ വേണ്ടിവന്നു. സർക്കാർ രീതികളോടും ചില സഹപ്രവർത്തകരോടുമുള്ള അഭിപ്രായ വ്യത്യാസം. അവയുമായി ബന്ധപ്പെട്ട ഒറ്റപ്പെടൽ. എല്ലാംകൂടി ഉണ്ടാക്കിയെടുത്ത ഒരു തരം മടുപ്പും കുറ്റബോധവും. അങ്ങനെ ഇഴഞ്ഞുനീങ്ങുമ്പോഴാണ് ഖാൻ പുതിയ സംരംഭവുമായി വന്നത്. ഖാന്റെ ലക്ഷ്യം പണമാണെന്നത് വ്യക്തമായിരുന്നു. എന്നാൽ, അവകാശവാദങ്ങൾ ഇല്ലായിരുന്നു.

സെന്റർ നടത്തുന്നത് മരണം ഉറപ്പായ - ചികിത്സ ഉപേക്ഷിച്ച രോഗികൾക്കായാണെന്ന് പറഞ്ഞപ്പോൾ സമ്മതം തോന്നി. ഭേദപ്പെടുത്താനാവാത്ത മരുന്നുകൾക്കും മുറിച്ചുമാറ്റൽ ചികിത്സയ്ക്കും പകരം വയ്ക്കേണ്ടത് വേദന സംഹാരികളും സാന്ത്വനങ്ങളുമാണെന്ന് നേരത്തെ തോന്നി. ഹിംസാവാദത്തിൽ നിന്ന് അഹിംസാവാദത്തിലേക്കുള്ള മാറ്റം.

സമ്പന്നർക്കുമാത്രമുള്ള കേന്ദ്രമാണെന്ന പോരായ്മ ശ്രദ്ധയിൽപ്പെട്ടതാണ്. സമൂഹം സമ്പന്നന്മാർക്കായി നിലകൊള്ളുമ്പോൾ - സമ്പന്ന രോഗികളെ പരസ്യമായി ലക്ഷ്യമിടുന്ന ഖാന്റെ പദ്ധതിയെ എങ്ങനെ തള്ളിപ്പറയാനാവും. ചിന്തിച്ചത് അങ്ങനെയാണ്. എന്നാൽ ഇവിടെയും മുൻകൂട്ടി കണ്ടതുപോലെ പഠനത്തിനായി ചെലവിട്ട വർഷങ്ങളും സേവന സന്നദ്ധതയും വെറുതെയാവുന്നു.

“ഹലോ ഡോക്ടർ.” ഓർമ്മകളിൽ നിന്ന് ഞെട്ടുമ്പോൾ മുന്നിൽ ഡോ. ഡേവിഡും ഭാര്യയുമാണ് - ഡീനയുടെ അച്ഛനും അമ്മയും. ഡോ. കൃഷ്ണദാസും ഡോ. ഡേവിഡും കോളേജിൽ ഏതാണ്ട് ഒരേ കാലത്താണ് പഠിച്ചത്.

തടിച്ചശരീരത്തിന്റെ ഉടമയായ ഡോ. ഡേവിഡ് എന്തെങ്കിലും ആവശ്യം നേരിടുമ്പോൾ മാത്രമാണ് പരിചയക്കാരെ തേടിയിറങ്ങുക. അതുകൊണ്ടാവാം അയാൾക്ക് എല്ലാവരും വെറും പരിചയക്കാർ മാത്രമാണ്. അയാളുടെ സംസാരവും ഫോൺവിളിയും കാര്യമാത്രപ്രസക്തമാണെങ്കിലും അതിൽ മുന്നിട്ടുനിന്ന ഞാനെന്ന ഭാവവും സ്വാർത്ഥതയും കണ്ടില്ലെന്നു നടിക്കാൻ മറ്റുള്ളവർ ബുദ്ധിമുട്ടി.

മുഖവുരയും ഡോ. ഡേവിഡിന്റെ പ്രത്യേകതയല്ല. അയാൾ കാര്യത്തിലേക്കു കടന്നു. കേട്ടുകഴിഞ്ഞപ്പോൾ ഡോ. കൃഷ്ണദാസ് അസ്വസ്ഥനായി. ഇങ്ങനെ തന്നോട് അഭ്യർത്ഥിക്കാൻ ഇവർക്കെന്താണ് സംഭവിച്ചത്?

അവരുടെ ഏകമകൻ മരിച്ചത് കുറച്ചുമാസങ്ങൾ മുമ്പാണ്. അന്യ സംസ്ഥാനത്തെ മെഡിക്കൽ വിദ്യാർത്ഥി. അപകടമരണം.

അന്നു കാണുമ്പോൾ ഡോക്ടർ ഡേവിഡ് ദു:ഖിതനോ നിസ്സഹായനോ ആണെന്ന് തോന്നിയില്ല. യാദൃച്ഛികമായി ഒന്നുരണ്ടാഴ്ച മുമ്പ്

കണ്ടിരുന്നു. അപ്പോൾ ഡേവിഡ് എല്ലാ അർത്ഥത്തിലും പഴയ പ്രൗഢിയിൽ തിരിച്ചെത്തിയിരുന്നു. ഇപ്പോഴീ മാറ്റം?

"ഡീനയെ ഒന്നു കാണണം. എന്തുവിലകൊടുത്തും അവളെ രക്ഷപ്പെടുത്തണം." അവളുടെ കാര്യത്തിൽ ബോൺമാരോ ട്രാൻസ്പ്ലാന്റേഷൻ സാദ്ധ്യത ഇപ്പോഴും ഉണ്ടെന്ന് അവർക്കറിയാം.

ഡീനയെ എങ്ങനെയും സമ്മതിപ്പിക്കണം. ഞങ്ങൾ എന്തുവിട്ടുവീഴ്ചയ്ക്കും തയ്യാറാണ്. അവരുടെ ചലനങ്ങൾ പലതവണ വിളിച്ചുപറഞ്ഞു.

ഡീനയെ എക്കാലവും തള്ളിപ്പറഞ്ഞ, അവഗണിച്ച അച്ഛനമ്മമാർ ആദ്യമായി അവളെ കാണാൻ സെന്ററിൽ എത്തിയ വിവരം അറിയിക്കാൻ വേണ്ടി ഡോ. കൃഷ്ണദാസ് ഡീനയുടെ അടുത്തേക്ക് ഓടിപ്പോയേനെ. ട്രാൻസ്പ്ലാന്റേഷന് അവളെ ഉടൻ നിർബ്ബന്ധിച്ചേനെ. എന്നാൽ, പ്രിയപുത്രന്റെ മരണം കൊണ്ടുള്ള ഒരു മനംമാറ്റം മാത്രമാണതെന്ന് ഡീന അറിയുമ്പോൾ - മരണം അവളെ അറിയിച്ചിരുന്നില്ല. വേണ്ടെന്ന് ഡോ. ഡേവിഡ് നിർബ്ബന്ധം പിടിച്ചു. ഇപ്പോഴും, ട്രാൻസ്പ്ലാന്റേഷൻ കഴിയുംവരെ അതു മറച്ചുപിടിക്കണമെന്നാണ് അയാളുടെ ശുപാർശ.

എല്ലാം കേട്ടുകഴിഞ്ഞപ്പോൾ ഡോ. കൃഷ്ണദാസ് മുറിയിൽ അങ്ങോട്ടുമിങ്ങോട്ടും നടക്കാൻ തുടങ്ങി.

പൊരുത്തപ്പെടാനാവാത്ത സംഗതികൾ ഏറ്റെടുക്കാൻ അയാൾക്ക് ഏറെ ആലോചിക്കേണ്ടി വരും.

## ഇരുപത്തിയൊമ്പത്

ഇനി തെരയാനിടമില്ല. പണം കണ്ടുകിട്ടുമെന്ന പ്രതീക്ഷ സിങ്ങിന് നഷ്ടപ്പെട്ടു. ഏഴായിരം രൂപയോളം ഉണ്ടാവും. കിട്ടുമെങ്കിൽ ഇതിനുമുമ്പേ അതുണ്ടായേനെ. എല്ലാവരും പെട്ടെന്നു തന്നെ കൈവിട്ടതായി സിങ്ങിന് തോന്നി മുമ്പൊരിക്കലും അങ്ങനെ തോന്നിയിട്ടില്ല. നേരത്തെ വെച്ചു മറന്ന പലതും കണ്ടുപിടിക്കാൻ സഹായിച്ച ഡീന ഇക്കുറി താൻ പറയുന്നത് വെറുതെ കേട്ടിരുന്നതേയുള്ളൂ. ഒരുപക്ഷേ ആ കുട്ടിക്ക് തീരെ സുഖമില്ലായിരിക്കാം. "ഒരുപെണ്ണുകെട്ടാമോ നിന്റെയി കഷ്ടപാടൊക്കെ മാറും. ഒന്നും രണ്ടുമല്ല രൂപാ അമ്പതിനായിരം തരാൻ തയ്യാറുള്ള പാർട്ടി എന്റെ കൈയിലുണ്ട്." കാന്റീൻ ജോലിക്കൊപ്പം ദല്ലാൾ കൂടിയായ സുന്ദരൻപിള്ള അതുപറയുമ്പോഴൊക്കെ സിങ് വിശ്വാസം വരാതെ നോക്കും. എങ്കിലും ആ നിമിഷങ്ങളിൽ സിങ്ങിന് തെല്ല് ആശ്വാസം തോന്നി.

നാല്പതുകാരനായ സിങ് ഒരിക്കൽപ്പോലും വിവാഹത്തെക്കുറിച്ച് ചിന്തിച്ചിട്ടില്ല. ആരെങ്കിലുമൊക്കെ ഏല്പ്പിക്കുന്ന ജോലികൾ ധൃതിപിടിച്ചു ചെയ്യുക. പകരം എന്തെങ്കിലും കിട്ടിയാൽ സന്തോഷത്തോടെ വാങ്ങുക. വിശക്കുമ്പോൾ കാന്റിനിൽ നിന്ന് എന്തെങ്കിലും കഴിക്കുക. രാത്രി ഏറെ

ചെല്ലുമ്പോൾ കാന്റീനിലെ പഴയ ഊണുമേശയുടെ പുറത്ത് ഉറങ്ങുക. ആ ദിനചര്യകൾക്കപ്പുറം സിങ് ജീവിച്ചത് മറ്റുള്ളവരുമായി സംസാരിക്കുമ്പോഴാണ്. സെന്ററിന് അകത്തും പുറത്തും താനറിയുന്ന ഓരോ വിശേഷവും അയാൾ പറഞ്ഞു നടക്കും.

തനി നാട്ടിൻപുറത്തുകാരനായ സിങ്ങിന്റെ മനസ്സിൽ സ്വപ്നം എന്നു വിളിക്കാവുന്ന ഒന്നേയുള്ളു. നാട്ടിലെ തന്റെ അയൽക്കാരനായ രാമേട്ടനെപ്പോലെ, ഒരു കുതിരയെ വാങ്ങുക. "ആ പോണ കുതിര ആരുടേതെന്നറിയോ...നമ്മുടെ രാമേട്ടന്റെ" അങ്ങനെ പറഞ്ഞു കേൾക്കാൻ വേണ്ടി മാത്രമാണ് രാമേട്ടൻ കുതിരയെ വാങ്ങിയത്. അതേ ഖ്യാതി തന്നെയാണ് സിങ്ങിന്റെയും മനസ്സിൽ. നമ്മുടെ സിങ്ങിന്റെ കുതിര. ആളുകൾ അങ്ങനെ പറഞ്ഞുകേൾക്കാൻ സിങ് കൊതിച്ചു, തന്റെ സ്വപ്നത്തിൽ അറിയാതെ വീഴുമ്പോഴൊക്കെ സിങ് സ്വയം ഓർമ്മപ്പെടുത്തും. എന്തായാലും രാമേട്ടനു പറ്റിയ അബദ്ധം പറ്റരുത്. ഒരിക്കൽ എങ്ങാണ്ടുന്നോ വലിയ വില കൊടുത്തു വാങ്ങിയത് കുതിരയല്ല, കോവർ കഴുതയാണെന്ന് രാമേട്ടനറിഞ്ഞത് ഏറെ വൈകിയാണ്. ഇരുന്നുണ്ണാൻ വകയുള്ള രാമേട്ടന് അതൊക്കെ നിസ്സാരം. തന്റെ കാര്യം അതല്ലല്ലോ.

പണം കിട്ടില്ലെന്ന് തോന്നിയപ്പോൾ സിങ് നേരെ പോയത് സുന്ദരൻപിള്ളയുടെ അടുത്തേക്കാണ്. അയാൾ പറയാറുള്ള കല്യാണത്തിന് സമ്മതം മൂളുക. ആ  ഇനത്തിൽ ഏഴായിരം രൂപവാങ്ങി. പല ആവശ്യങ്ങൾക്കായി പണം തന്നവർക്ക് തിരിച്ചുകൊടുക്കുക. "നീയതങ്ങുകേറി വിശ്വസിച്ചോ... നിനക്കാരാ പെണ്ണു തരിക." സിങ് തലതാഴ്ത്തി കാന്റീനിൽ നിന്ന് പുറത്തിറങ്ങുമ്പോൾ പിന്നിൽ ചിരിമുഴങ്ങി.

അവസാനശ്രമമെന്ന നിലയിലാണ് സിങ് മത്തായിയുടെ മുന്നിലെത്തിയത്. സെന്ററിലെ ഏറ്റവും പണക്കാരനായ മത്തായി ചിലപ്പോൾ സിങ്ങിന് കൂടുതൽ ടിപ്പ് നൽകി. ചില പത്രമാസികകൾ, കാസറ്റുകൾ തുടങ്ങി സിഗരറ്റും മദ്യവും വരെ സിങ് എത്തിച്ചുകൊടുത്തു. ഭവ്യതയോടെ സിങ് അവ എത്തിക്കുമ്പോൾ മത്തായി എന്തെങ്കിലും കൊടുക്കും. അതീവരഹസ്യമായി മദ്യം എത്തിക്കുമ്പോൾ മാത്രം ബാക്കി എത്രയായാലും എടുത്തുകൊള്ളാൻ പറയും. നോട്ടുകളാണെങ്കിൽ സിങ് വിശ്വാസം വരാതെ നോക്കും. മത്തായി കണ്ടതായി ഭാവിക്കില്ല.

"എന്തിന്റെ പേരിലാടോ ഞാൻ തനിക്ക് കടം തരിക." മത്തായി കൈവിട്ടപ്പോൾ എങ്ങോട്ടെന്നില്ലാതെ സിങ് നടന്നു. കുറെ ചെന്നപ്പോൾ നല്ല ക്ഷീണം തോന്നി. വഴിയരികിലെ അടച്ചിട്ട ഏതോ കടയ്ക്കു മുന്നിൽ തളർന്നിരിക്കുമ്പോൾ സിങ്ങിന്റെ മനസ്സിൽ ആനന്ദൻ തലനീട്ടി. ചായക്കടയും മില്ലും മുന്നോട്ടു കൊണ്ടുപോകാൻ കിട്ടാവുന്നിടത്തുനിന്നൊക്കെ കടം വാങ്ങിയ ആനന്ദൻ. കടം പെരുകിയപ്പോൾ ആനന്ദൻ റെയിൽ പാളത്തിലേക്കു നടന്നു.

ആനന്ദൻ സിങ്ങിനെ നോക്കി ചിരിച്ചു. തെല്ല് അശ്ചര്യത്തോടെ സിങ് ആ ചിരി നോക്കിയിരുന്നു. കുറെനേരം കഴിഞ്ഞപ്പോൾ സിങ്ങും ചിരിച്ചു.

ആനന്ദൻ സിങ്ങിനെ വിളിച്ച് മുന്നിൽ നടന്നു. പിന്നാലെ നടക്കുമ്പോൾ സിങ് തിരിഞ്ഞുനോക്കിയില്ല. സിങ് റെയിൽപ്പാളം ചേർന്നുകിടന്നപ്പോൾ ആനന്ദൻ അപ്രത്യക്ഷനായി.

## മുപ്പത്

**ബേ**ക്കറിന്റെ മരണം രോഗികളിൽ നിന്നു മറച്ചുവയ്ക്കാനായില്ല. എല്ലാ ടി വി ചാനലുകളിലും അത് പ്രധാന വാർത്തകളിലൊന്നായി. പത്രങ്ങളിൽ ഒന്നാം പേജ് വാർത്ത.

ബേക്കർ നോവൽ രചനയിലായിരുന്ന കാര്യം വാർത്തയിൽ ശ്രദ്ധിക്കപ്പെട്ടു. നോവലിന്റെ പകർപ്പവകാശം സുഹൃത്തായ രാജ്കുമാറിന് നല്കിയിരുന്ന കാര്യവും പുറത്തായി. അതോടെ ചില വമ്പൻ പ്രസാധകർ രാജ്കുമാറിനെ കാണാൻ തിടുക്കം കൂട്ടി. കാർട്ടൂണിസ്റ്റ് എന്ന നിലയിൽ പ്രശസ്തനായ ബേക്കറിന്റെ ആദ്യ നോവലിൽ അവർ കച്ചവടം കണ്ടു. മരണമടഞ്ഞ സാഹചര്യത്തിൽ പുസ്തകച്ചന്തയിൽ നോവൽ എളുപ്പം വിറ്റോഴിയുമെന്ന് അവർക്കറിയാം.

നോവൽ പ്രമേയത്തെക്കുറിച്ചും ബേക്കറിന്റെ വ്യക്തിത്വത്തെക്കുറിച്ചുമുള്ള രാജ്കുമാറിന്റെ കാഴ്ചപ്പാടെങ്കിലും ക്യാമറയിൽ പകർത്താൻ ചില ചാനലുകൾ തിടുക്കം കൂട്ടി. നോവലിന്റെ അദ്ധ്യായങ്ങളോ അതല്ലെങ്കിൽ പ്രധാനഭാഗങ്ങളോ സംഘടിപ്പിക്കാൻ വാരികകൾ തിടുക്കം കൂട്ടി.

വേണമെന്നു വെച്ചാൽത്തന്നെയും അതൊന്നും സാധിക്കാനാവാത്ത മനോനിലയിലാണ് രാജ്കുമാർ പെട്ടത്. നോവൽ തന്റെ സ്വകാര്യ കമ്പ്യൂട്ടറിലാണ് സൂക്ഷിക്കുന്നതെന്ന് അറിയിച്ചിരുന്നെങ്കിലും പാസ്‌വേഡ് വെളിപ്പെടുത്താൻ ബേക്കർ വിട്ടുപോയിരുന്നു. കണ്ടെത്താനുള്ള ശ്രമങ്ങൾക്ക് തടസ്സങ്ങൾ പലതുമുണ്ടായി.

ബേക്കർ അവശേഷിപ്പിച്ച സാധനങ്ങൾ ഏറ്റുവാങ്ങാൻ അവകാശികളായി ആരെങ്കിലും എത്തുമെന്ന് സെന്ററിൽ രേഖാമൂലം അറിയിച്ചിരുന്നില്ല. അതേസമയം താനവശേഷിപ്പിക്കുന്ന സാധനങ്ങളൊക്കെ രാജ്കുമാറിനെ ഏല്പ്പിക്കണമെന്ന് സെന്ററിന്റെ ഉടമയായ തന്നോട് ബേക്കർ പറഞ്ഞതായി ഖാൻ വ്യക്തമാക്കി. മരണത്തിനു കുറച്ചു ദിവസങ്ങൾ മുമ്പ് ബേക്കർ ആ അഭ്യർത്ഥന നടത്തുമ്പോൾ ഡോ. കൃഷ്ണദാസ് അവർക്കൊപ്പമുണ്ടായിരുന്നു. ശവസംസ്കാരവും മറ്റും ബേക്കറിന്റെ ആഗ്രഹപ്രകാരം തന്നെ നടത്തി.

ഉൽക്കണ്ഠാകുലമായ കാത്തിരിപ്പിനൊപ്പം രാജ്കുമാറിന് ഏറെ ടെലിഫോൺ അന്വേഷണങ്ങൾ നേരിടേണ്ടി വന്നു.

പ്രതീക്ഷിച്ച ആരും എത്താതിരുന്നപ്പോൾ രാജ്കുമാർ തന്റെ ജോലി തുടങ്ങി. ഒന്നു രണ്ടു സുഹൃത്തുക്കൾ അയാളെ സഹായിച്ചു. ഒരേ വർഷത്തെ തന്നെ ഒന്നിലധികം ഡയറികൾ. മിക്ക പേജിലും ചെറിയ

കുറിപ്പുകളാണ്. ചില പേജുകളിൽ ഒന്നോ രണ്ടോ വാചകം. പേജുകൾ എല്ലാവരും മറിച്ചുനോക്കി. ഫലമുണ്ടായില്ല.

ഒന്നു രണ്ടു ദിവസം കഴിഞ്ഞ് രാജ്കുമാർ തനിച്ചായി. വേണമെങ്കിൽ എല്ലാ ഡയറികളിലൂടെയും ഒന്നുകൂടി കടന്നുപോകാം. അതുകൊണ്ടു പ്രയോജനം ഉണ്ടാവുമെന്ന് തോന്നിയില്ല. ചുറ്റാകെ കണ്ണോടിച്ച് വെറുതേ അങ്ങോട്ടുമിങ്ങോട്ടും നടക്കുമ്പോൾ ഫോൺ ശബ്ദിച്ചു. മടുപ്പോടെ നോക്കുമ്പോൾ അപരിചിതമായ നമ്പർ. കട്ട് ചെയ്തു.

സോഫയിലേക്കു നീങ്ങുമ്പോൾ വെറുതെ ഒരു ഡയറി കൈയിലെടുത്തു. കാർട്ടൂണുകളെക്കുറിച്ചുള്ള വിവരങ്ങളാണ്. സ്വയം ഓർമ്മപ്പെടുത്താൻ വേണ്ടി കുറിച്ചവ. ഇടയ്ക്കു പേജുകൾ ശൂന്യമായി. വീണ്ടും ചില കുറിപ്പുകൾ.  വാക്കുകൾ. ശൂന്യമാകുന്ന പേജുകൾ. വീണ്ടും മറിക്കുമ്പോൾ ശ്രദ്ധ ക്ഷണിക്കുംവിധം പേജിനുകുറുകെ എഴുതിയിരിക്കുന്നു: പാസ് വേഡ് – ഡിവൈൻ കോമഡി.

## മുപ്പത്തിയൊന്ന്

**"നോ**ക്കൂ.. ട്രാൻസ്പ്ലാന്റേഷനുള്ള സമയം ഇനിയും കഴിഞ്ഞിട്ടില്ല. അവർ രണ്ടാളും ആഗ്രഹിക്കുന്നത് അതാണ്... എത്രയും പെട്ടെന്ന്." ഡോ. കൃഷ്ണദാസ് അതു പറഞ്ഞത് യാന്ത്രികമായാണ്. തനിക്ക് പൂർണ്ണ യോജിപ്പ് ഇല്ലാത്ത കാര്യങ്ങൾക്കായി മറ്റുള്ളവരെ നിർബ്ബന്ധിക്കേണ്ടിവരുമ്പോൾ ഡോ. കൃഷ്ണദാസ് അങ്ങനെയാണ്.

ഡീനയുടെ അച്ഛനമ്മമാർ ആ പുതിയ ആവശ്യവുമായി ഡോ. കൃഷ്ണദാസിനെ കണ്ട ദിവസം അവർ ഡീനയെ കാണാനും സങ്കോചത്തോടെ തയ്യാറായി. അവൾ സെന്ററിൽ എത്തിയ ശേഷമുള്ള ആദ്യ സന്ദർശനം.

ട്രാൻസ്പ്ലാന്റേഷന്റെ കാര്യമെന്നല്ല ഒന്നും അവളോട് പറയാൻ ആ കൂടിക്കാഴ്ചയിൽ അവർക്കായില്ല. ആരും ഒന്നും സംസാരിച്ചില്ല. ഓർക്കാപ്പുറത്തുള്ള ആ വരവ് ഉള്ളിന്റെ ഉള്ളിൽ ഡീനയെ അത്ഭുതപ്പെടുത്തി. പുറമെ അവൾ നീരസം കാട്ടി.

അന്നത്തെ ആ നിമിഷങ്ങളിലെ അവിശ്വസനീയതയുടെ ബാക്കി ഇപ്പോഴും അവളുടെ കണ്ണുകളിൽ തിളങ്ങുന്നതായി ഡോ. കൃഷ്ണദാസിനു തോന്നി.

ഡീനയുടെ അനിയന്റെ മരണം അവളെ അറിയിക്കരുതെന്ന ഡോ. ഡേവിഡിന്റെ വിലക്ക് ലംഘിക്കാൻ തന്നെ ഡോ. കൃഷ്ണദാസ് തിരുമാനിച്ചു. ഒരു സാധാരണ കാര്യം പറയുന്ന മട്ടിലാണ് ഡോ. കൃഷ്ണദാസ് അത് അവതരിപ്പിച്ചത്. എന്നാൽ ഡീനയോട് അത് പറയുമ്പോൾ അയാളുടെ പകത പ്രകടമായി. ഡീന ഞെട്ടി നോക്കി. കുറച്ചുസമയം കഴിഞ്ഞപ്പോൾ അവളുടെ നോട്ടം ശൂന്യതയിലേക്കായി.

അച്ഛനമ്മമാരുടെ പെട്ടെന്നുള്ള മനംമാറ്റത്തിന്റെ കാരണം ഊഹിച്ചെടുക്കാൻ ഇനി അവൾക്ക് അധികസമയം വേണ്ടിവരില്ലെന്ന് ഡോ. കൃഷ്ണദാസ് ഓർത്തു. ആ മനംമാറ്റത്തിന് ഒരു മനുഷ്യദൈവത്തിന്റെ പ്രേരണ കൂടിയുണ്ടെന്ന് പറയാൻ അയാളുടെ മനസ്സാക്ഷി അനുവദിച്ചില്ല.

ലോകത്തോടുള്ള വെറുപ്പ് വീണ്ടും ഡീനയുടെ മുഖത്ത് പ്രത്യക്ഷപ്പെട്ടപ്പോൾ കൃഷ്ണദാസ് ദൂരേക്കുനോക്കി. കുറച്ചുനിമിഷം മുമ്പുവരെ അച്ഛനമ്മമാരുടെ സന്ദർശനം മുതൽ അനിയന്റെ മരണം അറിയുന്നതുവരെ - ആ ഭാവം അവളുടെ മുഖത്തുനിന്ന് മാറിനിന്നത് എന്തുകൊണ്ടാവും? പുറത്തേക്കിറങ്ങുമ്പോൾ ഡോ. കൃഷ്ണദാസിനെ ചിന്തിപ്പിച്ചത് ആ ചോദ്യമാണ്.

## മുപ്പത്തിരണ്ട്

**കാ**ത്തുന്ന ഉച്ച. ഡോ. ജോർജ് കാറിൽ സെന്ററിന്റെ പ്രധാന ഗേറ്റുകടന്നു. കാറിനുള്ളിലെ എ സി തണുപ്പിൽ ജോർജ് ഉന്മേഷവാനായി ഞായറാഴ്ചകളിൽ പതിവുള്ള ഗ്രൂപ്പ് കൗൺസലിങ് സെഷൻ കഴിഞ്ഞ് സാധാരണഗതിയിൽ അയാൾ കാന്റീനിലേക്ക് ധൃതിയിൽ നടക്കേണ്ടതാണ്. ഇന്ന് പതിവുതെറ്റിക്കാൻ അയാൾ നിർബ്ബന്ധിതനായി. തന്റെ സുഹൃത്തിന്റെ മകളുടെ വിവാഹത്തിൽ പങ്കെടുക്കാതിരിക്കാൻ അയാൾക്കു കഴിയില്ല.

ഏഴെട്ടുകിലോമീറ്റർ ദൂരമേ കാണൂ. എന്നിട്ടും ജോർജ് കാറിന്റെ വേഗം കൂട്ടി.

ഗ്രൂപ്പ് സെഷനിലെ ചർച്ചയിൽ ഇന്നയാൾക്ക് പതിവിലേറെ തൃപ്തി തോന്നി. “മരണം തിരിച്ചടയ്ക്കേണ്ട കടപ്പാടാണെന്ന ചിന്തയാണ് പലരെയും ആത്മഹത്യയിൽ എത്തിക്കുക. മരണത്തിൽ കടമയോ കടപ്പാടോ ഒന്നുമില്ല.” താൻ തട്ടിവിട്ടത് ഇപ്പോഴും ഡോ. ജോർജിന്റെ കാതുകളിൽ മുഴങ്ങി. കൗൺസിലിങ് അവസാനിച്ചു കുറച്ചു കഴിയുമ്പോൾ അയാളുടെ മനസ്സ് കൗൺസിലിങ് സെഷനിലെ നിമിഷങ്ങൾ അയവിറക്കും. പുരോഹിതന്മാരെ ഓർമ്മിപ്പിക്കുന്ന മുഖമുള്ള ജോർജ് തന്റെ ലഘുപ്രസംഗങ്ങൾ മാത്രമല്ല, തന്റെ സ്വകാര്യജീവിതത്തിലെ ഓരോ നിമിഷവും വിശേഷിച്ച് മറ്റുള്ളവരുമായുള്ള ഇടപാടുകൾ ഒന്നൊന്നായി തന്റെ മനസ്സിൽ ഒന്നുകൂടി കണ്ടുരസിക്കാറുണ്ട്. “ഒരു മരണത്തിന് ദൈവത്തോട് നാം കടപ്പെട്ടിരിക്കുന്നു.” എന്നു വിശ്വസിച്ച ഹെമിങ്‌വേ ആത്മഹത്യചെയ്തതിൽ അത്ഭുതപ്പെടാൻ ഒന്നുമില്ല. തന്റെ തോക്ക് വൃത്തിയാക്കുമ്പോൾ അബദ്ധത്തിൽ വെടി പൊട്ടിയാണ് അദ്ദേഹം മരിച്ചതെന്ന തിയറി ബുദ്ധിയുള്ളവർ വിശ്വസിക്കില്ല. കാരണം മരണത്തിന്റെ ദിവസമാണ് ജനനത്തിന്റെ ദിവസത്തേക്കാൾ സുന്ദരം എന്നുപറഞ്ഞതും ഹെമിങ്‌വേ തന്നെ.

എന്നാൽ നമുക്കായി അദ്ദേഹം മുന്നോട്ടുവെച്ച മുദ്രാവാക്യം പ്രസാദാത്മകം തന്നെയാണ്: "മനുഷ്യനെ നശിപ്പിക്കാം പക്ഷേ, തോല്പ്പിക്കാനാവില്ല. മരണം നാശമോ തോല്വിയോ അല്ലെന്നാണ് എന്റെ പക്ഷം. അതൊരവസ്ഥ മാത്രമാണ്. തെളിവുകൾ നല്കാനാവാത്ത വാദമാകാം, എന്നാൽ ഞാൻ അത് സത്യമായി കാണുന്നു."

തലച്ചോറിന്റെ പുറകുവശത്തായി ചെറിയ വേദന തോന്നിയപ്പോൾ ഡോ. ജോർജിന്റെ നെറ്റിയിൽ ചുളിവുകൾ പ്രത്യക്ഷപ്പെട്ടു. കാറിന്റെ വേഗം കുറച്ച് മുന്നിലെ കണ്ണാടി അഡ്ജസ്റ്റുചെയ്ത് അയാൾ തന്റെ മുഖം പരിശോധിച്ചു. വല്ലാതെ വെളുത്തു വിളറിയിരിക്കുന്നു. രക്തത്തിലെ പഞ്ചസാര കുറയുമ്പോഴൊക്കെ താൻ കൂടുതൽ സുന്ദരനാകുന്നതായി അയാൾക്കുതോന്നി.

സ്റ്റിയറിങ് നിയന്ത്രിച്ച കൈയിൽ ചെറിയ മരവിപ്പ് പടർന്നു. ആക്സിലറേറ്ററിലെ കാൽ ചെറുതായി വിറച്ചു. എ സി ഓഫാക്കി ചില്ലുകൾ താഴ്ത്തി വയ്ക്കാൻ അയാൾ ആഗ്രഹിച്ചു. എന്നാൽ, യാത്ര തുടർന്നു. റോഡരികിലെ ഏതെങ്കിലും കടയ്ക്കുമുന്നിൽ നിർത്തി പഞ്ചസാര ചേർത്ത എന്തെങ്കിലും കഴിക്കാൻ അയാൾ തീരുമാനിച്ചു. എന്നാൽ വണ്ടി നിർത്താതെ ഓടിച്ചു. "ഭയം, നിരാശ, ഉൽക്കണ്ഠ, ശൂന്യതാബോധം, വിഷാദം അതൊക്കെ നമുക്കെന്തിനാണ്? രോഗം ഉള്ളവരാണ്. ശരിതന്നെ. വൈകാതെ മരണമുണ്ടെന്ന് വ്യക്തമായറിയാം. പക്ഷേ, ഒന്നോർത്തു നോക്കൂ..." ഡോ. ജോർജ് വീണ്ടും അയവിറക്കാൻ തുടങ്ങി. "സെന്ററിന് പുറത്തുള്ളവരുടെ, സാധാരണ ആളുകളുടെ നിലയോ? അതും വളരെയൊന്നും മെച്ചമല്ല. ഒരുപക്ഷേ, അവർക്ക് ക്യാൻസർ പിടിപെട്ടിട്ടില്ലായിരിക്കാം. മരണം വളരെ അടുത്താണെന്ന് ഡോക്ടർമാർ അവർക്ക് മുന്നറിയിപ്പു നല്കിയിട്ടില്ലായിരിക്കാം.

രോഗം അവരെ പിടികൂടില്ലെന്നോ മരണത്തെ ഉടനെയൊന്നും നേരിടേണ്ടിവരില്ലെന്നോ ആരും അവരോട് പറഞ്ഞിട്ടില്ല. എന്നാൽ എന്തുകൊണ്ടോ അവരങ്ങനെ വിശ്വസിക്കുന്നതായി തോന്നുന്നു. അത്തരം അറിവില്ലായ്മയെക്കാൾ എത്ര നല്ലതാണ് വ്യക്തമായ ഒരു സൂചന...

പിന്നെ രോഗവുമായി ബന്ധപ്പെട്ട ദുരിതങ്ങൾ.

മരണം നമ്മുടെ കാര്യത്തിൽ ഈ രൂപത്തിൽ എത്തിയെന്നുകരുതിയാൽ മതി. ഓർക്കാപ്പുറത്ത് ഒരു രാത്രി ഉറങ്ങിയിട്ട് ഉണരാതിരിക്കുന്നതിലും ഭേദം ഇതാണെന്നു പറഞ്ഞാൽ തന്നെ തെറ്റാവില്ല. അറിഞ്ഞുകൊണ്ടുള്ള മരണങ്ങൾ മറ്റുള്ളവർക്ക് ബുദ്ധിമുട്ടെങ്കിലും ആകുന്നില്ല." ഇടയ്ക്ക് ചില വാക്കുകൾ താൻ ഉറക്കെ പറഞ്ഞുപോകുന്നതായി ഡോ. ജോർജിനു തോന്നി. കാറിൽ മറ്റാരും ഇല്ലാത്തതിന് ദൈവത്തിന് നന്ദി പറഞ്ഞു. സെഷനിൽ പങ്കെടുക്കുന്നവർ ഉന്നയിക്കുന്ന ചോദ്യങ്ങളുമായി ജോർജിന്റെ മറുപടിക്ക് ചിലപ്പോൾ കാര്യമായ ബന്ധമൊന്നുമുണ്ടാവില്ല. പലപ്പോഴും അയാൾ പറയുന്ന കാര്യങ്ങൾ സാമാന്യവിദ്യഭ്യാസമുള്ള ഒരു നാട്ടിൻപുറത്തുകാരന് ആലോചിക്കാനാവുന്ന സാധാരണ വേദാന്തങ്ങ

ളാണ്. അക്കാര്യം കേട്ടിരിക്കുന്നവർക്കും അയാൾക്കുതന്നെയും ഇടയ്ക്ക് തോന്നാറുണ്ട്. എന്നാൽ തുടർന്നും അയാൾ അതൊക്കെ തന്നെ പറയുന്നു. കാരണം മൗനത്തെ അയാൾക്കു ഭയമാണ്. കേട്ടിരിക്കുന്നവർ നീരസം പുറത്തുകാട്ടില്ല. ഡോ. ജോർജിന്റെ സൗമ്യമായ മുഖത്തും വാക്കുകളിലും ഒളിച്ചുകളിക്കുന്നതായി അവർക്കു തോന്നുന്ന നന്മയുടെ ഏതോ അംശം അതിനവരെ സഹായിക്കുന്നു. "ദൈവത്തെ തള്ളപ്പറയുന്നതിൽ എനിക്കുയോജിപ്പില്ല. ഞാൻ ഉറച്ച ദൈവവിശ്വാസിയാണ്. അയാൾ ആത്മവിശ്വാസത്തോടെ പറയുക അതുമാത്രമാണ്.

തൊട്ടുമുന്നിൽ ഒരു ബസ് പെട്ടെന്ന് ബ്രേക്കിട്ടു. ഗിയർ ഡൗൺ ചെയ്യാൻ ഡോ. ജോർജ് പണിപ്പെട്ടു. ക്ലച്ചിലും ബ്രേക്കിലും അമർത്തുമ്പോൾ കാലുകൾ ആവശ്യത്തിലേറെ താണു താണുപോകുന്നതായി അയാൾക്കു തോന്നി.

പ്രകടനക്കാർ റോഡ് നിറഞ്ഞു കടന്നുവരുന്നത് സാവധാനത്തിലാണ് കാറിന്റെ മുന്നിലും പിന്നിലും വാഹനങ്ങളുടെ നീണ്ടനിര നിമിഷാർദ്ധം കൊണ്ട് പ്രത്യക്ഷപ്പെട്ടതായി അയാൾക്കുതോന്നി.

വാഹനനിര ചെറുതായി ചലിച്ചു. അതിനൊപ്പം നീങ്ങാൻ പ്രയാസപ്പെടുമ്പോൾ വീണ്ടും ചലനം നിലച്ചു.

പുറത്തിറങ്ങി മധുരം കഴിക്കാൻ അയാൾ കൊതിച്ചു. അതിനിടെ വാഹനങ്ങൾ ഇളകിത്തുടങ്ങിയാൽ -

എ സി ഓഫാക്കാനും ചില്ലുകൾ താഴ്ത്തി പ്രകടനക്കാരുടെ മുദ്രാവാക്യങ്ങൾ ശ്രദ്ധിക്കാനും തോന്നി.

എന്നാൽ സ്റ്റിയറിങ് താങ്ങി വശം ചരിഞ്ഞിരിക്കാനേ കഴിഞ്ഞുള്ളൂ.

കോളേജ് ദിനങ്ങളിൽ ആരാധിച്ചുനടന്ന ആശയങ്ങൾ പെട്ടെന്ന് ഇടയ്ക്കുകയറി. "Life is an accident, an accident that begins at birth and ends in death... Man is born : he makes motions and noices; then he dies a meaningless death. Faith in immortality is something to cling to" ഓർക്കാപ്പുറത്തു കടന്നുകയറിയ ആ വാക്കുകൾ ഉണ്ടാക്കിയ ശ്വാസംമുട്ടൽ ഒഴിവാക്കാൻ അയാൾ പാടുപെട്ടു. ഭാഗ്യത്തിന് കൗൺസിലിങ് മുറിയിലെ തന്റെ വാദമുഖങ്ങൾ വീണ്ടും അയാളുടെ രക്ഷക്കെത്തി.

"നോക്കൂ മരണത്തിലേക്ക് നാം അവസാനിക്കുകയല്ല മരണത്തോടെ നാം പുതിയൊരു ഘട്ടത്തിലേക്കു കടക്കുക മാത്രമാണ്. അതിന്റെ വിശദാംശങ്ങൾ ആരും നമുക്ക് പറഞ്ഞുതന്നിട്ടില്ല ആരോടെങ്കിലും നമുക്കതുപറയാനാവുമെന്നും ഉറപ്പില്ല. എന്നാൽ അറിവുള്ളവർ പറയുന്നു അത് സത്യമാണ് - നമ്മൾ മരണത്തോടെ പുതിയൊരുഘട്ടത്തിലേക്ക് കടക്കുക മാത്രമാണ്." ഡോ. ജോർജ് ഇപ്പോൾ തന്റെ ചെവിയിൽ മുഴങ്ങുന്ന വാക്കുകൾ പെറുക്കി എടുക്കുവാൻ ബുദ്ധിമുട്ടി. വളരെ ദൂരെ നിന്നാണ് ആ വാക്കുകൾ ഇപ്പോൾ വരുന്നതെന്ന് അയാൾക്കുതോന്നി. "നാം ജനിക്കുന്നതിനുമുമ്പ് നമ്മുടെ ജനനത്തെക്കുറിച്ച് നമുക്ക് അറിയാമായിരുന്നൊ? അതേക്കുറിച്ച് ആർക്കെങ്കിലും മുന്നറിയിപ്പ് നല്കാനായോ? സത്യങ്ങൾ

അങ്ങനെയാണ് സത്യങ്ങൾ സംഭവിക്കുകയാണ്, അനുഭവിക്കുകയാണ് നാമത്. അല്ലെങ്കിൽ എന്താണ് നമുക്ക് മുൻകൂട്ടി അറിയാനാവുന്നത്. ജീവിതം സംഭവിക്കുക മാത്രമാണ്. മുൻകരുതൽ ഏർപ്പെടുത്താനാവാത്ത യാദൃച്ഛികതകൾ മാത്രമേ നമ്മേ തേടിയെത്തുന്നുള്ളു. കണക്കുകൾ കൂട്ടാനാവുന്നത് ചെറിയ ചെറിയ കാര്യങ്ങളിലാണ്." ഡോ. ജോർജ് വിയർപ്പിൽ കുളിച്ചു സീറ്റോടു ചേർന്ന ശരീരഭാഗങ്ങളിൽ ഒരുതരം മരവിപ്പ് പടർന്നു. കാതിൽ ഏതോ ചിറകടി കേട്ടു. കണ്ണുകളിൽ വീണ ഇരുട്ടിൽ ഇടയ്ക്ക് പ്രകാശങ്ങൾ പൊട്ടിച്ചിതറി. ചിറകടി ഹൃദയത്തിൽ നിന്നും ഉയരുന്നതായും ഹൃദയത്തിലേക്കു താഴുന്നതായും തോന്നി. ആശയക്കുഴപ്പത്തോടെ അയാൾ ഞെട്ടി നോക്കി. ഇരുട്ടാണ്. കുരിശുവരച്ച് സ്വയം മറക്കാൻ കൊതിച്ചു.

"ഗോഡ് സീസ് ദ ട്രൂത്ത് ബട്ട് വെയിറ്റ്സ്" ഓർമ്മയിൽനിന്ന് അയാൾ ശ്വസിച്ചു. അതയാളുടെ അവസാന ശ്വാസമായി.

## മുപ്പത്തിമൂന്ന്

**ഡീ**ന ഞെട്ടി ഉണരുമ്പോൾ അർദ്ധരാത്രി പിന്നിട്ടതേയുള്ളു. എന്തോ വൈകിയഭാവത്തോടെ അവൾ ചുറ്റും കണ്ണോടിച്ചു. രഹസ്യമായി എന്തോ ചെയ്യും മട്ടിൽ ലൈറ്റ് ഓണാക്കാതെ വാച്ച് എടുക്കാൻ മേശ പരതി. കൈ തട്ടി നിലത്തുവീണത് കണ്ണാടിയാണ്. പൊട്ടിച്ചിതറുന്ന ഒച്ചയിൽ അവൾ കാതുപൊത്തി.

ഭയപ്പെട്ടതുപോലെ വാതിലിൽ മുട്ടുകേട്ടില്ല. പണിപ്പെട്ട് വാച്ചു നോക്കുമ്പോൾ സൂചികൾ ചത്തുനില്ക്കുന്നു. ദൂരെയെറിഞ്ഞ് വസ്ത്രം നേരെയാക്കി മുഖം കഴുകി.

ചുവരിൽ അവൾ കോറിയിട്ട വരികൾ ഇടനാഴിയിൽ നിന്നു വീഴുന്ന അരണ്ടവെളിച്ചത്തിലും കാണാനായി. ഒരിക്കൽക്കൂടി അവൾ നോക്കി:

Solomon Grundy,
Born on Monday,
Christened on Tuesday,
Married on Wednesday,
Took ill on Thursday,
Worse on Friday,
Died on Saturday,
Buried on Sunday,

എവിടെയൊ വായിച്ച ആ വരികൾ തനിക്കായി തിരുത്തുമ്പോൾ അവൾ ക്രൂരമായി ചിരിച്ചിരുന്നു.

Deena
Born on Monday,

Took ill on Tuesday,
Died on Wednesday

ഇപ്പോൾ, വീണ്ടും വായിക്കുമ്പോൾ എന്തുകൊണ്ടോ ഒരു നിമിഷം അവൾക്ക് ചിരിക്കാനായില്ല.

ഒച്ച ഒഴിവാക്കാനായി ചെരുപ്പ് വേണ്ടെന്നുവെച്ചു. വാതിൽ പതിയെ തുറന്ന് പുറത്തേക്കു പാളി നോക്കി. വെളിച്ചം വീഴുന്നതിന്റെ അങ്ങേയറ്റത്ത് അടുത്തടുത്തിട്ട കസേരകൾക്കു മുകളിൽ രാത്രിയിലെ കാവല്ക്കാരൻ ഉറങ്ങുകയാണ്.

കുസൃതി കാട്ടുന്ന കുട്ടിയുടെ ഭാവങ്ങളോടെ പതിയെ, കരുതലോടെ മുന്നോട്ടുനീങ്ങി. ഉറക്കം തൂങ്ങുന്ന നൈറ്റ് ഡ്യൂട്ടിക്കാരനു മുന്നിലെത്തുമ്പോൾ അവൾ ചിരിയടക്കി.

നല്ല വെളിച്ചം വീഴുന്ന പ്രധാനവഴിയിലൂടെ കടന്നുപോകുമ്പോൾ പിന്നിൽ അവൾ ഒരലർച്ച പ്രതീക്ഷിച്ചു. പേരറിയാത്ത മരത്തിന്റെ നിഴൽചേർന്ന് ചുറ്റും കണ്ണോടിച്ചു. പ്രധാന ഗേറ്റിലെ നിയോൺ പ്രകാശവലയത്തിനപ്പുറം ചെറിയ കെട്ടിടത്തിന്റെ മങ്ങിയ വെളിച്ചമാണ്.

നിഴല്പാടിലൂടെ നീങ്ങുമ്പോൾ ഞെരിയുന്ന കരിയിലകൾ അവളെ ഭയപ്പെടുത്തി.

അരച്ചുവരിനപ്പുറം വാച്ച്മാൻ ഉറങ്ങുകയാണ്. ഉൽക്കണ്ഠയോടെ നോക്കി. വില കുറഞ്ഞ മദ്യത്തിന്റെ ഗന്ധം പരത്തുന്ന തുറന്നവായ. പകുതി തുറന്നതുപോലെ കണ്ണുകൾ. തലയണയായി ചുരുട്ടിവച്ച പുതപ്പിനടുത്ത് നീളമുള്ള ടോർച്ച് ലൈറ്റാണ്.

വീണ്ടും പരിശോധിക്കുമ്പോൾ സിഗരറ്റ് കൂടുകൾക്കും തീപ്പെട്ടിക്കുമൊപ്പം കിടക്കുന്ന താക്കോൽക്കൂട്ടം. അവളുടെ കണ്ണുകൾ തിളങ്ങി.

വിശാലമായ പുല്പരപ്പിൽ നിലാവു പെയ്തു. നിരയായ് നിന്ന ചെറുമരങ്ങളുടെ ഇലച്ചാർത്തുകൾ കാറ്റിലിളകുന്നതിനൊപ്പം രൂപം മാറുന്ന നില്പാടുകൾ. കുറെനേരം ആ കാഴ്ചയിൽ അവൾ സ്വയം മറന്നു.

പൊതിയുന്ന കാറ്റിനെതിരെ ബീച്ചിലേക്കു നീങ്ങുമ്പോൾ അലസമായി അവൾ പാടി:

Born on Monday,
Christened on Tuesday,
................................
................................
Buried on Sunday.

നിഴലും നിലാവും ഒളിച്ചുകളിക്കുന്ന ചെറിയ കുന്നുകളും മണ്ണുനീക്കിയുണ്ടാക്കിയ പടികളും പിന്നിട്ട് പാറക്കൂട്ടങ്ങൾക്കരികെയെത്തുമ്പോൾ അവൾ നിന്നു. കാൽവിരലുകളിൽ ചോര പൊടിഞ്ഞുതുടങ്ങിയിരിക്കുന്നു.

രാത്രിമഞ്ഞിന്റെ നനവുള്ള മണലിൽ കാലുകൾ തൊടുമ്പോൾ വീണ്ടും അവൾ സ്വയം മറന്നു.

മണൽ ചിക്കിച്ചിക്കി നടക്കുമ്പോൾ രാജകുമാരി പ്രത്യക്ഷപ്പെട്ടു. രാജ

കുമാരിയുടെ നീണ്ടുമെലിഞ്ഞ കാലുകൾ. വെളുത്ത കാലുറകൾ. കാറ്റിലിളകുന്ന സ്വർണ്ണമുടിയിഴകൾ. ഹോളിവുഡ് താരങ്ങളെ ഓർമ്മിപ്പിക്കുന്ന കണ്ണുകൾ, കവിളിലെ തിളക്കം.

അവളുടെ പാട്ട് ഉച്ചത്തിലായി. രാജകുമാരി അതിനൊപ്പം ചുവടുവച്ചു. നീണ്ട കാലുകളുടെ ദ്രുതചലനങ്ങൾ. ചുറ്റും ചിതറുന്ന മണൽബിന്ദുക്കൾ. പറന്നുപൊന്തുന്ന മുടിയിഴകൾ. അവളും രാജകുമാരിക്കൊപ്പം ചുവടുവച്ചു.

നൃത്തവേഗത്തിനൊപ്പിച്ച് രാജകുമാരി തന്റെ വസ്ത്രങ്ങൾ ഒന്നൊന്നായി അഴിച്ചു. അവളും തന്റെ വേഷങ്ങൾ ഊരിയെറിഞ്ഞു.

പിന്നീടെപ്പോഴോ രാജകുമാരി അപ്രത്യക്ഷയായി. ഡീന ചുറ്റിലും തിരയുമ്പോൾ കടലിന്റെ നടുവിൽ രാജകുമാരി വീണ്ടും പ്രത്യക്ഷപ്പെട്ടു. ഡീന കണ്ണെടുക്കാതെ നോക്കി. തിരകൾക്കൊപ്പം ഇടയ്ക്ക് രാജകുമാരി കുസൃതിയോടെ മുന്നോട്ടു വന്നു. കുസൃതിയോടെ പെട്ടെന്നു തിരിച്ചു പോയി. വീണ്ടും വന്നു...

ഇരുകൈകളും നീട്ടി രാജകുമാരി അവളെ വിളിച്ചു. ഡീന പതിയെ മുന്നോട്ടു നീങ്ങി.

ഒന്നാമതെത്തിയ തിര കാല്പാദങ്ങൾ നനച്ചു തിരിച്ചുപോയി. നിലാവിൽ നിഴലിന് പാദങ്ങൾ നഷ്ടമായി.

രണ്ടാമതെത്തിയ തിര തുടകളെ നനച്ചു കടന്നുപോയി. നിലാവിൽ നിഴലിനു കാലുകൾ നഷ്ടമായി.

മൂന്നാമതെത്തിയ തിര മുലകളെ നനച്ചു കടന്നുപോയി. ഇപ്പോൾ നിഴലില്ല. നിലാവ്. നിലാവ് മാത്രം.

9 789388 485883

Printed by Libri Plureos GmbH in Hamburg,
Germany